அப்பல்லோ

அண்டனூர் சுரா

பாரதி
புத்தகாலயம்

Apollo Noval (in Tamil)
Andanoor Sura
First Published: September, 2019
Published by
BHARATHI PUTHAKALAYAM
7, Elango Salai, Teynampet, Chennai - 600 018
Email: thamizhbooks@gmail.com / www.thamizhbooks.com

அப்பல்லோ (நாவல்)
அண்டனூர் சுரா
முதல் பதிப்பு: செப்டம்பர், 2019

வெளியீடு:

பாரதி புத்தகாலயம்

7, இளங்கோ சாலை, தேனாம்பேட்டை, சென்னை - 600 018
தொலைபேசி : 044-24332424, 24332924, 24356935

விற்பனை நிலையங்கள்
மதுரை: 37A, பெரியார் பேருந்து நிலையம் - 045 22324674
ஈரோடு: 39: 39 ஸ்டேட் பாங்க் சாலை - 9245448353
திண்டுக்கல்: பேருந்து நிலையம் - 9942331105, 9976053719
பழனி: பேருந்து நிலையம் அருகில் - 9442883696
திருப்பூர்: 447, அவினாசி சாலை - 9486105018
சேலம்: பாலம் 35, அத்வைத ஆஸ்ரமம் சாலை 0427 2335952
திருவல்லிக்கேணி: 48, தேரடி தெரு - 9444428358
வடபழனி: பேருந்து நிலையம் எதிரில் அடையார்
ஆனந்தபவன் மாடியில் - 9444476967
பெரம்பூர்: 52, கூக்ஸ் ரோடு - 9444373716
திருவாரூர்: 35, நேதாஜி சாலை - 9442540543
சேலம்: 15, வித்யாலயா சாலை சாலை
திருநெல்வேலி: 25A, ராஜேந்திரநகர் - 9442149981
அருப்புக்கோட்டை: 31, அகமுடையார் மஹால் - 9994173551
மதுரை: சர்வோதயா மெயின்ரோடு
குன்னூர்: N.K.N வணிக வளாகம் பெட்போர்ட்
செங்கல்பட்டு: 1 D ஜி.எஸ்.டி சாலை - 044 27426964
விருதுநகர்: 131, கச்சேரி சாலை - 0456 2245300
கும்பகோணம்: 352, ரயில் நிலையம் எதிரில் - 9443995061
வேலூர்: பேஸ் III, சத்துவாச்சாரி - 9442553893
நெய்வேலி: பேருந்து நிலையம் அருகில், - 9443659147
தஞ்சாவூர்: காந்திஜி வணிக வளாகம் காந்திஜி சாலை - 9655542400
கோவை: 77, மசக்காளிபாளையம் ரோடு, பீளமேடு - 8903707294
திருச்சி: வெண்மணி இல்லம், கரூர் புறவழிச்சாலை - 9994289492
திருவண்ணாமலை: முத்தம்மாள் நகர்
நாகர்கோவில்: 699 கே.பி.ரோடு R.V.புரம் - 9443450111
சிதம்பரம்: 22A / 18B தேரடி கடைத் தெரு,
கீழவீதி அருகில் - 9994399347
கரூர்: நாரத கானசபா அருகில் (TNGEA OFFICE)- 9442706676
காரைக்குடி : 12, 2 வது தெரு, கம்பன் மணிமண்டபம் பின்புறம் - 9443406150

நினைத்த நூல்கள்... நினைத்த நேரத்தில்...

thamizhbooks.com | 8778073949

சமர்ப்பணம்

மருத்துவக் குடிகளுக்கு...

புதிர் அவிழ்க்கும் புனைவு

அண்டனூர்சுரா எழுதிய முத்தன் பள்ளம் நாவலைப் படித்தபோது, ஒரு புதிய, படைப்பாற்றல் மிக்க எழுத்தாளர் வந்திருக்கிறார் என்று தோன்றியது. அந்த நாவலின் களமும், மொழியும் புதிதாயிருந்தன. வரலாறும் , புனைவும் கலந்த அந்த எழுத்தில், புதுக்கோட்டை மண்ணின் வாசனை நிறைந்திருந்தது. தொடர்ந்து எழுதிவரும் சுராவின் கணக்கில், இப்போது மூன்று நாவல்கள் , நான்கு சிறுகதைத்தொகுப்புகள், இரண்டு கட்டுரைத் தொகுதிகள் என நல்ல விளைச்சல். பல விருதுகளையும் , பரிசுகளையும் குறுகிய காலத்தில் இவர் பெற்றிருப்பது, இவரின் எழுத்துவன்மைக்குச் சான்று. இப்போது அப்பல்லோ நாவலை நமக்குத் தந்திருக்கிறார். வரலாற்றுக் கதைமாந்தரைக் கொண்டு சமகாலத்திய சமூகத்தின் நிகழ்வுகளைக் கதையாக்கியிருக்கிறார். கிரேக்க மகாகவி ஹோமரின் பாத்திரங்களை நினைவூட்டும் ஆர்கோ தேசத்து மன்னன் மெனிலாஸ், மைசின் நாட்டு மன்னன் அகமெம்னான், டிரோஜன் நாட்டின் அரசன் பாரிஸ் இந்த மூவருக்கும் இடையே நடக்கும் போர்களும், நட்பும், உறவும், பகையும் நாவலாக விரிகின்றன. தளபதி மன்னராயன், அமைச்சர் ஹெர்குலஸ், அரசி தெட்டிஸ், பேரழகி ஹெலன் , அவளின் சகோதரி மெனிஸ்டிரா – என்று அரச குடும்பத்தினரும் அடுத்த அடுக்கில் உள்ள மேன்மக்களும் நாவலில் நிறைந்திருக்கிறார்கள். எனவே இது இரண்டு மூன்று அரசகுடும்பங்களை மையமாக வைத்துப் பின்னப்பட்ட கதையா என்றால், ஆம் எனலாம். ஆனால், இன்னொரு தளத்தில் இது நம்முடைய, உலகினுடைய தொன்மையான மருத்துவக் குடிமக்களின் கதையாகவும் அமைந்திருக்கிறது. சொல்லப் போனால் மருத்துவக்குடிதான் கதாநாயகம். வித்தியாசமான ஒரு முயற்சி இது.

முதுமக்கள் தாழி செய்யும் குயவர் குலப்பெண் சிந்தி, புதிதாக உருவாக்கிய ஒரு தாழி மிகப்பெரும் புதிரைத் தன்னுள் அடக்கியிருக்கிறது. கால்கள் அற்ற ஓர் உடல் அதனுள் இருப்பதாக சிந்தி கூறுகிறாள். அவளைத்தவிர வேறு யார் கண்ணுக்கும் அப்படியோர் உடல் தென்படவில்லை. மெனிலாசின் உடல் அது என்ற வதந்தி அல்லது உண்மை, நாடுகள் எங்கிலும் பரவுகிறது.

இந்தக் கதைக்குள் பல மர்மக்கதைகள் இருக்கின்றன. அவற்றின் முடிச்சுகளை அவிழ்க்கும் முயற்சியில், ஒரு புனைவு உருவாகிறது – அப்பல்லோ.

நாவலின் தொடக்கத்தில், கதைச்சுருக்கம் என்றொரு பகுதி இடம்பெறுகிறது. கால்கள் இருக்க வேண்டிய இடத்தில் காதுகள் இருக்கிற ஒரு மன்னன்; அவனிடம் யார் செய்தி சொல்வதாயிருந்தாலும் கால்களில் விழுந்துதான் சொல்ல வேண்டும். இன்னொரு நாட்டில் வேறொரு மன்னன் இருக்கிறான்; அவனுக்கோ காது என்கிற ஒன்றே இல்லையாம். வனம் ஒன்றில், ஓர் ஆதி மருத்துவக் குடிமகன் இருந்தார்; வடக்கிலிருந்து வந்த ஒருவன், அவரிடம் உதவியாளனாகச் சேர்ந்து அவர் சொற்படி மருந்திட்டுக் கொண்டிருந்தான். இந்தக்கதைச் சுருக்கத்தில் நாவலின் மையம் இழையோடுகிறது. ஆதி மருத்துவத்தை அழித்த மந்திர மாயங்களை, தப்பிப் பிழைத்து உயிர்வாழும் மருத்துவன் ஒருவன் அம்பலப்படுத்துகிறான். தெட்டிஸ் அரசியின் பிள்ளைக்குப் பண்டுவம் பார்த்துப் பிழைக்க வைக்கிற போது, அவன் விவரிக்கும் முன்கதையில் நாம் சமகாலத்திய அரசியல் நிகழ்வுகளையும் சேர்த்தே புரிந்துகொள்ளலாம்.

தேர்ந்த புதிய சொல்லாடல்கள் மூலம் ஆதிமருத்துவமுறைகள், மூலிகைகள், மருத்துவ குணங்கள் பற்றிய பல அரிய தகவல்களையும் நாவலின் போக்கிலேயே பதிவு செய்திருக்கிறார் சுரா. உலகவரைபடத்தில் ஒரு சின்னஞ்சிறு புள்ளியினும் சிறிதாய்ப் புதைந்து கிடந்த முத்தன்பள்ளம் கிராமத்தை மீட்டுருவாக்கம் செய்து சமகால மக்களுக்கு அறிமுகம் செய்த இவர், இப்போது ஆதி மருத்துவக்குடிகள் அழிக்கப்பட்ட அவலக்கதையை நாவலாக்கித் தந்திருக்கிறார் : "ஒரு நாட்டில், ஒரு மருத்துவன் இருந்தான். அவனது உதவிக்கு, மயிர் மழிக்க ஓர் உதவியாளன்..."

அண்டனூர் சுராவுக்கு என் அன்பு வாழ்த்துகள்...

கமலாலயன்

ஹோசூர் *13 – 09 – 2019*

நன்றி

- கதாபாத்திரங்கள் தந்த இலியட் - ஒடிசி - ஹோமர்
- செயப்பாட்டு வினைகள் தந்த தேசிய - மிதவாத - முற்போக்கு- ஆயுத - கற்பனை - வாதிகள்
- இக்கதை சிறுகதை அளவிலிருக்கையில் இதற்குள் பெரிய நாவலிருக்கிறது எனக் கோடிட்டுக் காட்டிய கௌதம சித்தார்த்தன் - ஆபத்சகாயம் - மிடறு முருகதாஸ்
- தொடராக எழுதுகையில் கருத்துகள் பகிர்ந்த ஸ்ரீதேவி - சுரேஷ்மான்யா - சோலச்சி
- கையெழுத்துப் பிரதியில் நுண்ணிய வாசிப்பும் திருத்தங்களும் மேற்கொண்ட பழ.ஆசைத்தம்பி - சந்திரகாந்தன் - புலியூர் முருகேசன் - வடுவூர் சிவமுரளி
- கலை அம்சமாக வாசித்து அபிப்ராயம் சொன்ன ராசி. பன்னீர்செல்வம் - கே.பாக்யா - தேனி திருமுருகன்
- அணிந்துரை தந்திருக்கும் எழுத்தாளர் கமலாலயன்
- அட்டைப்பட ஓவியம் தந்த அனோஜன் சந்திரசேகர் (இலங்கை)
- நூலாக்கம் செய்திருக்கும் பாரதி புத்தகாலயம்

கதைச்சுருக்கம்

1

முன் கதை

ஒரு மன்னன் இருந்தான். அவனுக்கு கால்களிடத்தில் காதுகள் இருந்தன. அவனிடம் யார் செய்தி சொன்னாலும் காலில் விழுந்துதான் சொல்ல வேண்டும்.

பின் கதை

ஒரு நாட்டில் ஒரு மன்னன் இருந்தான். அவனுக்குக் காது என்கிற ஒன்று இல்லை.

2

முன் கதை

ஒரு வனமிருந்தது. அவ்வனத்திலிருந்தபடி ஓர் ஆதிக்குடி மருத்துவம் பார்த்து வந்தார். காயம் கண்ட இடத்தில் மயிர்களை மழித்து மருந்திடுவதாக இருந்தார். வடக்கிலிருந்து வந்த ஒருவன் அவரிடம் எடுபிடி வேலைக்குச் சேர்ந்தான். மருத்துவர் நோயாளிக்கு மயிர் மழிக்கவும், சிறுவன் அவரது சொற்படி மருந்து இடுவதுமாக இருந்தான்.

பின்கதை

ஒரு நாட்டில் ஒரு மருத்துவன் இருந்தான். அவனது உதவிக்கு, மயிர் மழிக்க ஓர் உதவியாளர் இருந்தார்.

3

முன் கதை

ஒரு நாட்டின் தளபதி மந்திரிகளுடன் சதுரங்கம் விளையாடினார். அவர் தன் சிப்பாயை இராணியாக்கும் பொருட்டு நகர்த்தினார். அவரது கவனம் இராஜாவை விடவும் அச்சிப்பாய் மீதே இருந்தது.

பின்கதை

மந்திரிகள் தளபதிக்கு எதிராக சதுரங்கம் விளையாடினார்கள். அவர்கள் தன் இராஜாவை வெளியே எடுத்துவைத்துவிட்டு விளையாடினார்கள்.

4

முன்கதை

ஒரு மன்னன் இருந்தான். அவன் முதுகு சொறிய ஆளெடுத்தான். நன்றாக சொறிந்துவிடுபவர்களுக்கு பரிசு வழங்கினான்.

பின்கதை

ஒரு மந்திரவாதி இருந்தான். அவன் தந்திரத்தால் ஒரு நாட்டைப் பரிசாகப் பெற்றான்.

5

முன்கதை

ஒரு மன்னன் இருந்தான். அவன் சிறந்த பேச்சாளனாகவும் இருந்தான். தன் பேச்சைக் கேட்காத மக்களுக்கு மூன்று பரிசுகள் கொடுத்தான்.

பின்கதை

ஒரு நாட்டின் மக்கள் ஊமையாக இருந்தார்கள். ஒரு நாள் அவர்கள் தம் விரல்களால் பேசத் தொடங்கினார்கள்.

6

முன்கதை

ஓர் அழகி இருந்தாள். அவள் பேரழகியாக இருந்தாள். அவளுக்கு நீண்ட கூந்தல் இருந்தது.

பின்கதை

ஒரு வனவாசி இருந்தான். அவனுக்கு இளைப்பாற மெத்தக் கூந்தலும் இரண்டு தலையணைகளும் இருந்தன.

7

முன்கதை

ஓர் ஊரில் ஒரு கதை இருந்தது. அதற்குள் பல மர்மக் கதைகள் இருந்தன.

பின்கதை

ஓர் ஊரில் பல கதைகள் இருந்தன. அக்கதைகள் ஒரு புனைவாயின.

- அப்பல்லோ- .

1

அப்பல்லோ

கை முளைத்து, கால்கள் முளைத்து, சிறகுகளும் முளைத்த ஆர்ப்பரித்த அவசரக் கதியில் இருந்தது. தீவிர சிகிச்சைக்காக மெனிலாஸ் சேர்க்கப்பட்டதும் அப்பல்லோவின் கால்களில் சக்கரங்கள் கட்டிக்கொண்டன. ஆர்கோ தேசம் முழுவதும் ஒரே பேசும் பொருள்தான் மெனிலாஸ் - அப்பல்லோ; அப்பல்லோ - மெனிலாஸ்.

அப்பல்லோ, பார்க்கப் பெரிய குடிலாக இருந்தது. சுற்றிலும் வனாந்தரம். பின்புறம் ஆரவார சமுத்திரம். குடிலின் இரு புறமும் மலைக்குன்றுகள் நிமிர்ந்திருந்தன. செவிலியர்கள் வாசலுக்கும், அறைக்குமாக நடந்தபடி இருந்தார்கள். நடையில் தாழ்ந்த பணிவு. வைத்தியர்கள் குதிரை வண்டியில் வருவதும், இறங்குவதும், மருத்துவசாலைக்குள் நுழைவதுமாக இருந்தார்கள்.

மெனிலாஸ்,தீவிர சிகிச்சைக்கு அனுமதிக்கப்பட்டதன் பிறகு மருத்துவசாலைக்குளிலிருந்த பலரும் அவசரமாக ஒட்டடையாக வெளியேற்றப்பட்டார்கள். வெளியேறியவர்களில் யாரும் திரும்பவும் அதற்குள் நுழைய முடியவில்லை. நுழைந்தவர்கள் எவரும் அதிலிருந்து வெளியேற முடியவில்லை. குடிலின் அகன்ற வெளிக்கதவுகள் இழுத்து அறைந்து சாத்தப்பட்ட சத்தம் காத தூரம் வரைக்கும் கேட்டது. கதவிற்கு வெளியே மூங்கில் கழிகளால் குறுக்கும் நெடுக்குமாக பிணைக்கப்பட்ட பெரிய வேலி. அதற்குள் நீள்வாக்கில் சொருகப்பட்ட ஒரு பெரிய ஆப்பு.

மெனிலாஸை சுமந்து வந்திருந்த குதிரை பெரிதும் கவனிக்கப்பட்டது. அப்பல்லோ மருத்துவசாலைக்குச் சொந்தமான குதிரை அல்ல அது. இராஜகுதிரை. மெனிலாஸிற்குச் சொந்தமான குதிரை. படைக்குதிரை. மெனிலாஸ் மன்னராக மகுடம் சூடிக்கொள்கையில் அக்குதிரையில் ஏறிதான் நாட்டை பவனி வருவார். குழந்தை கைச்சூட்டில் பெற்றத் தாயை அடையாளம் கண்டுகொள்வதைப் போல, பிட்டத்துச் சூட்டில் தன் இராஜாவை அடையாளம் கண்டுகொள்ளும் குதிரை. தெளிந்து தெளிந்தே ஓடும். ஓடுமா...? சீறிப் பாயும். மெனிலாஸ் எய்யும் அம்பின் விரைவை விடவும் அக்குதிரையின் வேகம் அதிகம். அக்குதிரைக்கு மெனிலாஸ் 'இடபுளன் ' எனப் பெயர் சூட்டியிருந்தார். இரண்டு குதிரைகள்

செய்யும் வேலையை அந்த ஒரு குதிரை செய்வதால் அதற்கு அப்படியொரு பெயர்.

அக்குதிரை மருத்துவசாலைக்குச் சொந்தமான பரந்து விரிந்த திடலில் கட்டப்பட்டிருந்தது. கொழுத்த, பழுத்த மேனி. தண்ணீர்ப்பட்டால் பனித் துளி தெறிக்கும். அக்குதிரை மன்னனின் முகம் வேண்டி சோகமாக நின்றுகொண்டிருந்தது. அதைக் கவனிக்க மூன்று பணியாட்கள் நியமிக்கப்பட்டார்கள். அவர்களுக்கு மூன்று உத்தரவுகள் பிறப்பிக்கப்பட்டன.

'குதிரையை ஒருவன் கவனிக்க வேண்டும். குதிரை கவனிப்பவனை ஒருவன் கவனிக்க வேண்டும். குதிரை, கவனிப்பவன் இருவரையும் மூன்றாவது ஒருவன் கவனிக்க வேண்டும்...' உத்தரவு கேட்டு வேலையாட்கள் ஓடி வந்தார்கள். குரலடி வணங்கி குதிரையைத் தடவிக் கொடுத்தார்கள்.

மெனிலாஸ் அப்பல்லோவில் சேர்க்கப்பட்ட செய்தி மருத்துவக்குடிலுக்கும் வெளியே கசியத் துவங்கியது. வாய் மீது செவி வைத்து பேசிக்கொண்டார்கள்.

'மெனிலாஸ் இறந்து விட்டார்'

'என்னே...?'

'மெனிலாஸ் இறந்து விட்டார்'

'மெனிலாஸ்...!'

'இறந்து விட்டார்...'.

2

மன்னராயன்

மெனிலாஸை அப்பல்லோவில் சேர்க்கும் செய்தி போர்க்களத்திற்கு வெளியே தெரியக்கூடாதென ஆணை பிறப்பித்தான். அவனது உத்தரவிற்குக்கட்டுப்பட்டு யாரும் வாயைத் திறக்கவில்லை. வாயில் முட்டிய கொட்டாவியைக் கூட நாசி வழியே விட்டுக்கொண்டார்கள். இந்த ரகசியத்தைக் காப்பதற்கு சிப்பாய்களின் தலையில் பெரிய முடிச்சுகள் வைக்கப்பட்டன. முடிச்சை எடுத்துக் குலுக்கிப் பார்த்தார்கள் சிப்பாய்கள்.

'சலக்...சலக்...' - வெங்கலக் குரல்கள். 'அடே! தங்கக் காசுகள்...'

அத்தனை நேரமிருந்த அமைதியில் கீறல் விழுந்தது. ஒருவரையொருவர் பார்த்துக்கொண்டு ஆனந்த வெள்ளங் கண்டாடினார்கள். குழந்தைகளின் கிலுகிலுப்பைப் போல பொன் முடிச்சின் குலுக்கல். 'சல...சல....'. முகத்தில் 'கல...கல....'.

தளபதி மன்னராயன் தோளில் மெனிலாஸ் வில்லைப்போல வளைந்து தொங்கிக் கிடந்தார். கைகள் இரண்டும் தரையை நோக்கி நீண்டு கிடந்தன. காளை சீறி வருகையில் தள்ளும் மூச்சைப்போல மன்னனின் மூச்சு ஓடிக்கொண்டிருந்தது. மூச்சு விடுகையில் ஒரு மலை குலுங்குவதைப்போல அவரது உடம்பு குலுங்கியது. ஒரு கால் தரையை நோக்கியும், மற்றொரு கால் திசையை நோக்கியும் இருந்தன. மெனிலாஸின் சிறப்பு அவரது கால்கள்தாம். கால்களே அவரது பிரதானம். கால்களே அவரது ஆயுதம்.

மன்னராயன் கர்ஜித்தான். 'நம் படை வீரர்களுக்கோர் உத்தரவு...'

போர்க்களம் அமைதி கண்டது.

'ஆம், சொல்லுங்கள்.....!'

மன்னராயன் சுற்றும் முற்றும் பார்த்தான். அவனது படையில் சேதாரங்கள் போக அங்கொன்றும், இங்கொன்றுமாக சிலர் நின்றுகொண்டிருந்தார்கள்.

'தப்பித்து ஓடிய சிப்பாய்களை விட்டுவிடுங்கள். அவர்கள் கோழைகள். இரைப்பைக்குள் நுழைந்து செரிக்காமல் வெளியேறும் கசடுகள். நீங்கள் வீராதி வீரர்கள்....'

சிப்பாய்களின் தலைகள் நிமிர்ந்தன.

'நான் தந்திருக்கும் இந்த பொன் முடிச்சு போருக்கான பரிசு அல்ல. இதற்குப்பிறகு நாம் காணப்போகும் வெற்றியின் பரிசு. இன்று நாம் கண்டிருப்பது தோல்வி அல்ல. ஆர்கோ அகராதியில் தோல்வி என்றொன்று இல்லை. நம் ஆயுதங்களைக் கூர்த்தீட்டிகொள்ளும் காலம் இது. நான் திரும்பி வரும் வரைக்கும் இரகசியம் காத்திருங்கள். வெற்றி நமதே....' மன்னராயன், தன் தோளில் மன்னனைச் சுமந்துகொண்டு தரையை ஓங்கி அறைந்தான். போர்க்களப் புழுதிகள் நாலாபுறமும் தெறித்தன.

மன்னராயன் அருகினில் ஒரு சிப்பாய் நின்று கொண்டிருந்தான். அவனது தலை குனிந்திருந்தது. அவனது தலையிலிருந்த பொன் முடிச்சு தரையை நோக்கி அழுத்திக்கொண்டிருந்தது. குனிந்தவன் மெனிலாஸின் கால்களைத் தொட்டுக் கும்பிட்டான்.

மன்னராயனின் இடுப்பினில் ஒரு நீண்ட ஈட்டி சொருகியிருந்தது. அதை உருவி தரையில் ஊன்றி உயரத் தாவினான். அவன் தாவிய உயரத்திற்கு குதிரை இரு கால்களையும் உயரத் தூக்கிப் புழுதி பறக்கப் பறந்து 'கக்கக்க...' கென ஒரு கனைப்புக் கனைத்து, தலையால் ஒரு சிலுப்புச் சிலுப்பி, ஒரே தாவலில் மன்னராயனை தோளில் உள்வாங்கியது. குதிரையின் தோளில் மன்னராயன். அவனது தோளில் மன்னன் மெனினாஸ். மெனிலாஸ் தோளில் ஆர்கோ தேசம்.

இடபுளன் குதிரையின் மீது மன்னராயன் அமர்வது இதுவே முதல் முறை. படையிலுள்ள அத்தனைக் குதிரையின் மீதும் அவன் ஆரோகணித்து சவாரி செய்திருந்தாலும் இக்குதிரை மீது மட்டும் அவனது விரல் பட்டதில்லை. இதுநாள் வரை மன்னர் பயணம் செய்த குதிரையில் தளபதியாகிய தான் பயணம் செய்யப்போவதை நினைக்கையில் சிகரத்தை எட்டிப்பிடித்தோமென இருந்தது. மகுடம் கரைந்து தொண்டை வழியே வயிற்றுக்குள் இறங்குவதைப் போலிருந்தது. தலையைச் சிலுப்பி கால்களை உதறிக் கொண்டான். கண்களை இறுக மூடி உள்ளூர ரசித்தான். மன்னராயன் உட்கார்ந்த வேகத்திற்கு குதிரை இந்நேரம் மருத்துவசாலை சென்றிருக்க வேண்டும். ஆனால் குதிரை அதே இடத்தில் நின்று கொண்டிருந்தது.

'கிளம்பலாம்' குதிரைக்கு உத்தரவு பிறப்பித்தான்.

'இம்ம்ம்.....'

'வேகம், விரை...'

குதிரை ஆடாது, அசையாது மெல்லடி எடுத்து துதித்து அதே இடத்தில் நின்றுகொண்டிருந்தது. மன்னராயனின் முகம் இருண்டு வந்தது. அக்குதிரையில் ஏறியதும் அவனது மனம் எப்படியெல்லாமோ கணக்கெழுதியது. தூணைச் சிறுதுரும்பாக; துரும்பைப் பெருந்தூணாக; ஆணைப் பெண்ணாக்க ; பெண்ணை ஆணாக்க எப்படியெல்லாமோ நினைத்தான். குதிரை மண்குதிரையைப் போல அதே இடத்தில் நின்றுகொண்டிருந்தது. இதை இயக்க என்ன செய்யலாம்...? யாரைக்கேட்கலாம்...? குதிரை மேய்ப்பவனுக்கு மட்டுமே தெரிந்த குழூஉக்குறியீடு இது. பார்வையால் அலசினான். அவன் தப்பித்தேன் பிழைத்தேனென போர்க்களத்தை விட்டே ஓடியிருந்தான். என்ன செய்வதாம்....? மன்னராயன் மூளையைக் கசக்கினான். கால்களால் குதிரையை உதைத்தான்.

அவனுக்குள் சட்டென ஒரு யோசனை உதித்தது. கையில் வைத்திருந்த ஈட்டியைப் பின் பக்கமாக நீட்டி கீழே தொங்கிக் கிடந்த மன்னரின் தலையை நிமிர்த்தி வாங்கி உடம்பை இலாவகமாகத் தூக்கி குதிரையின் தோளில் உட்கார வைத்தான். இடபுளன் புயல் வேகம் எடுத்தது.

3

மைசின் தேசம்

மன்னன் அகமெம்னான் தன் அரண்மனை வாயிற்காவலனை அழைத்து ஓர் அவசர உத்தரவு பிறப்பித்தார். 'மந்திரிகள், ஐம்படைத் தளபதிகள், மந்திரிசபை குருக்கள், அரசவைப் புலவர்கள், சிப்பாய்கள், யாவரும் கோட்டையில் கூட உத்தரவு பிறப்பிக்கிறேன்....'

'உத்தரவு மன்னா..' குனிந்து நிமிர்ந்து உத்தரவை ஏற்று வில்லிருந்து புறப்பட்ட அம்பெனக் கிளம்பினான் வாயிற்காவலன். ஆயினும் அவனுக்குள் ஒரு வினா வேர் விட்டது. 'மன்னா, உங்கள் உத்தரவிற்குப் பணிகிறேன். ஆனாலும் ஒரு கேள்வி...'

'இம், உன் கேள்வி...?'

'கூடுகை அவசரக் கூடுகையா, போர்க்காலக் கூடுகையா...?'

'அதைவிடவும் முக்கியமான கூடுகை...'

வாயிற்காவலனின் இடுப்பில் நீளகந்தல் துணி சுற்றப்பட்டிருந்தது. அதை இடுப்பிலிருந்து உருவி கையிலிருந்த வேலில் சுற்றினான். அந்த உருண்டு திரண்ட பந்தில் இளந்தீயை வைத்தான். தீ பசி போல் மேல் நோக்கி எரிந்தது. வேலை வலது கையிலிருந்து இடதுக்கும் , இடதிலிருந்து வலதிற்கும் மாற்றினான். தீச்சுடர் தீயை எரித்து, காற்றை எரித்து காற்றில் எரிந்தது. இளந்தீதான் அது. சற்று நேரத்தில் மூப்பென எரிந்தது. தீயால் சுற்றப்பட்ட வேலை குன்றை நோக்கி எறிந்தான். வேல்த்தீ எரிந்து மலையில் அடிக்குத்தி மேல் நின்று எரிந்தது. குன்றில் தீ ஏற்றினால் நாட்டு மக்களுக்கோர் தீஞ்செய்தி.....

தீயைக் கண்ட குருவிகள் தன் இறகால் குஞ்சுகளை அணைத்தன. இமை இல்லா ஆந்தைகள் விழிகளை உருட்டித் திரட்டி விழித்தன. யானைகள் தன் ஐவரி தந்தங்களை மலையில் உரசி கூராக்கிக் கொண்டன. கழுகுகள் கொழுந்தீனி கிடைக்கப் போகிறதென வட்டமிட்டன. எலிகள், அணில்கள், கிளிகள் தாம் ஒளிந்து கொண்ட பொந்தை விட்டு வெளிவருவதாக இல்லை. நண்டுகள் மேலும் வளை பறித்தன. ஆமைகள் தன் உடலைச்சுருக்கி ஓட்டை ஒளித்துக்கொள்ள இடம் தேடின.

பெண்களின் வாயும், கண்களும் திறந்தபடியே இருந்தன. மார்புக்கூடுகள் ஒடுங்கி, மேல்மூச்சு, கீழ் மூச்சு வாங்கின. தண்டுவடம் சில்லிட்டது. பயத்தில் உடம்பு குறுகியதில் கையில் கிடந்த

வளையல்கள் நழுவிக்கொண்டு கீழே விழுந்து உருண்டு 'கிளாங்...' சத்தமிட்டன. மக்கள் மனதிற்குள் காட்டாற்றின் ஓட்டம். என்ன செய்தியோ! ஏன் இத்தீயோ! பெண்கள் சிப்பாய்களின் வீட்டுக்கதவைத் தட்டினார்கள். 'நம் நாட்டிற்கு வந்த பீடை என்னே!'

சிப்பாய்கள் நெற்றிக்குக் கைக்கொடுத்து நிமிர்ந்து பார்த்தார்கள். தீயின் இரைச்சல் கோடை கால புயலைப்போலப் பேரிரைச்சலைக் கொடுத்தது. வாளை அறுக்கும் வாளையொத்த வாளை எடுத்தார்கள். வாளைக் கொண்டு வாளைத் தீட்டினார்கள். தீட்டலில் தீச்சுடர்கள் பறந்தன.

'சடக்....சடக்...' 'சலுங்....சலாங்....'

சிப்பாய்கள் எழுந்ததும் நாய்கள் எழுந்தன. வாலை விடைத்துக்கொண்டு கோரப்பறக்களைக் காட்டி குரைத்தன. உறுமின, பிளிறின. ஊளையிடும் நாய்கள் அல்ல அவை. பயந்த நாய்கள்தான் ஊளையிடும். சிப்பாய்களின் நாய்கள் கர்ஜிப்பவை. போருக்குத் தயாராகுவோமென முழங்குபவை. நாய்கள் இரண்டு கால்களையும் உயரத்தூக்கி அருகமை வேட்டை நாயை அழைத்து ஒன்றின் மேல் ஒன்று விழுந்து உருண்டு புரண்டு இத்தனை நாள் உடம்பிற்குள் கூடு கட்டியிருந்த சோம்பலைக் குரைத்து வாநீர் வழியே வெளியேற்றிக் கொண்டன.

நாய்களைப் பார்க்க சிப்பாய்களுக்கு வேகம் பிறந்தது. உடம்பை வளைத்தார்கள். எலும்பிற்குள் முட்டையிட்டிருக்கும் காற்றுக் குமிழிகளை உடைத்தார்கள். கால், கைகளை உதறிக்கொண்டார்கள். அவரவர் ஆயுதங்களை கைக்கு ஒன்று, இடுப்பிற்கு ஒன்று, தோளிற்கு ஒன்றென வாங்கி நீள், கிடைவாக்கில் நடந்தார்கள்.

'இத்தீச்சுடர் சொல்ல வரும் செய்தி என்ன...?'

'நற்செய்தியாக இருக்க வாய்ப்பில்லை. மலையில் தீப்பந்தமேற்றுவது நாட்டிற்கோர் தீங்கு...'

இதற்கடுத்துக் குன்றில் ஏறப் போவது தீப்பந்தமோ, கொடியோ...! மக்கள் ஈரக்குடல் நடுங்க விதிர்விதிர்த்து நின்றார்கள். இன்னொரு தீச்சுடர் குன்றில் ஏறினால் தீஞ்செய்தியேதான்! தீய்க்கு பதில் கொடி பறந்தால் மந்திரிமார்களுகோர் அவசரச் செய்தி. மீண்டும் தீப்பந்தம் ஏறினால் பெண்கள், குழந்தைகள் குடிலுக்குள் பதுங்க வேண்டும். கொடியேறினால் அரசு அங்கத்தினர்கள் கோட்டை நோக்கி விரைய வேண்டும். அடுத்து ஏறப்போவது கொடியா...? தீயா....? கண்களில் அனல் பறக்கக் குன்றைப் பார்த்து நின்றார்கள்.

வாயிற்காவலோன் மற்றொரு வேலினை எடுத்தான். வேலின் அடியில் மைசின் நாட்டு கொடியைக் கட்டினான். வேலை தோளின் மீது வைத்துக் கொண்டு அரை மைல் தூரம் திசை கிழிய , புழுதிப்புயல் எழும்ப ஓடிவந்தவன் வலது காலை ஆழ ஊன்றி இடது காலை தலை உயரத்திற்குத் தூக்கி வேலைக் குன்று நோக்கி எறிந்தான். வானோக்கிச் சென்ற வேல் அரை வட்டமடித்து குன்றின் மீது பாய்ந்து நின்றது. வேல் பாய்ந்த சுவட்டில் ஓர் ஆட்டமில்லை. ஒரு குலுங்கல் இல்லை. வேலின் அடியில் கட்டப்பட்டிருந்த கொடி தன் பரப்பை விரித்துப் பறந்தது.

கருப்பும் வெள்ளையுமான கொடி அது. மேலே வெள்ளை - சமாதானம். கீழே கருப்பு - மைசின் இனத்தின் அடையாளம். கொடி ஒரு பக்கத் திசையை மறைக்கும் படியாக பறந்துகொண்டிருந்தது.

மலைத்தொடரின் மீது எரிந்த தீச்சுவாலையைப் பார்த்து நடுங்கி, பயந்து குடிலுக்குள் அடைப்பட்டிருந்தவர்கள் குன்றின் மீது பறந்த கொடியைப் பார்க்கையில் ஆசுவாசம் கொண்டார்கள். நெஞ்சுக்கூட்டிற்குள் ஒளிந்துகொண்ட மூச்சு அப்பொழுதுதான் முட்டை உடைந்து குஞ்சு வெளி வருவதைப்போல வெளியில் வந்தது.

செய்தி மக்களுக்கானது அல்ல. மந்திரிகளுக்கானது. மந்திரிகள் கோட்டை நோக்கி கிளம்பத் தயாரானார்கள். இது தவிரவும் முரசறைவோன் முரசறைந்து மன்னர் பிறப்பித்த செய்தியை முழங்கி விட்டுச் சென்றான். 'டம...டம....டம்....' 'இதனால் சகலமானவர்களுக்கும் தெரிவிப்பது என்னவென்றால், ஆட்சி அங்கத்தினர்கள் ஐம்படை தளபதிகள், மந்திரிகள், அரசவைக் கவிஞர்கள், அதிகாரக்குருக்கள் யாவரும் கோட்டையில் ஒன்று கூட மன்னர் அகமெம்னான் உத்தரவு பிறப்பித்திருக்கிறார்...' டம..டம்.... டம....டம்....'

மைசின், ஆசியாமைனரில் ஏழாவது பெரிய தேசம். இத்தேசத்தை நீள்வட்டமாக ஆட்சி செய்ய உகந்ததாக வடிவமைத்தவர் மன்னர் முதலாம் அகமெம்னான். ஆசியாமைனரில் மைசின் தேசத்திற்கென்று சுய உரிமை பேசியவர் அவர்தான். இவருக்குப்பிறகு ஆட்சிக்கு வந்தவர் இரண்டாம் அகமெம்னான்.

இரண்டாம் அகமெம்னான் காலத்தில் மைசின் தேசத்தில் உள்நாட்டு யுத்தம் வெடித்தது. நிதி நிர்வகிப்பில் வெளிப்படைத் தன்மை இல்லை என்கிற குற்றச்சாட்டு தலையெடுத்தது. வரவு

செலவை பொதுவெளியில் வைக்கவேண்டுமெனக் குரல் எழுப்பினார் முதலாம் மெனிலாஸ்.

மைசின் அரசவை இரு அவைகளாகின. அகமெம்னான் - மெனிலாஸ். வாய்ப்போர் - வாள்போரானது. கருத்து யுத்தம் களத்து யுத்தமானது. நம் தேசம் - உன் , என் தேசமானது.

இரண்டாம் அகமெம்னான், முதலாம் மெனிலாஸ் இருவரும் உடன்பிறப்புகள். ஒரு தாயின் இரு பிள்ளைகள். இரண்டாம் அகமெம்னான் - முன்னவர். முதலாம் மெனிலாஸ் பின்னவர். மைசின் தேசம் இரண்டாக உடைந்து மைசின் - ஆர்கோ என்றானது.

மைசின் தேசத்தின் மன்னர் அகமெம்னான். ஆர்கோ தேசத்தின் மன்னர் மெனிலாஸ். மைசின் தேசத்தை இரண்டாம் அகமெம்னான் ஆட்சி செய்தார். அவர் மொழிப்பற்று மிக்கவர். மொழியே அவரது பிரதானம். மொழியே அவரது வாள். மொழியே அவரது வீரம். எம்மொழி ஏனைய மொழியினும் தொன்மை மொழியென உரக்கச் சொல்பவர்.

அவரது ஆட்சியில் ஐம்படைகளை நிர்வகிக்கும் தளபதியாக இருந்தவன் இரண்டாம் அகமெம்னானின் புதல்வன். மன்னர் முதுமையின் மடியில் வீழ; தேசத்து சிம்மாசனம் தந்தைக்குப் பின் தனையனே எனும் விதியின் கீழ் தேசமும் சிம்மாசனமும் அவரது வசமானது. ஐம்படைகளை நிர்வகித்த தளபதி மைசின் தேசத்தை வழிநடத்தும் சாரதியானார்.

ஒரு திங்கள் முழு நிலவு நாளன்று, தன்னைச் சூழ நின்றவர்களை அறிவிக்கச் செய்து தனக்கான மகுடத்தைத் தானே சூடிக்கொண்டார். ஐம்படைத் தளபதி மைசின் தேசத்தின் மன்னராக அரண்மனையில் முடி சூடிக் கொண்டதற்குப் பிறகு அவர் கோட்டைக்கு வருவது இதுவே முதல் முறை. அவரது வருகை கோட்டை, கொத்தளமென இருந்திருக்க வேண்டிய ஒன்று. ஆனால் அவசரக் கூடுகையாகக் கூடியிருந்தது.

அன்றைய தினம்,

நெருப்பெதிர் சேர் மணியைப்போல் அங்கத்தினர்கள் சரம் சரமாகக் கோட்டையில் கூடினார்கள். இந்நாள், முந்நாள் மந்திரிகள், அரசவைப்புலவர்கள், ஐம்படைத் தளபதிகள், தூதுவர்கள், அரசவை குருக்கள் , சிப்பாய்கள்.... மன்னர் அகமெம்னான் மட்டுமே வர வேண்டும். வந்ததும் அவை கூடிவிடும். மன்னர் வரும் திசையை நோக்கி காத்து நின்றார்கள்.

மன்னர் தளபதியாக இருக்கையில் இதுபோன்ற அவசரக் கூடுகைக்கு தேரில் வருபவர் அல்ல. தேர் கொண்டாட்டத்தின் அடையாளம். யானை என்பது போருக்குப் பிந்தைய பவனி. அவசரமில்லாத கூடுகைக்கு ஒட்டகம். போர்க்கால கூடுகை என்றால் குதிரைதான். தொலைவில் சிம்னி போல் ஒளிவட்டம் தெரிந்தது.

'ஆம், அதோ! நம் தளபதி...',

'தளபதி அல்ல. நம் மன்னர்...',

'இருவரும் நமக்கு ஒருவர்தான்...'

ஒளி வட்டத்தின் பின்னே நட்சத்திரங்களைப்போல ஒளிப்புள்ளிகள். அங்கத்தினர்களுக்கு ஒன்றும் புரிந்திருக்கவில்லை. கண்களைக் கசக்கிக் கொண்டு பார்த்தார்கள்.

'ஒளிவட்டம் நம்மை நோக்கி வருகிறதா, இல்லை அதை நோக்கி நாம் போகிறோமா....'

முந்நாள் மந்திரிகள் 'பலே..' எனச் சிரித்தார்கள். சிரித்தவர்கள், 'உங்கள் கேள்வி பத்தாம்பசலித்தனமாக இருக்கிறது...' என்றார்கள்

'என்ன சொல்கிறீர்கள் மந்திரியாரே...'

'ஒளி வட்டம் நம்மை நோக்கி வந்தால் மன்னர் ஒட்டகத்தில் வருகிறார்; அதை நோக்கி நாம் போவதைப் போலிருந்தால் மன்னர் குதிரையில் வருகிறார்..'

'அப்படியென்றால் நம் மன்னர் குதிரையில் வருகிறாரென்றே சொல்லுங்கள்...'

'ஆமாம், அவர் வரும் வேகத்தைப் பார்க்கையில் நாட்டில் என்னவோ பீடை சூழ்ந்திருக்கிறது'

'நானும் அப்படியாகத் தான் நினைக்கிறேன்...'

தூரத்து ஒளிவட்டம் கண்களைப் பறிக்கும் வட்டமாக நெருங்கியிருந்தது. குதிரையின் குளம்பொலி காதிற்குள் தடதடத்தது.

குதிரை வருவதற்கு முன்னே ஒளி வட்டம் வந்தது. அதன் பின்னே புழுதிப்புயல். மன்னரின் குதிரை - சிப்பாய்களின் குதிரைகள் - நிழல்கள்.

குதிரையிலிருந்து இறங்கினார் இளைய மன்னர் அகமெம்னான். மன்னரின் முகம் பார்க்க மோகனமாஞ்சோதி சூழ்ந்திருந்தது. அதே நேரம் கண்களில் இருள் தெரிந்தது. அவரது கைகள் படபடத்தன. கண்களுக்குள் ஒளி வட்டம்.

தளபதி எப்பொழுது கோட்டைக்கு வந்தாலும் மூதாதையர்களுக்கு கொடுக்கும் மரியாதையை அவர் கொடுக்க மறப்பதில்லை. அவரது பார்வை முதலாம் அகமெம்னான் திருவுருவச் சிலையை நோக்கிச் சென்றது.

வார்கடற் பெருஞ்சேனை சிலையைச்சுற்றி நீள் சதுரங்களில் நின்றார்கள். வேல் வகை, வில் வகை, அம்பு வகை, வாள் வகை, சூல் வகை, தடி வகை சேனைகள். அரை வட்டத்தில் மந்திரிகள். நீள்வாக்கில் குதிரை, ஒட்டகம், கப்பல், யானை, தரைப்படை தளபதிகள். மையத்தில் மன்னர் அகமெம்னான்.

மன்னர் மன்னன் முதலாம் அகமெம்னான், சிலையாக அரை நிர்வாணத்தில் நின்றுகொண்டிருந்தார். அவரது தலையில் கிரீடம். வலது கையில் இழுத்து பொருத்திய வில்லும் அம்பும். மற்றொரு கை வடக்குத் திசையைக் காட்டியபடி இருந்தது. சிலையின் முன் தோன்றி இரண்டு சிப்பாய்கள் வாள் சண்டையிட்டார்கள். இது சிப்பாய்கள் மறைந்த மன்னருக்கு செய்யும் இராஜமரியாதை. அடுத்து இரண்டு சிப்பாய்கள் வேல் ஊன்றிச் சாகசம் புரிந்தார்கள்.

'டம்...டம்..டடம்....' - முரசு ஒலித்தது.

மரியாதையை ஏற்றுக்கொண்ட மன்னர் நிமிர்ந்து சிலையைப் பார்த்தார். தன் இடுப்பில் சொருகியிருந்த வாளை உருவி அவரைச்சுற்றி பறந்துகொண்டிருந்த தேனீயின் தலையைக் கொய்தார். வாளை விரல்களால் தடவி சிலையின் காலடியில் வைத்தார். சிலையின் முன் மண்டியிட்டார். கோட்டை, ஒற்றை அமைதிக்கு வந்து நின்றது.

அகமெம்னான் கோட்டை

இருக்கைகள் வட்டமாக நிறுத்தப்பட்டிருந்தன. வட்டம் ஒரு புள்ளியில் தொடங்கி பெரிய, பெரிய வட்டங்களாக விரிந்திருந்தது. வட்டத்தின் தொடக்கப் புள்ளியாக மன்னர் அகமெம்னான். இரண்டாம் , மூன்றாம், நான்காம், ஐந்தாம் வட்டங்கள் அரை வட்டங்களாக இருந்தன. இரண்டாம் வட்டத்தில் முந்நாள் , இந்நாள் மந்திரிகள். மூன்றாம் வட்டத்தில் ஐம்படைத் தளபதிகள். நான்காம் வட்டத்தில் அரசவைப் புலவர்கள். ஐந்தாம் வட்டத்தில் குருக்கள். அத்தனை பேர்களின் முகமும் மன்னரின் கண்களை மொய்த்தபடி இருந்தன.

அவை நிசப்தத்தில் இருந்தது. ஒருவரையொருவர் பார்த்தபடி உட்கார்ந்திருந்தார்கள். அவரவர் விட்டுக் கொள்ளும் மூச்சு மட்டும் அவரவருக்குக் கேட்டுக்கொண்டிருந்தது. யார் முதலில் பேச்சைத் தொடங்குவது...? மன்னர்தான் தொடங்க வேண்டும். ஆனால் அவர் தொடங்க வேண்டுமே...? கொடியைக் காற்று அசைக்கலாம். காற்றை யார் அசைப்பது...? அதுவாக அசைந்தால்தான் உண்டு. அத்தனை பேரின் கண்களும் மன்னரை மொய்த்துக் கொண்டிருந்தன.

'மாட்சிமை தாங்கிய மன்னா, அவசரக் கூடுகை குறித்து....'

மன்னர் அகமெம்னான் நீள்வாக்கில் தலையை ஆட்டினார். 'காரணம் இருக்கிறது...'

'சொன்னால் நாங்களும்....'

அகமெம்னான் தலையை நிமிர்த்தி அவையைப் பார்த்தார். 'இன்று நாம் பேசயிருக்கும் செய்தி , நீங்கள் கேள்விப்பட்ட ஒன்றுதான்...'

'என்னது மன்னா....?'

'ஆர்கோ மன்னர் மெனிலாஸ்...'

மெனிலாஸ் என்கிற பெயரை உச்சரிக்கையில் அவர்களின் முகம் இருண்டது.

'அவன் குறித்து நாம் ஏன் அவையாட வேண்டும்...?'

முந்நாள் மந்திரி அப்படிச் சொன்னதும் மற்றவர்கள் 'அதுதானே, அவனுக்காக நாம் ஏன் இத்தனை வேகத்தில் திரள வேண்டும், கூட வேண்டும், பேச வேண்டும்...'

‘மெனிலாஸ் நம் எதிரியாக இருக்கலாம். ஆனால் அவன் பரம்பரை எதிரி அல்ல. பங்காளி எதிரி...’

‘எதிரி என்கிற சொல்லில் ஒருமை, பன்மை இருக்கலாம், நன்மை தீமை இருக்க முடியாது. எதிரி என்றால் எதிரிதான் மன்னா.’

‘பங்காளி எதிரியை பரம்பரை எதிரியிடமிருந்து வேறுபடுத்தி பார்க்கும் காலம் வந்திருக்கிறது...’

மன்னர் அப்படிச் சொன்னதும் அவையினர் ஒருகணம் மன்னரை ஆழ்ந்து பார்த்தார்கள்.

‘எனக்கு என்னவோ பங்காளி எதிரி மெனிலாஸ்க்கும் பரம்பரை எதிரி பாரிஸுக்கும் பெரிய வித்தியாசம் இருப்பதாகத் தெரியவில்லை மன்னா...’

‘ஆர்கோ மன்னன் மெனிலாஸ் மீது கருணை காட்டும் நேரம் வந்திருக்கிறது....’

‘ஏன் கருணை காட்ட வேண்டும்...?’

‘ஒரு கண்ணில் தூசி விழுந்தால் மறு கண்ணும் கலங்கும்தானே....?’

‘ஆமாம் மன்னா..’

‘ஆர்கோ மன்னன் குறித்த செய்தி என் கண்களில் தூசி விழ வைத்திருக்கிறது...’

‘அவனுக்காக நாம் கவலைப்பட வேண்டியதில்லை என்பது என் திண்ணம்...’

‘ஆமாம் மன்னா, நானும் கூட அதைத்தான் சொல்கிறேன்...’

‘ஆர்கோ தேச மன்னன் முதலாம் மெனிலாஸ் செய்த சித்தத்தை நம்மால் அத்தனை சடுதியில் மறக்க முடியுமா...? அதை நினைத்தாலே என் மண்டைக்குள் கரப்பான்பூச்சி இழைவதைப் போலிருக்கிறது...’

யானைப்படை தளபதி எழுந்தார். ‘நானொன்று கூற விரும்புகிறேன் மன்னா...’

‘ஆம், கூறலாம்...’

‘இது போன்ற கூடுகையில்தானே அன்றைக்கும் நாம் கூட்டினோம். என்ன நடந்தது, ம்...?, நம் எல்லோருக்கும் நினைவு இருக்கிறதுதானே..., உடன்பிறப்பைப் பேச அழைத்தார் மன்னர் இரண்டாம் அகமெம்னான் . மெனிலாஸ் எப்படி பேசியிருக்க வேண்டும்....? தான் பேசுகின்ற இடம் பொது அவை என்று தெரிந்து பேசியிருக்க வேண்டும்...! மெனிலாஸ் வாயிலிருந்து உதிர்ந்த முதல்

சொல்லே அரளி விதையென இருந்தது. தேசத்தின் நிதி நிலையை எனக்குக் காட்ட வேண்டும் என்றார். அதில் சந்தேகம் இருக்கிறது என்றார். பேச மட்டுமா செய்தார்..? மன்னருக்கு எதிராக கலகமூட்டினார். வரவு செலவைக் காட்ட முடியாதவர்களா நாம்...? இக்கணக்கை கேட்குமிடம் இதுவல்ல என்றுதானே சொன்னோம். கேட்டாரா மெனிலாஸ்...? நா உறைக்குள் மறைத்திருக்கும் வாளை சொற்களால் தீட்டி பொதுவெளியில் வைத்தார்.

இப்பொழுது இயலாது என்றார் நம் மன்னர். அதற்கு மெனிலாஸ் என்ன சொன்னார், இந்நாட்டின் பரப்பில் தனக்கும் பங்கு இருக்கிறது என்றார். தேசத்தைப் பிரித்துக் கேட்டார். நம் மன்னரின் உடன்பிறப்பு அவர். உடன் பிறந்தவர் போலவா நாட்டை பிரித்துக் கேட்டார்? உடன் பங்காளி போலல்லவா கேட்டார்....'

ஒட்டகப்படை தளபதி எழுந்தான். 'நம் பரந்து விரிந்த சமவெளி குன்றிக்குறுகிப்போக முதலாம் மெனிலாஸ் ஒரு காரணம். எனக்கு ஆர்கோ மன்னனை இன்றைக்கு நினைத்தாலும் கோபம் உச்சிக்கு ஏறுகிறது. மிளகாய் கடித்தவனைப்போலக் கண்கள் சிவக்கின்றன.'

மன்னர் அகமெம்னான் சொன்னார் 'உங்கள் கோபத்தில் நியாயமிருக்கிறது. நீங்கள் முதலாம் மெனிலாஸ் பற்றி சொல்லிக் கொண்டிருக்கிறீர்கள். அவர் இறந்து எத்தனையோ காலங்களாகிவிட்டன. நான் இரண்டாம் மெனிலாஸ் பற்றி சொல்லிக் கொண்டிருக்கிறேன்...'

'மன்னா, என்ன நீங்கள்..! ஆல விதையில் அரசு முளைக்காது. சூதின் தலையில் சூழ்ச்சி விலகாது. இருவருக்கும் என்ன வித்தியாசம். முன்னவர், பின்னவர் என்பதைத் தாண்டி...?'

'ஆமாம், முன்னவர் நாட்டின் எல்லையைத்தான் உடைத்தார். பின்னவர் என்ன செய்தார்...? அதை இவ்வவையில் சொல்லத்தான் வேண்டுமா...? நம் மன்னர் மீது போர்தொடுத்து அவரைச் சிறையில் அல்லவா அடைத்தார். சிறையில் அடைபடும் வயதா நம் மன்னருக்கு...? அதை மறக்க முடியுமா...? கற்கண்டைத் தின்றால் செரிக்கும். கல் செரிக்குமா...? '

மன்னர் அகமெம்னான் நிமிர்ந்து பார்த்தார். 'தன்னைச் சிறையில் அடைத்த மெனிலாஸை நம் இரண்டாம் அகமெம்னான் மன்னித்து விட்டார். மறந்தும் விட்டார். அவர்தான் மெனிலாஸ் மீது கருணை கொண்டு இந்த அவசரக் கூடுகைக்கு உத்தரவு பிறப்பித்தார். அவர்

தற்போது ஓய்வுப் படுக்கையில் இருப்பதால் மன்னர் மகுடம் சூடியிருக்கும் நான் இந்த அவசரக் கூடுகைக்கு அழைப்பு விடுத்திருக்கிறேன்...'

இரண்டாம் அகமெம்னானின் மனதே மனதுதான்! அவரைப்போல சொல் போர்ப்புரிய இவ்வுலகில் யார் உண்டு....? சண்டையென்றால் அவர்தான், சமாதானம் என்றால் அவர்தான். அவரே மன்னிக்கவும், மறக்கவும் நினைத்ததற்குப் பிறகு நாம் ஏன் பற்களைக் குடைவானேன். நுகர்ந்து பார்ப்பானேன்....?'

மன்னர் அகமெம்னான் சொன்னார் 'பூப்பறிக்க வாளுமில்லை. ஆபத்திற்குப் பாவமில்லை....'

'புரியும்படி சொல்லுங்களேன் மன்னா...'

'ஆர்கோ மன்னன் மெனிலாஸ் அப்பல்லோ மருத்துவசாலையில் அனுமதிக்கப்பட்டிருக்கிறார்....'

'என்ன சொல்கிறீர்கள் மன்னா...!'

அவையினர் எழுந்தார்கள். அவர்கள் ஆடாவிட்டாலும் அவர்களின் தசை ஆடியது.

'ஆமாம்..! அவரது உடல் கிணற்றுக்குள் விழுந்த கல்லைப்போல மருத்துவசாலையில் கிடக்கிறது...'

'பங்காளியேயானாலும் எதிரியெனத் தெரிந்தால் பந்தாடியவர் அல்லவா அவர்! எத்தனை நெஞ்சுரம் அவருக்கு...அவரது வாள் சுழற்றலில் கொய்த தலைகள் எத்தனை. ஆடிய காலும் பாடிய வாயும் சும்மா இருக்காது என்பார்கள். ஆடிய கால்கள் மட்டுமா அவருடையது...? ஆண்ட கால்கள் அல்லவா அவருடையது. அவரது கால்களுக்குச் சேவை செய்யவும், காலில் விழுந்து கிடக்கவும் ஆயிரம் பேருண்டு. அத்தகைய கால்களா மருத்துவசாலையில் தோய்ந்து கிடக்கின்றன....'

'அவர் குறித்த புகழாரம் வேண்டியதில்லை மந்திரியாரே...' மன்னர் அகமெம்னான் உதடு சுழித்தார்.

'பொறுத்தருள வேண்டும் மன்னா...' கூனிக்குறுகினான் மந்திரி.

'எதிரியாக இருந்தாலும் உயிருடன் இருந்தால் வழிப்போக்கில் பார்த்துக் கொள்ளலாம். ஆறடிக்குள் படுத்துவிட்டால்...!

'அதற்காக,'

'அவரை நாம் சந்திக்க இருக்கிறோம்...'

ஒரு மந்திரியார் எழுந்தார் 'நாம் சந்திப்பதில் ஒரு தடையுமில்லை. நம் சந்திப்பைப் பகை மறந்து ஆர்கோ மன்னர் ஏற்க வேணுமே...'

'ஆர்கோ மன்னவன் நிற்கதியாய் இருந்தால்...?'

'அவரது தளபதியார் மன்னராயன் அனுமதிக்க வேணுமே..'

அகமெம்னான் கண நேரம் அமைதியில் வீற்றார். பிறகு சொன்னார், 'குற்றுயிர் உடலைப் பார்க்கச் செல்கையில் கூட இருப்பவன் கூடாது என்பானா...?. அப்படியாக சொல்பவனின் இதயம் , இதயம்தானா...?'

'மன்னா, இதயம் தடை விதிக்காது . ஆனால் மூளை விதிக்கும்....'

'என்ன சொல்கிறீர்..?'

'நீங்கள் சொல்ல அனுமதித்தால் மிச்சத்தைச் சொல்லி முடிக்கிறேன்...'

'இது ஒன்றும் ஆர்கோ தேசமல்ல. நான் ஒன்றும் மெனிலாஸூம் அல்ல. இது மைசின் தேசம். இங்கு நீசச் சொற்கள் கூட நேசச் சொற்களாக இருந்தால் சொல்லில் முடியலாம். அவையடக்கம் வேண்டியதில்லை. சொல்ல வந்ததைச் சொல்லில் முடியும்...'

'மன்னா, ஆர்கோ மன்னன் மெனிலாஸால் நம் மன்னர் இரண்டாம் அகமெம்னான் பாதிக்கப்பட்டதைப்போல, மெனிலாஸூம் நம் மன்னரால் பாதிக்கப்பட்டிருக்கிறார்...'

அவை அமைதி கொண்டது.

'அதை நாம் மறந்து விடுதல் முடியாது. நம் மன்னரை அவர் சிறை வைத்ததைப்போலவே நாமும் அவரைச் சிறை வைத்திருக்கிறோம். பழிக்கு பழி இயற்கணித ரீதியில் சரியாகலாம். இதயக் கணக்கில் சரியாகாது. இதயத்தின் கணக்கில் பழிக்குப் பழி கழித்தலாகும். அதுவே மூளையின் கணக்கில் வர்க்கமாகும். எனக்கு என்னவோ ஆர்கோ மன்னனை நாம் சந்திக்கச் செல்வது இதயத்தின் படி சரியானாலும் மூளையின் படி தவறென்றே படுகிறது.....'

'ஆக....?'

'முதலில் அப்பல்லோ மருத்துவசாலைக்கு ஒரு தூது அனுப்பலாம்....'

மன்னர் அவையினரை ஆழ்ந்து பார்த்தார்.

'ஆமாம் மன்னா, இதுவே எனக்கும் சரியெனப்படுகிறது...'

‘உங்களின் யோசனை எனக்கும் நல்லது என்றே படுகிறது. ஆர்கோ மன்னரின் சந்திப்பை இன்னொரு நாள் வைத்துக் கொள்ளலாம்....’

‘ஆமாம் மன்னா...’

‘அதற்கு முன்பாக ஆர்கோ மன்னருக்கும் அவரது தளபதி மன்னராயனுக்கும் ஒரு தூது விடுக்கலாம்...’

மந்திரிமார்கள் மன்னரின் முடிவை ஆமோதித்தார்கள். தூதுவனை அழைத்தார் மன்னர். புலவர்கள் பனை ஓலையும், எழுத்தாணியும் கொண்டு ஓடி வந்தார்கள். ‘புலவர்களே, உங்களின் புலமையை ஆர்கோ தளபதிக்கு காட்டுங்கள்...’

ஒரு புலவன் ஓலையை வாங்கி எழுத்தாணியால் எழுதினான்.

‘ஆர்கோ தளபதி வழி மன்னருக்கு ,

தங்களின் உடல் நலம் குறித்த அறிக்கை கேட்கிறேன். நீர் நலம்பெற்று வருவீரெனவும் வாழ்த்துகிறேன். அதற்கு முன் உம் திருமுகத்தை எமக்கும் உம் மக்களுக்கும் காட்டுவீரெனக் கோருகிறேன்.

இங்ஙனம், அகமெம்னான், மைசின் தேசம், ஆசியமைனர்.

5

டிரோஜன்

பத்து வீட்டிற்கு ஒரு வழிபாட்டுத் தளமெனக் கொண்ட தேசம். அதன் கடவுள் நெப்டியூன். அழித்தலும் அழித்தல் நிமித்தமுமே அதன் கொள்கை.

வழிபாட்டுத் தளத்தில் வழிபாட்டு சிலைகள் இருக்கின்றனவோ இல்லையோ தளத்தின் உச்சியில் டிரோஜன் தேசத்தின் கொடிகள் தவறாது பறக்கும். அன்றைய தினம் பறந்த கொடிகள் இரண்டு முனைகளையும் உட்புறமாக மடக்கி இரண்டு விரல்களை நீட்டி தென் திசையைக் காட்டிப் பறந்து கொண்டிருந்தன.

கொடி காட்டும் திசையை அரண்மனை உச்சியிலிருந்து பார்க்கையில் தூரத்தில் எலியின் கண்ணைப்போல ஒரு புள்ளி தெரிகிறது. அப்புள்ளி தன் திசையை நோக்கி வருவதைப்போலிருக்கிறது.

'ஆம்! தேர்தான் அது. மன்னரின் தேர்...'

ஒளிப்புள்ளி அசைகிறது. நகர்கிறது. அருகிலருகில் வருகிறது. தேர் வருவதற்கு முன்பே சிப்பாய்கள். அவர்கள் சிலம்பைச் சுற்றிக்கொண்டு மன்னரின் புகழைப் பாடி போரில் மன்னர் நிகழ்த்திய சாகசங்களைச் சொல்லி வருவதாக இருந்தார்கள்.

முதலில் ஒட்டகப்படை. ஒட்டகங்கள் தம் மீது புழுதி வாரி தூற்றிக் கொண்டு வருவதாக இருந்தன. ஒட்டகத்தின் திமிலில் பல்லக்கும், முதுகில் போர்க்கால தானிய முடிச்சுகளும் இருந்தன. அடுத்ததாக குதிரைப்படை, தரைப்படைகள். கப்பற்படை ஆழ்கடல் வழியே காற்று வீசும் திசையில் டிராய் துறைமுகத்தை நோக்கி வந்தபடி இருந்தது.

சிப்பாய்கள் மன்னனின் வெற்றியைப் புகழ்பாடினார்கள். அவர்களின் கையில் டிரோஜன் தேசத்தின் கொடி இருந்தது. சாம்பல் நிறக் கொடி அது. ஆசியாமைனர் முழுமையையும் டிரோஜன் எனும் ஒற்றைக்கொடியின் கீழ் கொண்டு வரும் சபத கொடியாக அது இருந்தது.

டிரோஜன் தேசத்து மக்கள் , பாரிஸ் மன்னனை வரவேற்க மாலையும் கையுமாக நின்றார்கள். வெற்றியுடன் கூடிய மன்னனின் வருகையால் நாடு திருவிழா கண்டது. நெடுங்கடைகள்

திறக்கப்பட்டன. சந்தைகள் கூடின. விடுமின் பிடிமின்... என மக்கள் இருந்தார்கள்.

டிரோஜன் தேசத்தில் நடப்பது கனவா, நனவா,...? மக்களால் நம்ப முடியவில்லை. ஆர்கோ நாட்டின் மீது போர்தொடுத்து புறமுதுகு காட்டி ஓடி வந்த நம் மன்னரா போரில் வென்று வாகை சூடி வருகிறார்? மக்கள் ஒரு முறை தங்களைக் கிள்ளிப் பார்த்துக் கொண்டார்கள்.

'புறமுதுகிட்டு ஓடி வந்த ஒருவரால் மறுமுறை வெல்ல முடியுமா...?'

'முடியுமெனக் காட்டியிருக்கிறாரே, நம் மன்னர்...'

*'தனதடங், தனதடங்,....'*பறையொலி.

'டங்கண், டங்கண்...' - மேளதாளங்கள்

முத்து மாலையும், பவள மாலையும் சந்தைக்கு வந்தன. முத்து வடஞ்சேர், பவளவடம், மணிப்பொற் கபாடம்,.. என மன்னருக்குரிய அணிகலன்கள் குறைந்த விலைக்கு விற்றன. ஒரு சங்கு கொடுத்தால் ஒரு முத்துமாலை. ஒரு முத்து கொடுத்தால் இரண்டு பவள மாலை,... வணிகர்கள் ஏலம் விடுத்தார்கள்.

சில பெண்கள் அவரவர் கணவரை வரவேற்க அவர்கள் சேமித்து வைத்திருந்த முத்துகளை விற்று பவளமாலை வாங்கியிருந்தார்கள். அவர்களின் கையிலிருந்த மாலைகள் நான்கு திசைகளையும் துழாவுவதாக இருந்தன.

டிரோஜன் நகரத்து மக்கள் கால் தூக்கம், அரைத்தூக்கத்தில் இருக்கையில்தான் ஈட்டியெனப் பாய்ந்து வந்த ஒருவன் குதிரையை ஒரு கணம் நிறுத்தி நான்கு திசைகளும் முழங்கும்படியாகச் சொல்லிச் சென்றான். *'நம் மன்னர் பாரிஸ், ஆர்கோ மன்னன் மெனிலாஸை வென்றுவிட்டார்...'*

அச்செய்தி காற்றில் பரவ சேரியும், தெருவும், கிராமமும், நகரமும், கோட்டையும், கொத்தளமும் விழித்துக் கொண்டன. இரவுக்கு ஆயிரம் கண்கள். வீட்டுக்கு வீடு, தெருவிற்கு பத்து , இருபதெனத் தீப்பந்தங்கள். சூரியன் இன்னும் கிழக்கினில் உதிக்கவில்லை. சேவல் தன் நீள் கழுத்தை நீட்டிக் கூவவில்லை. செக்குந்தான் அலறவில்லை. காகம் கரையவில்லை. அதற்குள் டிரோஜன் தேசம் உச்சிப் பகலென விழித்துக் கொண்டது.

மன்னர் பாரிஸை தாங்கிவரும் தேர் தெரியும்படியான தொலைவிற்கு வந்திருந்தது. தேரைச் சுற்றி மொய்த்தது பெருங்கூட்டம். வாலிபர்கள் கையில் தீப்பந்தங்களை ஏந்தி விண்ணோக்கி எறிந்தது பார்க்க கண்கொள்ளா காட்சியாக இருந்தது. வீதியெங்கும் தோரணங்கள். மன்னர் தேருக்கு முன்பு குதிரைப்படை தளபதி வந்தான். அவன் மன்னரின் வெற்றியை அதிகாரப்பூர்வமாக அறிவிக்கச் செய்தான். தெருவெங்கும் வெற்றி கொள் நடனம். களிப்பால் நடிப்பு, பசி மறந்த கெலிப்பு, பல்லிய முழக்கம். சிறுவர், சிறுமிகள் வீரவாள் ஏந்தி வாளாட்டம், வில்லாட்டம், வேலாட்டம் நடத்தினார்கள். ஒருவன் கையிலிருந்த ஒற்றை நிறக்கொடியை எடுத்து அம்பில் தொடுத்து வான்தொடும் மரம் நோக்கி எய்தான். மரத்தில் பாய்ந்து நின்றது அம்பு. அம்பில் நின்று பறந்தது கொடி.

தாமரை பூத்த தடாகமாக மக்கட்நிரல். கொடிநிரை. புழுதி அடங்குகிறது. அடங்கி எழுகிறது. மன்னர் கழுத்தில் முத்துமாலைகள். மன்னரை ஏந்தி வரும் தேருக்கு பவள மாலைகள். தேரை இழுத்து வரும் யானைகளுக்கு வைர, வைடூரியங்கள். தேரிலிருந்து இறங்கினார் பாரிஸ். நடந்து வருகிறார். எங்கும் ‘கொய்ங்...’ இரைச்சல்.

தேர்போல, தோகை விரித்த மயிலைப்போல அவரது நடை. தேவதைகளின் தேவதை ஹெலனை வசீகரித்து கவர்ந்து வருகையில் அவரது பரந்து விரிந்த மார்பகம் எப்படி குலுங்கியதோ அப்படியாக குலுங்கிக்குலுங்கிக்குலுங்கி வருகிறார். வரிசையாக அமைச்சர்கள். மன்னர் அவர்களின் பெயரைச் சொல்லி விளிக்கிறார். வாய் உடைய சிரிக்கிறார்.

யானைகள் தம் தும்பிக்கையைத் தூக்கி எண்திசைகள் முழங்கப் பிளிறின. குரங்குகள் தம் வாலைத் தூக்கி மன்னருக்கு மாலைகள் அணிவித்தன. அணில்கள் மன்னர் நடந்துவரும் பாதையில் பூத்தூவின. திசையெட்டும் படைகளின் பரபரப்பு. வீரர்களின் கெக்கெலிப்பு. பிடரி குலுங்க தன் அரண்மனைக்குள் நுழைகிறார்.

டிரோஜன் அரண்மனை,

எங்கும் வண்ணவிளக்குகள். அலங்கார தோரணங்கள். ஆராதனை, ஆலாபனை, ஆரவாரங்கள். அமைச்சரவை கூடியிருக்கிறது. தென்தேசத்தின் மீதான படையெடுப்பிற்குப் பிறகு கூடும் முதல் அமைச்சரவை இது. ஒரு தளபதி எழுந்து பரணி வாசித்தான். அமைச்சர்கள் மன்னனின் வெற்றிக்காக அவரவர் வைத்திருந்த

பரிசுகள், தந்தங்கள், முத்துகள், வைரங்களை தலையில் சுமந்து வந்து அவரது காலடியில் கொட்டினார்கள். பாராட்டுகள், பரிசளிப்புகள்,..

சிம்மாசனத்தில் அமர்ந்தார் மன்னர். வாளென நிமிர்ந்தார். மின்னல் வெட்டுவதைப்போல மூன்று திசைகளையும் பார்த்தார். தென்னாடுகளில் ஆர்கோ, மைசின் இரு தேசங்களும் பெரியவை. பழையவை. தன்னாட்சிக்கு உரியவை. இரண்டில் ஆகப்பெரியது ஆர்கோ. அத்தேசத்தின் மன்னர் மெனிலாஸ். அவர்தான் டிரோஜன் தேசத்திற்கு சிம்மசொப்பனமாக இருப்பவர். அவரை வீழ்த்தி அப்பல்லோ மருத்துவசாலைக்கு அனுப்பி வைத்திருக்கிறேன் இந்த பாரிஸ். அக்..அக்..அக்.... ' தன் பெருமையைத் தானே பாடுகிறார். குலாவிக் குலுங்குகிறார்.

'இனி ஆர்கோ தேசம் என் தேசம். என் தேசம் நம் தேசம். நம் தேசம் ஆசியமைனரின் ஒற்றைத் தேசம். நாம் கண்ட கனவு நிறைவேற இருக்கிறது. ஒற்றை மொழி. ஒற்றைக்கொடி. ஒற்றை கலாச்சாரம்...அக்...அக்..'.

'அர்கோ தேசத்தை இனி, என் சாட்டையால் ஆட்சி புரிவேன். அத்தேசத்தின் அமைச்சர் சபை, சட்ட அவை அத்தனையும் என் விரல் நுனிப்படி நடக்கும். ஓடுமின் என்றால் ஓடும். முழங்காலிடுமின் என்றால் முழங்காலிடும். ஆர்கோ தேசத்தில் நம் டிரோஜன் கொடி ஏறியிருக்கிறது. ஏறி மார்பு காட்டி பறந்துகொண்டிருக்கிறது. என் அடுத்த இலக்கு அகமெம்னான். அவன் ஆளும் மைசின், மாடம், கூடம், மாளிகை, வண்ண மண்டபம், மதில், சூழ் அரண்மனை, உயிருள்ளவை அற்றவை ,மக்கள், மாக்கள்..... '

பாரிஸ் அதை முழுமையாகச் சொல்லி முடிக்கவில்லை. அரண்மனையின் உச்சத்திலிருந்து ஏதோவொன்று கீழே விழும் அரவம் கேட்டது. அமைச்சர்கள் எழுந்து அரண்மனையை ஒரு சுற்று பார்த்தார்கள். அரண்மனைக்கு வெளியே குதிரைகள் கனைத்தன. யானை, சேனை,தேர், பரி, ஒட்டகம் நாலாபுறமும் தெறித்தன.

'எங்கும் சலசலப்பு, இந்த பக்கம் என்ன விழுந்தது, அரண்மனைக்கு வெளியே தென்முகத்திலிருந்து ஒரு குரல் எழுந்தது. 'ஒ... ஒ... ஒற்றன்...'

'என்னே! அ...அ...அவனைப் பிடியுங்கள்...'

குதிரைகள் தாமே அறுத்துக் கொண்டு நாலாபுறமும் பாய்ந்தன. 'அதோ! அவன்தான்... அவனேதான்...'

குதிரைக்கொட்டிலிலிருந்து அம்பெனப் பாய்ந்தது ஒரு குதிரை. அதை பல குதிரைகள் விரட்டின. முன் குதிரையில் சவாரி செய்கிறவன்தான் ஒற்றன். அவனது கலைந்த முடிகள் காற்றில் அளாவின. அதைப் பிடிக்க பல கைகள் நீண்டன. ஒருவன் கையை நீட்டுகிறான். இன்னொருவன் எம்பி எத்தனிக்கிறான். நூலிழை தொலைவில் முன்னவன் . தலையை முன் இழுத்து கழுத்தை உள்வெட்டி சிலுப்பிக் கொள்கிறான்.

முன் குதிரை பீடபூமி தாண்டி, காடு, கரைகள் தாண்டி பாலைவனத்தில் நீந்தி ஒரு பள்ளத்தாக்கை நோக்கி விரைகிறது.

6

சிந்தி

முதுமக்கள் தாழிக்குள் ஓர் உடலிருப்பதை கண்டிருந்தாள். அவளால் அதை நம்ப முடியவில்லை. அவள் செய்த தாழி அது. அவளது குடிலுக்குப் பின்புறமிருந்த களிமண் கொட்டலில் களியை வெட்டி வெறுந்தலையில் சுமந்து ஓரிடத்தில் சேர்த்து, குழைத்து, சக்கரத்தில் ஆழ்த்தி, சுற்றி அவளது பிஞ்சு கையை களிமண் சுற்றுக்குள் நுழைத்துக் குடைந்து அத்தாழியைச் செய்திருந்தாள். அவள் செய்த தாழி அவளது உயரத்திலிருந்தது.

தாழிக்குள் கை விட்டு துழாவிப் பார்த்தாள். ஓர் உடல் அவளது கையில் தென்பட்டது. தலையைத் தாழியின் வாய்க்குள் நுழைத்து எட்டி பார்த்தாள். நிலவு கிஞ்சிற்றுமில்லாத அந்த அடர் இருட்டில் தாழிக்குள் ஓருடல் இருப்பது தெரிந்தது.

அவளது தந்தையார் தாழி செய்வதில் சிறந்தவர். வாய் அகன்ற தாழி, இடுப்பு ஒடுகலான தாழி, அடி தட்டையான தாழி, பானை வடிவம், வயிறு வடிவம்,... எனக் குடிலைச் சுற்றிலும் சுட்டெடுத்து வைத்த தாழிகள். அவர் செய்யும் தாழி யாருக்குப் பயன்படப் போகிறது என்பதை அகக்கண்களால் பார்த்துத் தெளிய கூடியவர். ஒரு தாழியைச் செய்து காய வைத்து அதை காளவாயில் வைத்துச் சுட்டு அடுக்கி விரலால் சுண்டிப் பார்க்கையில் அது கொடுக்கும் சத்தத்தை வைத்தே சொல்லிவிடுவார் இத்தாழி எப்பொழுது விலைபோகும், எவ்வளவிற்குப் போகும், இத்தாழியில் அடக்கம் செய்யப்படப்போகிறவர் ஆடவரா, பெண்டிரா, குழந்தையா என்று.

சிந்திக்கு நீண்ட நாட்களாக ஓர் ஆசை இருந்தது. தந்தையைப் போலத் தானொரு தாழி செய்து பார்க்க வேண்டும் என்று. அவள் விரும்பியபடியே ஒரு தாழி செய்திருந்தாள். அதைக் காய வைத்துச் சுட்டு குடிலின் வாசலில் வைத்திருந்தாள். எவ்வளவு விலைக்கு போகுமென்று அவள் மனதிற்குள் கணக்குப் போட்டு பார்த்தாள். எப்பொழுதெல்லாம் அவளுக்கு விழிப்பு வருகிறதோ அப்பொழுதெல்லாம் எழுந்து அத்தாழியைத் தொட்டுப் பார்ப்பாள். விரலால் சுண்டுவாள். அது கொடுக்கும் சத்தத்தைக் காது வைத்து கேட்பாள். ஒரு கையை தாழிக்குள் விட்டு அளாவிப் பார்ப்பாள். அப்படியாகப் பார்க்கையில்தான் அத்தாழிக்குள் ஒரு பூத உடல் இருப்பது தெரியவந்தது.

அன்றைய தினம் நடுநிசி. தார்பூசிய இரவு. மரங்கள் சலசலத்தன. ஓநாய்கள் ஊளையிடுவதாக இருந்தன. ஆந்தைகளின் அலறல். இரண்டு காதுகளையும் இறுகப் பொத்திக்கொண்டு குடிலுக்குள் ஓடி வந்தாள் சிந்தி. குடிலின் ஓர் மூலையில் தந்தையார் படுத்திருந்தார். அவரை அவசரமாக எழுப்பினாள்.

'சிந்தி....'

அவளால் பதில் பேச முடியவில்லை.

'மகளே...' மகளின் தோளைப்பற்றி குலுக்கி முகத்தைப் பார்த்தார்.

'நான் செய்த தாழி....'

'வாசலில் இருக்கிறதே...'

'அதற்குள் ஒரு பூதவுடல் இருக்கிறது....'

'என்ன சொல்கிறாய்...?'

'ஆமாம், சடலமாக இருக்கிறது..!'

சிந்தி அதைச் சொல்கையில் அவளுக்கு ஒரு பதற்றமும் இல்லை. ஆனால் அதைக் கேட்ட அவளது தந்தையாரின் உடலில் பதற்றம் தெரிந்தது.

'சத்தமில்லாமல் படும், விடிந்ததும் பார்த்துக் கொள்ளலாம்....'

'முடியாது தந்தையாரே, யாரோ ஒருவர் நான் செய்த தாழிக்குள் ஓருடலை வைத்து சென்றிருக்கிறார்'

அவர் எழுந்து தீப்பந்தத்தைக் கொளுத்தினார். சிந்தி முன் நடக்க அவர் பின்னால் நடந்தார். தீப்பந்தத்தைத் தாழிக்குள் காட்டினாள் சிந்தி. 'பாருங்கள் தந்தையாரே, உடல் தெரிகிறது'

தந்தையார் எட்டிப்பார்த்தார். அவரது பார்வைக்கு ஒன்றும் தெரிந்திருக்கவில்லை.

'என்ன சிந்தி சொல்கிறாய், ஒன்றும் தெரியவில்லையே...'

'தந்தையாரே! என்ன சொல்கிறீர்கள். பாருங்கள் எவ்வளவு நீளமான உடல்'

தந்தையார் மகள் சொன்ன இடத்தில் தொட்டுப் பார்த்தார். அவரால் ஒன்றையும் உணர முடியவில்லை.

அடுத்து மகளின் கை தாழிக்குள் நுழைந்தது. எதோ ஒன்றை எடுத்துத் தந்தையாரிடம் கொடுத்தாள். 'தந்தையாரே பாருங்கள் கையை. எத்தனை முதிர்ச்சியான கைகள்... விரலைப்பாருங்கள்.

நகங்களைப் பாருங்கள்....' தந்தையார் மகள் சொன்ன இடத்தில் தடவிப் பார்த்தார். 'எத்தனை பரந்து விரிந்த மார்பகம். கல் நெஞ்சு உடையவர்களுக்குத்தான் இப்படியான மார்பு இருக்க முடியும்....' அடுத்ததாக அவளது தேடுதல் கால்களை நோக்கிச் சென்றது.

தந்தையார் மகளின் நிலையை நினைத்துப் பெரிதும் வருந்தினார். தாழி செய்பவரின் கனவில் வரும் முகங்கள் இப்படியான மனப்பிறழ்வை ஏற்படுத்தும் என்றும், அதனால் தாழி செய்யும் தொழிலைக் கற்றுக்கொள்ளக்கூடாது என்றும் அவர் பலமுறை அவளிடம் சொல்லியிருக்கிறார். 'மகளே, வாரும் குடிலுக்குள் சென்று விடுவோம். விடிந்ததும் பார்த்துக் கொள்வோம்...'

'முடியாது தந்தையாரே! இவ்வளவு உயரமாக தாழி செய்து இத்தாழிக்குள் வைக்கப்பட்டிருக்கும் உடலில் கால் இல்லை பாருங்கள்... இவ்வளவு உயரமான தாழிக்குள் பாதி வரைக்கும்தான் உடல் இருக்கிறது. மேற்பகுதி வெறுமனே இருக்கிறது. ஒரு காலையேனும் கண்டுபிடித்திட வேண்டும்...' என்றவாறு அவள் தாழிக்குள் இரு கைகளையும், தலையையும் நுழைத்துத் தேடினாள்.

அவளது கைக்கு கொத்தான முடிகள், அணிகலன் அணிந்த மடல்கள், உதடுகள், கன்னங்கள், ஏறிய நெற்றி, பரந்து விரிந்த மார்புகள், அதில் அணியப் பெற்ற அணிகலன்கள், வயிறு, வாய், தோள், தொடை,..என இத்தனை இருந்தும் கால்கள் மட்டும்...? தந்தையார் மகளை எப்படியேனும் குடிலுக்குள் அழைத்துச் சென்றிட நினைத்தார். மகளைக் கெஞ்சினார். அவள் தேடுதலை நிறுத்துவதாக இல்லை. அவரது கெஞ்சலும், அவளது மறுப்பும் தொடர்ந்து கேட்கவே அக்கம் பக்கத்து குடிவாசிகள் தீப்பந்தத்தை ஏந்திக்கொண்டு வந்தார்கள். தாழியைச் சுற்றி நின்று எட்டிப் பார்த்தார்கள். ஒருவரின் பார்வைக்கும் சிந்தி சொல்லும் பிரேத உடல் தெரிவதாக இல்லை.

'சிந்தி, நீ ஒரு குழந்தை. தாழி செய்யுமளவிற்கு நீ வளர்ந்துவிட்டவள் அல்ல. என்னவோ ஒரு கனவு கண்டிருக்கிறாய். அக்கனவே உன்னை இப்படியாகப் பேச வைக்கிறது...'

'இல்லை...! இதோ உடலின் உடை, இதோ அவ்வுடல் அணிந்திருக்கும் அணி, இது கை, இது முதுகு, இதோ இது வயிறு, ஆனால் கால்கள் மட்டும் காணோம்....'

சுற்றி நின்றவர்கள் விலகிக் கொண்டார்கள். 'பாவம் இவளுக்கு என்னவோதான் ஆகிவிட்டது....'

‘ஆமாம் தாயில்லா பிள்ளை வேறு..’

‘சித்தமோ, பித்தமோ...’

ஒரு மூதாட்டி கேட்டாள் ‘சிந்தி எங்கள் கண்களுக்குத் தெரியாத ஒன்று உன் கண்ணிற்கு தெரிகிறது என்கிறாய், தாழிக்குளிலிருக்கும் உடல் உண்மையென்றால் அந்த உடல் யாருடையது என்று சொல்லும் பார்க்கலாம்...’

சிந்தி முகத்தைத் தேடினாள். சரூப முகம். அவளது தேடுதலில் சரடொன்று தென்பட்டது. அதை எடுத்துப் பார்த்தாள். ஓலைச்சுவடியாக அது இருந்தது.

‘இதோ ஓலைச்சுவடி’

‘என்னவோ, என் கண்களுக்கு ஒன்றும் புலப்படுவதாக இல்லை..’

‘எங்கே, அதில் என்ன எழுதியிருக்கிறது...படியும் பார்க்கலாம்...’

அவள் அதை எடுத்துக் கட்டை விரலால் துடைத்து வாசித்தாள்.

‘மெ னி லா ஸ்’

‘மெனிலாஸ்...!’

‘ஆமாம், மெனிலாஸ்..!’

7

மன்னராயன்

அவனது ராணியை இழந்து அதோகதியில் நின்றுகொண்டிருந்தான். இராணியை வெட்டி எடுத்த ஹெர்குலஸ்க்கு சிரிப்பதா, வெடிப்பதா, குதிப்பதா,... எனத் தெரியவில்லை. மனதிற்குள் எழுந்த ஆனந்த பேரலையை மனதிற்குள் அடக்கியவனாய் ஒரு பக்கக் கொடும்பிற்குள் தன் நாவைக் கொடுத்து ஒரு நமட்டுச் சிரிப்பு சிரித்தவனாக இருந்தான். வெள்ளை இராணியை கறுப்புக்குதிரை கொண்டு வெட்டியது சதுரங்கத்தைப் பார்த்துக் கொண்டிருந்த பலரையும் வியப்பில் ஆழ்த்தியிருந்தது.

‘பலே...!’

‘பலே பலே’

ஹெர்குலஸ் வெள்ளை இராணியை மூன்றாம் நகர்வில் வெட்டியிருந்தான். இராணிக்கு பதில் அக்கட்டத்தில் நிறுத்தப்பட்டிருந்தது தேர். தேரின் அடியில் தன் நீண்ட வேலைக்கொடுத்து ஒரு எம்பு எம்பினான். தேர் சக்கரத்துடன் உயரே சென்று தலைகீழாக ஒரு சுற்றுச்சுற்றி கட்டத்திற்கும் வெளியில் போய் விழுந்தது.

இராணியை வெட்டிய குதிரையை அவன் தட்டிக்கொடுத்தான். உணர்ச்சிப் பெருக்கால் உந்தி அதன் மீது தாவி ஏறி குதிரையை வெள்ளைகட்டத்திற்குள் கொண்டு போய் நிறுத்தி அக்கட்டத்திற்குள் ஒரு சுற்று வந்தான். குதிரை முன்னங்கால்கள் இரண்டையும் தூக்கி ஒரு கனைப்புக் கனைத்து நின்றது.

வெற்றிக்களிப்பில் கையால் தொடையைத் தட்டிக் கொண்டான். அவனது தட்டுதலில் தொடையில் படிந்திருந்த போர்க்களத் தூசிகள் நாலாபுறமும் பறந்தன. தூசியின் பறத்தலில் பலருக்கும் மூச்சுத் திணறல் வந்தது.

ஹெர்குலஸ் அப்பல்லோ குடிலுக்குள் வந்தது, தீவிர சிகிச்சையிலிருக்கும் தன் மன்னரைப் பார்க்கவே. ஆனால், அவன் தன்னையும் மன்னரையும் மறந்து தளபதியுடன் அவருக்கு எதிராக சதுரங்கம் விளையாடிக்கொண்டிருந்தான்.

மெனிலாஸ் - பாரிஸ் இரு தரப்பினருக்கிடையேயான உக்கிரப்போருக்குப் பிறகு ஆயுதங்களை தன் நாட்டில்

கொண்டுபோய்ச் சேர்க்க வேண்டிய பொறுப்பு ஹெர்குலஸ்க்கு கொடுக்கப்பட்டிருந்தது. அதை முடித்துத் திரும்புகையில்தான் இரு செய்திகள் அவனது காதினை எட்டியிருந்தன.

ஒன்று - மன்னர் மெனிலாஸ் அப்பல்லோ மருத்துவசாலையில் சேர்க்கப்பட்டிருக்கிறார். மற்றொன்று - தீவிர சிகிச்சையில் இருக்கிறார்.

ஹெர்குலஸ், குடில் வாயில் முன் போய் நின்றான். யாரும் அவ்வளவு எளிதில் நுழைய முடியாத வாயிலாக அதன் முகப்பு இருந்தது. பெரிய அளவிலான படல் வேலி, வேட்டை நாய்கள், ஆளை விழுங்கும் அகழி, கையில் பெருந்தடி வீரர்கள்.

சற்று நேரத்தில் அண்டை தேசத்து மன்னன் அப்ரோடைட் வந்திருந்தான். அவன் மன்னரின் நெருங்கிய நண்பன். ஒரு சுரைக்குடுவையில் மது ஊற்றி ஒற்றை வாயில் பருகியவர்கள். அவனுக்கான அனுமதியும் மறுக்கப்பட்டிருந்தது. அப்ரோடைட் , அப்பெயரைக் கேட்டாலே அன்பின் பெருக்கால் மெனிலாஸ் துள்ளிக்குதிப்பார். அத்தகையவன் கூட மருத்துவசாலைக்கு வெளியே ஒற்றைக்காலில் நின்றது பலருக்கும் வியப்பைத் தந்திருந்தது.

ஹெர்குலஸின் கருங்குதிரை அப்பல்லோ வாயில் முன் நின்றதும் சொன்னான், 'நான் மன்னனைப் பார்க்க வேண்டும்...'

'முடியாது...' என்றான் வாயிற்காவலோன்.

'என்னைத் தடுக்கும் அதிகாரம் உனக்குக் கிடையாது. நான் என் மன்னரைப் பார்க்க வேண்டும்...'

'அதான் முடியாது என்று சொன்னேனே...'

ஹெர்குலஸ் தன் இடது கால் கட்டை விரலால் குதிரையின் அடிவயிற்றில் உதைத்தான். குதிரை ஒரே தாவலில் வேலியைத் தாண்டிக் குதித்து பெருங்குரலெடுத்துக் கனைத்தது. மருத்துவக்குடி காவலர்கள் ஓடி வந்தார்கள். குதிரையில் வீற்றிருந்தவனின் ஆகிருதியைப் பார்த்து வளைந்து குழைந்து நின்றார்கள். அத்தனை பேரையும் தன் நீண்ட தடியால் கால்களுக்கிடையில் கோர்த்து அள்ளி தலைக்கு மேல் தூக்கினான். அவர்கள் அந்தரத்தில் மிதந்து உயிர்ப்பிச்சை கேட்டார்கள். 'நான் தான் சொன்னேன் இல்லையா, என்னைத் தடுத்து நிறுத்த உங்களால் முடியாது என்று....'

‘ஒரு நாழிகை பொறுத்திருங்கள், ஒரு வார்த்தை கேட்டு வருகிறேன்...’

‘என்னவென்று...?’

‘மன்னரைப் பார்க்க ஒரு சூரன் வந்திருக்கிறான் என்று...’

‘யாரிடம்...?’

‘தளபதி மன்னராயனிடம்....’

‘நில்லும். என் பெயர் சூரன் அல்ல. ஹெர்குலஸ் என்று சொல்லும்...’

அவன் தப்பித்தேன், பிழைத்தேனென குடிலுக்குள் ஓடினான். எத்தனை வேகத்தில் ஓடினானோ அத்தனை வேகத்தில் திரும்பியோடி வந்தான். அவனையும் அறியாமல் முகப்பு வாயில் திறந்தது.

ஹெர்குலஸ் மருத்துவசாலைக்குள் நுழைந்தான். மன்னராயன் குடிலுக்கும் வெளியே நின்றவாறு முகத்தை சோகமாக வைத்துகொண்டு நின்றுகொண்டிருந்தான்.

‘தளபதியாரே, மன்னர் மெனிலாஸ்...?’

‘ஆம், நன்றாக இருக்கிறார்..’

‘நான் சந்திக்க வேண்டுமே...’

‘ஓய்வில் இருக்கிறார்...’

தூங்குபவரை எழுப்பலாம். ஓய்வில் இருப்பவரை எழுப்புதல் ஆகாது. தூக்கம், தானாக வருவது. ஓய்வு நாமாகத் தேடுவது. தூக்கத்தை விடவும் ஓய்வு முக்கியம். ஹெர்குலஸ் முறுவலித்தான்.

‘எப்படியிருக்கிறார் நம் மன்னர்...?’

‘இதே கேள்வியை உன்னைப் பார்த்து கேட்கும் அளவிற்கு இருக்கிறார்...’

‘நல்ல செய்தி, அவரை நான் சந்தித்த பிறகே செல்வேன்....’ என்றவன் அவனது கையிலிருந்த வேலினை மரத்தின் வேரில் பாய்ச்சினான். அதை மேல் நோக்கி ஒரு வளை வளைத்தான். அதன் மீது தாவி ஏறி உட்கார்ந்தான்.

மன்னராயன், ஹெர்குலஸ் முன் வந்தான். ‘மந்திரியாரே, மன்னனைப் பற்றியே யோசித்துக் கொண்டிருந்தது மனதிற்கு சோர்வாக இருக்கிறது. ஒரு ஆட்டம் சதுரங்கம் ஆடிப் பார்க்கலாமா....?’

‘ஆம், எனக்கும் கூட அப்படியாகத்தான் இருக்கிறது. உடல் சோர்வை தூங்கி கழிக்கலாம். மனச்சோர்வை விளையாடிதான் கழிக்க முடியும். ஆட்டத்தில் குதித்தான் ஹெர்குலஸ்.

நீண்டு பரந்த மருத்துவக்குடிலில் வெட்டவெளிக்கு இருவரும் வந்தார்கள்.

‘காய்களுக்கு என்ன செய்யலாம்....?’ - ஹெர்குலஸ்.

‘இருக்கவே இருக்கிறது நம் குதிரைகள், மருத்துவசாலை செவிலியர்கள், மருத்துவர்கள்...’

‘கட்டங்கள்....?’

‘நீதான் சிறப்பாக அம்பு எய்வாயே, அம்பைக்கொண்டு கட்டங்கள் கட்டேன்....’

ஹெர்குலஸின் தோளில் வில் தொங்கி கிடந்தது. முதுகு பக்கம் அம்புகள். அதை ஒவ்வொன்றாக எடுத்து வில்லில் தொடுத்து, தரையில் படுத்து அம்புகளை எய்தான். எய்த அம்புகள் தரையைக் கிழித்தன. எட்டுக்கு எட்டு கட்டங்கள். கை கொட்டினான் தளபதி மன்னராயன். ஓடி வந்தார்கள் பணியாட்கள். மன்னர் மெனிலாஸ் பயணிக்கும் வெண் குதிரை இடபுளன் மன்னராயனுக்கு. ஹெர்குலஸின் கருங்குதிரை அவனுக்கு. கோட்டைக்கு பதில் மருத்துவர்கள். நேராக பயணிக்க. மந்திரிமார்களுக்கு பதிலாக மன்னராயனின் உறவினர்கள். குறுக்கும் நெடுக்குமாக நடக்க. சிப்பாய்களுக்கு செவிலியர்கள். ராஜாவிற்குச்சிம்மாசனம் ராணிக்குத் தேர்.

முதல் நகர்த்தலைத் தொடங்கி வைத்தான் தளபதி மன்னராயன். இப்படியான நகர்த்தலை ஹெர்குலஸ் சற்றும் எதிர்பார்க்கவில்லை. ஆம்,அவன் இடபுளன் குதிரை மீது ஏறி உட்கார்ந்து கறுப்புக் கட்டத்திலிருந்து வெள்ளைகட்டம் நோக்கி ‘ட’ வடிவில் நகர்ந்தான்.

ஹெர்குலஸ் வியப்புற்றான். ‘முடிந்தால் என்னை வெற்றிகொள் பார்க்கலாம்’ என உரக்கக் கூறும் பிரகடனமாக அது இருந்தது. அதைவிடவும் அவன் பெரிதும் வியந்தது இடபுளன் மீது தளபதி மன்னராயன் வீற்றிருந்ததைப் பார்த்துதான்..

மன்னர் மெனிலாஸைத் தவிர வேறு யாரையும் ஏற்காத குதிரை அது. மன்னரின் பிட்டத்துச் சூட்டிற்கு மட்டுமே பயணிக்கும் குதிரை எப்படி மன்னராயனின் சூட்டிற்கு அடிபணிந்தது....? வியப்புற்று இமை உயர்த்த இதுவா நேரம்...? சதுரங்கத்தில் வெல்ல வேண்டுமே,

அவன் குதிரையின் மீது செலுத்திய பார்வையை எடுத்துச் சதுரங்கத்தின் மீது பாய்ச்சினான்.

அடுத்த நகர்வு ஹெர்குலஸ். அவன் தன் சிப்பாயை ஒரு கட்டம் முன் நகர்த்தினான். தளபதி - குதிரை, மந்திரி - சிப்பாய், நகர்வுகள் மின்னல் வேகத்தில் நடந்தேறின. அப்படியான நகர்தலின் போதுதான் மன்னராயனின் இராணியை வெட்டிக்கொத்தி வெளியே விட்டெறிந்தான்.

மன்னராயன் அதுக்குறித்து, அசரவில்லை, மனந்தாழவில்லை. ஒரு இராணியை இழந்து நிற்கும் பதட்டம், பதைப்பு அவனிடம் மருந்திற்கும் இல்லை. ஒரு சட்டையும் செய்யாமல் அமைதியாகக் குதிரையில் வீற்று முகவாய்க்கு இடது கையைக் கொடுத்து நெற்றியைச் சுழித்தவாறு அவன் மொத்த சதுரங்க காய்களையும் பார்த்தான். அவனது பார்வை, ‘உன்னையும், உன் காய்களையும் என்ன செய்கிறேன், பார்...’ என மிரட்டுவதைப் போலிருந்தது.

8

மக்கள்

அப்பல்லோ மருத்துவசாலைக்கு வெளியே துக்கம் சூழ குழுமியிருந்தனர். அவர்களின் கண்களில் மெனிலாஸ் குறித்த நினைவோட்டம். தவமிருக்க சிலர். மண்ணைத் தின்ன சிலர், கண்ணீரும் கம்பலையுமாக சிலர். ஒரு மூதாட்டி மண்ணையும் சோற்றையும் கலந்து தின்பதாக இருந்தாள். மன்னர் பிழைத்து வருவதற்கான அவளது வேண்டுதல் அது. ஒருவர் தான் ஆசையாக வளர்த்த கூந்தலை தெய்வத்திற்குக் கொடுத்தாள். ஒருவன் தன் கட்டை விரலை வெட்டி ஒற்றை இலையில் வைத்தான். மன்னருக்காக நூறு பேர் அன்னம் தண்ணீர் புழங்காமல் விரதமிருந்தார்கள். ஆயிரம் பேர் ஒற்றை காலில் நின்றார்கள். மன்னருக்காக ஒருவன் தன் நாவை அறுத்து இலையில் வைத்துவிட்டு வந்தான். இன்னொருவன் மன்னர் பிழைத்து வந்தால் மன்னருக்காகத் தன் தலையைத் தருவதாக வேண்டிக் கொண்டான்.

அப்பல்லோ மருத்துவசாலைக்கு வெளியே பார்க்கும் தொலைவில் கடல் இருந்தது. கடலின் ஆர்ப்பரிப்பு கேட்டவண்ணமிருந்தது. மன்னருக்கு தீங்கு நேர்ந்துள்ளதால் யாரும் முத்துக்குளிக்கச் செல்லக்கூடாது என உத்தரவிட்டிருந்தார்கள். அதைக் கேட்டு முத்துக்குளிக்கச் சென்றவர்கள் தயங்கி நின்றார்கள்.

ஒரு குளியாளி, அவன் கடலின் ஆழம் தொட்டவன். நீண்ட பெருமூச்சை அடக்கி முத்துக் குளிப்பவன். ஆழத்திலிருந்து மேலே வருகையில் தோள்பை நிறைய சங்கு, முத்து, பவளங்களை அள்ளி வருபவன். அவன் மனதிற்குள் வேண்டிக்கொண்டான். மன்னர் உடல் நலம் பெற்று திரும்பினால் இன்றைய முத்துக் குளிப்பில் கிடைக்கும் அத்தனையும் அப்பல்லோவிற்குத் தருகிறேன்...என்று.

மலையின் உச்சிக்கு தேன் எடுக்கச் சென்றவர்கள் மலைக்குச் செல்வதா, வீடு திரும்புவதா,...எனத் தயங்கியபடி நின்றார்கள். அந்நிய தேசம் நோக்கி பயணப்பட்ட தோணிகள் துறைமுகம் திரும்பின. ஆர்கோ தேசக் கொடிகளை முழுவதும் ஏற்றுவதா, அரைக்கம்பத்தில் கட்டுவதா, இறக்கி மடித்து வைப்பதா எனத் தெரியாமல் தோணிக்காரர்கள் விதிர்விதிர்த்து நின்றார்கள்.

மருத்துவசாலையின் வெளிக்கதவு நீண்ட நாட்களுக்குப் பிறகு திறக்கப்பட்டது. ஒரு கறுப்புக் குதிரை மருத்துவசாலைக்குளிலிருந்து வெளிக்கு வந்தது. குதிரையின் மேல் அமைச்சர் ஹெர்குலஸ்.

அவனைச்சுற்றி மக்கள் ஈக்களைப்போல மொய்த்தார்கள்.

'ஏதேனும் ஒரு நற்செய்தி உண்டா அமைச்சரே....?'

ஹெர்குலஸ் மக்களைப் பார்த்துச் சிரித்தான். 'ஆம் இருக்கிறது...'

'அச்செய்தி என்ன அமைச்சரே...?'

'நான் மன்னரைப் பார்த்தேன்...'

'எப்படி இருக்கிறார்....?'

'நல்ல ஆகிருதியுடன் இருக்கிறார். மக்களின் தேவை குறித்து விசாரித்தார். விரைவில் நாடு திரும்பி டிரோஜன் தேசத்து மன்னன் பாரிஸ் மீது போர் தொடுக்கப் போவதாகச் சொன்னார். அதற்காக அத்தனை பேரும் ஆயத்தமாக இருக்கும்படி கேட்டுக் கொண்டார்...'

'ஆகாரம்....?'

'இரண்டு ரொட்டிகள் எடுத்துக் கொண்டார்...'

மக்கள் துள்ளிக் குதித்தார்கள். எண்திசையும் அதிர்ந்திட ஆனந்த வெள்ளங்கண்டாடினார்கள். அந்த இடம் சற்று நேரத்திற்குள் பண்டிகைக் கோலம் கண்டது. மருத்துவக்குடிலுக்கு வெளியே உட்கார்ந்திருந்த கூத்தர்கள், கலைஞர்கள், இச்செய்தி ஒன்றுக்காகத்தான் இத்தனை நாட்கள் காத்திருந்தோமென துள்ளி எழுந்து வேடம் தரித்தார்கள். மெனிலாஸின் பிறந்த கதை, வளர்ந்த கதை, காதல் கொண்ட கதை, போர் புரிந்த கதை, வென்ற கதை, வீழ்ச்சிக் கதைகளை நடனமாக, நாட்டியமாக அரங்கேற்றத் தொடங்கினார்கள்.

தெட்டிஸ்

தேவதை பெற்றெடுத்த இரு குழந்தைகளும் குழந்தைகள் அல்ல. சிங்கத்தின் பிடரியைப்பிடித்து விளையாடும் குருளைகள். அவர்கள் காப்பு, செங்கீரை, தால், சப்பாணி நான்கு பருவ சேட்டைகளையும் ஒரு சேர காப்பு பருவத்தில் செய்துகொண்டிருந்தனர்.

பெயர் சூட்டும் விழாவிற்குத் தேசம் தயாரானது. உலக தேவன், தேவதைகளுக்கு செய்தி கொண்டு போய்ச் சேர்க்கும் பொறுப்பை வாயிற் காவலோன் எடுத்துக் கொண்டான். முனிவர், யோகியர், ரிஷிகள், பட்சிகள், ஊர்வன, பறப்பன... என அனைவருக்கும் அவன் அழைப்பு விடுத்தான்.

ஆறறிவு உயிர்களுக்கு ஒன்பது வாசல்கள். தேசத்தின் வாயில்களும் அப்படித்தான். தேசத்தின் அரண்கள், மலை, வனம், கடல், மதில்கள் யாவும் பகட்டாக அலங்கரிப்பட்டன. அழைப்பை ஏற்று தேசத்திற்கு முதல் நபராக விஜயம் புரிந்தான் ஜுவஸ். அவனுடன் மனைவி ஹீரா வந்திருந்தாள். சங்கை ஒத்த வழுவழுப்பான கழுத்தைக் கொண்டவள். அவர்களை வரவேற்க ஜமக்காளம் விரிக்கபட்டது. பூ மழைத் தூவப்பட்டது.

பரிவாரம் சூழ ஜுவஸ் வருகை தந்தான். அவன் பின்னே பல்லக்கில் ஹீரா வருகை தந்தாள். ஐவகை இசை நிகழ்ச்சிகள் அரங்கேற்றமாகின. தோல் இசை கருவிகள் ஒரு பக்கம். துளை இசை கருவிகள் இன்னொரு பக்கம். நரம்பு, கஞ்சம்,கண்டம் கருவிகள்... என இசை நிகழ்ச்சிகள். தங்க சிம்மாசனத்தில் வீற்றிருக்கும் தனிப்பெருந்தலைவன் ஒடின் வந்திருந்தான். அவன் நீலநிறத் தலைப்பாகையும், மேக வண்ணப் பட்டாடையும் அணிந்து கம்பீரமாகக் காட்சியளித்தான். நல்ல உயரம். திடகாத்திரம். பல காத தூர பயணத்தால் சோர்ந்து போயிருந்தான்.

ஒடின் தேவனைப் பார்க்க கூட்டம் அலைமோதியது. அவன் ஆணழகனோ, திடகாத்திரமான உடல்வாகு கொண்டவனோ அல்ல. அவன் தேவதைகளின் படை சூழ வந்திருப்பவனும் அல்ல. பின் ஏன் இப்படியொரு கூட்டம் அவனை மொய்க்க வேணும்....? அவன் ஒற்றைக்கண் உடையவன்.

பாபிலோனிய தேசத் தலைவன் ஈயா வருகை தந்திருந்தான். அவன் மீன் வடிவொத்த முகச்சாயலைக் கொண்டவன். சர்வ

வல்லமை பொருந்தியவன். கடலே கதியென்று இருப்பவன். மீனவ குடும்பத்தைச் சேர்ந்தவன். தெட்டிஸ் பெற்றெடுத்த திருக்குழந்தைகளைப் பார்க்க வேணும் என்கிற ஆவலின் தவிப்பில் வருகை தந்திருந்தான்.

வாயு தேசத்தின் தலைவன் இயோலஸ், அழகு தேச தலைவன் அப்ரோடைட் , யுத்த தேச ஆரிஸ் மூவரும் ஒரே நேரத்தில் வருகை தந்ததில் அவர்களை வரவேற்று மரியாதை செய்வதில் சேவைப் பெண்கள் ஒரு கணம் தவித்துப் போனார்கள்.

அழகு தேசத்துத் தலைவன் அப்ரோடைட் வந்ததும் தெட்டிஸ் பெற்றெடுத்த இரண்டு குழந்தைகளையும் தேடினான். குழந்தைகள் இரண்டும் தங்க பெட்டகத்திற்குள் கால்களை உயரத் தூக்கி விளையாடிக் கொண்டிருந்தார்கள். இரண்டு மழலைகளையும் ஓரிரு நாழிகை கண் கொட்டாமல் பார்த்தான். அவனது முகம் சடுதியில் இருண்டு போனது. நான் என்ன அழகு, இக்குழந்தைகள் என்னே அழகு ! குற்றவுணர்வு அவனை நையப் புடைத்தது.

ஆரிஸ் வந்ததும் அவனது வேலையைத் தொடங்கினான். அவன் யுத்த தேசத் தலைவன். அவன் வந்ததும் கலகத்தை மூட்டினான். இரண்டு குழந்தைகளில் எக்குழந்தை பேரழகன்....?'. அவன் கேட்டதுதான் தாமதம். குழுமியிருந்த கூட்டம் மூன்றாக உடைந்தது. 'இரண்டும் அழகுதான்' என்றது ஓர் அணி. 'மூத்தவன் அழகன்' என்றது மற்றொரு அணி. 'இளையவனே, பேரழகன் ' என்றது மூன்றாவது அணி. அவர்களுக்குள் வார்த்தைப் போர் மூண்டது. அந்நேரம் பார்த்துத் தன் தோழிகளுடன் படை சூழ டயானா அரங்கத்திற்குள் நுழைந்தாள். அவள் உரல் இடையாள். வண்டின் சிறகை கண்ணிமையாகக் கொண்டவள். கருப்பழகி. அவள் வந்ததும் அரண்மனைக்குள் மின்னல் வெட்டியது. அழகில் எழுவாய் அவள். தன் இரண்டு கரங்களாலும் இரண்டு குழந்தைகளையும் வாரி அள்ளி; முத்த மழை பொழிந்ததும் இரண்டு குழந்தைகளும் சிரிப்பு மழையில் நனைந்தன. குழந்தைகள் சிரிக்க, யுத்த சிப்பாய்கள் சிரிக்க சற்று நேரத்திற்குள் யுத்தக்களம் குதூகலக் களமானது.

சிரிப்பு அடங்குவதற்குள் புலிகள் பூட்டப்பட்ட இரதத்தில் ஒரு சலனமுமில்லாமல் வந்து இறங்கினான் பேகஸ். அவன் பின்னே பூடிஸ் வந்திருந்தான். அவன் குழந்தைகள் விளையாடுவதற்கு ஆளுக்கொரு கலப்பை கொண்டு வந்திருந்தான். விவசாயிகளின் தலைவன் அவன்.

உலக மலர்களை கூந்தலில் அள்ளி அன்னநடையில் வந்தவளாக இருந்தாள் ப்ளோரா. அவள் மலர்களின் தேவதை. அவள் அரண்மனைக்குள் நுழைந்ததும் அரங்கம் நறுமணத்தில் மூழ்கியது. சுவாசம் சுத்தமானது. காற்றை சுவாசிக்கும் அரவம் மட்டும் கேட்டவண்ணமிருந்தது.

நான்கு வகை ஜீவன்களும் நான்கு திசைகள் சூழ நின்றார்கள். தென்திசையில் அண்டசம். முட்டையிலிருந்து தோன்றிய உயிர்கள். வடதிசையில் சராயுசம், குட்டியாகப் பிறந்தவை. கிழக்குத்திசை உற்பீசம். விதையிலிருந்து முளைத்தவை. மேற்குத்திசைஸ்வேதாகம். அழுக்கிலிருந்து பிறந்தவை. மைய மண்டபத்தில் மூவகை மனிதர்கள் உட்கார வைக்கப்பட்டார்கள். பின் இருக்கைகளில் மனிதருள் விலங்கு வகை மனிதர்கள். மனிதருள் மனிதர் நடுவில். மனிதருள் தேவர் முன் வரிசையிலும் அமர வைக்கப்பட்டார்கள்.

மத்தளம், தண்ணுமை, இடக்கை, சல்லியம் அதனதன் போக்கில் இசைத்துக் கொண்டிருந்த தோல் கருவிகள் யாவும் யாரோ ஒருவரின் உத்தரவின் பேரில் நிறுத்தப்பட்டன. கொடிப்பூ, கோட்டுப்பூ, நீர்ப்பூ, புதர்ப்பூக்கள் வாரி இறைத்தது நிறுத்தப்பட்டன. கொட்டி, பண்டரங்கம், வடமாவனம் கூத்துகளும் நிறுத்தப்பட்டன.

சங்கு போல் கைகளைக் குவித்து அடிமேல் அடி எடுத்து வைத்து நடை பழகி வந்தாள் ஒரு வளர்ப்புத் தாய். அவளது திருக்கரங்களில் ஒரு குழந்தை விளையாடிக் கொண்டிருந்தது. அக்குழந்தையை யாரிடம் கொடுப்பது என நாலாபுறமும் திரும்பிப் பார்த்தாள். குழந்தையை கரம் நீட்டி வாங்கினான் ஜுவஸ்.

அவள் பின் மற்றொரு வளர்ப்புத் தாய் வந்தாள். அவளது கைகள் தாமரை போல் குவிந்து போயிருந்தன. அன்னநடை எடுத்து வைத்து நடந்து வந்தவள் அவள் கையிலிருந்த குழந்தையை ஹீராவிடம் நீட்டினாள்.

ஜுவஸ், கரத்தில் தவழ்ந்து கொண்டிருந்த குழந்தையை ஒரு கணம் ஆழமாகப் பார்த்தான். குழந்தையின் கால் முதல் மூட்டு வரை பூமி தெரிந்தது. மூட்டு முதல் இடுப்பு வரை நீர் ஜில்லிட்டது. மார்பு முதல் நெற்றி வரை வாயு புலப்பட்டது. நெற்றி முதல் உச்சி வரை ஆகாசம் தெரிந்தது. உடம்பின் உஷ்ணத்தில் நெருப்பு தெரிந்தது. ஐம்பூதங்கள் கொண்ட திரட்டாக அக்குழந்தை இருந்தது.

ஜுவஸ், குழந்தையின் கண்களைத் தீர்க்கமாகப் பார்த்தான். அதன் தீட்சண்யமான விழிகளைப் பார்த்தான். விழி அறுக்கும் ஒளி

வீச்சினைப் பார்த்தான். கன்னத்தில் முத்த மழை பொழிந்தான். ‘குழந்தாய், இப்பொழுது முதல் நீ அகமெம்னான் என அழைக்கப்படுவாய்’

விண்ணிலிருந்து பூ மழை பொழிந்தது. பட்சிகள் இறக்கைகளால் கை கொட்டின. களிறு திசைகள் அதிர ஒரு பிளிறு பிளிறி நின்றது. ஹீரா அவள் கையில் விளையாடிக் கொண்டிருந்த குழந்தையை கணவன் முன் நீட்டினாள்

‘இவன் கோபித்து கொள்ளப் போகிறான். இவனுக்கும் ஒரு பெயரைச் சூட்டி விடுங்கள் ’

ஜுவஸ், கையில் வைத்திருந்த குழந்தையை ஒரு வளர்ப்புத் தாயிடம் கொடுத்துவிட்டு இரண்டாவது குழந்தையை வாங்கினான். குழந்தையின் திடமான உடல்வாகு, ஏறிய நெற்றி, குமுதவாய், வில் போன்ற வளைந்த விரல்கள்,....

‘இவன் மெனிலாஸ் என அழைக்கப்படுவான்’

புறாக்கூட்டம் குறுக்கும் நெடுக்குமாகப் பறந்து ஆரவாரம் கொண்டன. மயில்கள் தோகையை விரித்து களிநடனம் புரிந்தன. முற்றத்தில் நின்றுகொண்டிருந்த தெட்டிஸ் அகமலர்ந்தாள். அவளது கன்னங்கள் பூச்சொரிந்தன. கன்னத்து திசுக்கள் துடித்து உதடுகள் உச்சரித்தன.

‘அகமெம்னான், மெனிலாஸ்’ ‘அடடே, என்னே பெயர்!’ அரசு, மக்கள், சுற்றம் யாவரும் பெயர்களைஉச்சரித்தார்கள். ‘அகமெம்னான், மெனிலாஸ்’ ‘அகமெம்னான், மெனிலாஸ்’

குழந்தைகள் இரண்டும் பலரின் கரங்களில் தழுவி முத்த மழையில் நனைந்து வளர்ப்பு தாய்களின் கரங்களில் போய்ச்சேர்ந்தார்கள். ஏழு இரண்டு பதினான்கு தாய்கள் வரிசையாக நிற்க வைக்கப்பட்டிருந்தார்கள். ஒரு வயது முதல் ஏழு வயது வரை பாலன். வளர்த்து எடுக்க வேண்டியது இவள் பொறுப்பு. அவள் குனிந்து நிமிர்ந்தாள். எட்டு வயது முதல் பத்து வரை மீளி. இவள் வசம். பதினொன்று முதல் பதிநான்கு மறவோன் - இவள் வசம். பதினைந்து வயது திறவோன் - இவள் பொறுப்பு. பதினாறு காளை. இவள் வசம். பதினேழு முதல் முப்பது வரை விடலை. அரவணைப்பிற்குப் பெயர்போன பேரிளம் பெண்; இவளது பொறுப்பு. முப்பதுக்கும் மேல் முதுமகன். அந்த வயதிலும் அவர்களை வளர்த்தெடுக்க ஒரு கோமகள் நிறுத்தப்பட்டிருந்தாள்.

அகமெம்னான், மெனிலாஸ் இருவரும் இரண்டு வளர்ப்புத் தாய் கரங்களுக்குப் போய்ச்சேர்ந்திருந்தார்கள். அவர்கள் இருவரும் வளர்ப்புத் தாய்க்கு பெயர் போனவர்கள்.

விருந்து உபசரிப்பு நடந்தேறியது. தாம்பூலம் அளிக்கப்பட்டது. நீராடுதல், ஆடை அணிவித்தல், நறுமணம் தருதல், தேய்வைப்பூசுதல், மலர் அணிவித்தல்,... என உபசரிப்பு களை கட்டியது. பந்தியில் உணவு பரிமாறும் பொறுப்பை ஹெர்குலஸ் எடுத்துக்கொண்டான். அவன் சுறுசுறுப்புக்குப் பெயர் போனவன். ஆற்றைத் திருப்பி கால்நடை கொட்டகையைச்சுத்தம் செய்தவன். வந்திருந்த அத்தனை விருந்தினர்களையும் ஒரே பந்தியில் உட்கார வைத்து ஒரே நபராக நின்று உணவு பரிமாறிக்கொண்டிருந்தான்.

விருந்திற்கு உட்கார்ந்திருந்த அத்தனை பேரும் ஹெர்குலஸின் வேகத்தைப் பார்த்து திகைத்திருந்தார்கள். அவர்களுக்கு, ஹெர்குலஸ் இளமை காலத்தில் நடத்திய சாகசம் நினைவிற்கு வந்து போனது.

அப்பொழுது ஹெர்குலஸ் இளமை துடிக்கும் வாலிபன். அவன் ஒரு பண்ணையாரின் கீழ் மாட்டுத் தொழுவத்தில் வேலை செய்தவனாக இருந்தான். ஆயிரம் மாடுகள் கொண்ட தொழுவம் அது. பண்ணையார் ஒரு நாள் தொழுவத்தை வந்து பார்த்தார். தொழுவம் அத்தனை சுத்தமாக இல்லை. எங்கும் சாணிகளின் மேடுகளாக இருந்தது. அவர் ஹெர்குலஸிற்கு ஓர் உத்தரவு பிறப்பித்தார். ‘ஹெர்குலஸ், நான் வெளியில் சென்று இளைப்பாறி வருகிறேன். நான் வருவதற்குள்ளாக இந்த தொழுவத்தைக் கூட்டிப் பெருக்கி சுத்தம் செய்திட வேண்டும்...’ என்றார். ‘சரி’ என்ற ஹெர்குலஸ், தூர்வையை எடுத்துக் கூட்டிப்பெருக்கி சுத்தம் செய்தான். கூட்டக்கூட்ட மாடுகள் சாணம் போட்டுக்கொண்டேயிருந்தன. அரை கல் தூரம் கூட்டிப்பெருக்கிவிட்டு திரும்பிப்பார்த்தான். திரும்பவும் அதே போன்று சாண மேடுகள். அவன் தன் கையில் வைத்திருந்த தூர்வையையும், கூடையையும் விட்டெறிந்து விட்டு மண்வெட்டியை எடுத்துக்கொண்டு ஒரு கல் தூரத்திலிருந்த ஆற்றுக்குச் சென்றான். கரை தழுவி சென்று கொண்டிருந்த ஆற்றை மறித்தான். ஒற்றை ஆளாக நின்று ஆற்றின் போக்கைத் திருப்பினான். சுழி எடுத்துப் பாய்ந்திருந்த ஆற்றை மாட்டுத் தொழுவத்திற்குள் செலுத்தினான். ஆழிப்பேரலை போலப் பேரிரைச்சல். ஓ...வென உக்கிரப் பாய்ச்சல். ஒரே வீச்சில் தொழுவத்தின் அத்தனை சாணி,

வைக்கோல், குப்பைக்கூளங்களையும் துடைத்து அள்ளிச் சென்றது. ஆற்றை சட்டெனத் திருப்பி, பழையபடி அதன் போக்கில் விட்டான். பேரிரைச்சலைக் கேட்டு ஓடி வந்தார் பண்ணையார். வந்து பார்க்கையில் தொழுவத்தின் சுத்தத்தைப் பார்த்துத் திகைத்துப் போனார். அப்படியாக, ஆற்றைத் திருப்பி தொழுவத்தைச் சுத்தம் செய்த ஹெர்குலஸ்தான் ஒற்றை நபராக நின்று வந்திருந்தவர்களுக்கு பந்தி பரிமாறிக்கொண்டிருந்தான்.

பெண்கள் படை சூழ நின்றார்கள். கொண்டை அணிந்தவர்கள் ஒரு பக்கம். குழல் முடியினர் இன்னொரு பக்கம். பனிச்சை, சுருள் முடிந்தவர்கள் எனப் பலரும் அணிவகுத்து நின்று பிரியாவிடையுடன் வழியனுப்பி வைத்தார்கள். முதல் நபராக வந்திருந்த ஜுவஸ் கடைசி நபராக தேசத்தை விட்டு விடைபெறலானார்.

மாடத்தில் தாலாட்டு கேட்டவண்ணமிருந்தது. இரு வேறு தாலாட்டுகள். ஜுவஸின் புகழ், ஹெர்குலஸின் திறமை, ஜுபிடரின் வீரம், டயானாவின் அழகைப் பாடும் பாடலாகத் தாலாட்டு இருந்தது. பாராட்டும் தாய், ஊட்டும் தாய், முலைத்தாய், கைத்தாய், செவிலித்தாய்,....என ஐவரும் சேர்ந்து தாலாட்டை அடி மாறாமல், தாளம் , சுருதி குன்றாமல் பாடிக்கொண்டிருந்தார்கள். தூரத்தில் ஒரு பட்சி அலறும் சத்தம் கேட்டது. அதைக் கேட்க அபசகுனம் போல இருந்தது. அது வல்லூறு. தெட்டிஸ் திடுக்கிட்டாள். அரண்மனைக்கு வெளியே முனங்கல் சத்தம் கேட்டது.

ஆந்தை.

தெட்டிஸ் தீப்பந்தம் போல் எழுந்தாள். திரைச்சீலையை விலக்கி சுற்றுமுற்றும் பார்த்தாள். வளர்ப்புத் தாய்களின் தாலாட்டு மெல்ல அழுகையாக, தேம்பலாக, ஒப்பாரியாக மாறிக்கொண்டிருந்தது.

'அய்யகோ, குழந்தாய்...!.'

வளர்ப்புத்தாய் அலறிட்டாள். அவளுடன் சேர்ந்து செவிலித் தாய் கதறினாள். பசுந்தளிர் போலிருந்த மெனிலாஸ் சருகாக மெலிந்துபோயிருந்தான். ஒரு மூதாட்டி அவனைத் தூக்கிக்கொண்டு தெட்டிஸிடம் ஓடிவந்தாள். அவனை வாங்கிய தெட்டிஸ் 'குழந்தாய்.....' எனக் கதறினாள்.

மெனிலாஸ், பெரிதும் மெலிந்து போயிருந்தான். முன்னமே பறித்த கீரையைப்போலச் சோர்ந்து கீரையின் தண்டு போல அவனது விரல்கள் சூம்பிப் போயிருந்தன. வேக வைத்து உரித்த கிழங்கு

போலப் பளபளவென இருந்த பாதங்களில் சுருக்கங்கள் விழுந்திருந்தன. பிஞ்சு எலும்புகள் குறுத்து வெளியே தெரிந்தன. அரண்மனை குழந்தை சற்று நேரத்திற்குள் அன்றாடங்காய்ச்சி குழந்தையைப்போல மெலிந்து விட்டிருந்தான்.

தெட்டிஸ் தாயின் கோரக்குரல் அரண்மனையைத் தாண்டி வெளியில் கேட்டது. அக்குரல் அதுநாள் வரைக்கும் யாரும் கேட்டிராத குரலாக இருந்தது. யானையின் பிளிறல் குதிரையின் கனைப்பும் இரண்டும் கலந்த கரகரப்பை அக்குரல் கொடுத்துக்கொண்டிருந்தது. அக்குரலைக் கேட்ட அண்டைவாசிகள் தன் இரு கைகளால் செவிகளை இறுகப் பொத்திக்கொண்டார்கள். ஆழ்ந்த உறக்கத்திலிருந்த குகைவாசிகள் கூட அக்குரல் கேட்டு எழுந்து வெளியே வந்தார்கள்.

'அய்யோ, என் இரத்தினத்திற்கு என்னவோ செய்கிறது. வந்து யாரேனும் பாருங்களேன்' என அழுது புரண்டாள் தெட்டிஸ். செவிலித்தாய்கள் ஓடி வந்தார்கள். என்ன செய்வதெனத் தெரியாமல் பரிதவித்து நின்றார்கள். பணிப்பெண்கள் நெருப்பில் நடப்பதைப்போல நடந்தார்கள். மருத்துவச்சிகள் கையிலிருந்த மருந்துகளை வைத்து வைத்தியம் பார்த்து குணமாகாமல் சோர்ந்துபோய் மூலிகை பறித்துவர நாலாபுறமும் ஓடினார்கள்.

10

தலைமை மருத்துவச்சி

அந்நேரம் வரைக்கும் காத்திருக்கவில்லை. அவள் நொடிக்கு நொடி குழந்தை சோர்வடைந்து வருவதைக் கூர்ந்து கவனித்தாள். இரண்டு மூலிகைகளைப் பறித்து கசக்கி முதலுதவியாக குழந்தையின் மீது தடவினாள்.

மெனிலாஸ் மேனியெங்கும் புண்கள். வடுக்கள். கொப்புளங்கள். தீச்சுவடுகள். பாம்பு உரிக்கும் சட்டையைப்போலத் தோல் உரிகிறது. உரியுமிடத்தில் கொப்பள நீர் பெருக்கெடுத்து வழிகின்றது. வயல்களில் வெடிக்கும் வாயுவைப்போலப் புண்கள் குமிழிடுகின்றன. வெடிக்கின்றன. ஊநீர்வழிந்து நாற்றமெடுக்கின்றது.

தேனீக்கள் மட்டும் உலாவிய அரண்மனைக்குள் கொசுக்கள், ஈக்கள், பூச்சிகள், வண்டுகள். குழந்தையின் கண்களை விரித்துப் பார்க்கிறார் ஒரு மருத்துவச்சி. குழந்தையின் கண்கள் இமைகளுக்குள் சொருகிப்போயிருக்கின்றன. ஆழி சகதிக்குள் தலை சிக்கி தவிக்கும் உயிரைப்போல இமைகளுக்குள் விழிகள். படக், படக்,..துடிப்புகள். செவிலித் தாய்கள் மருந்து இடிக்கிறார்கள் 'டக், டுக்,...' மருந்து இடிபடும் சத்தத்துடன் உலக்கை உரலில் இடிபடும் சத்தமும் கேட்கிறது. 'டக், டடக்...' சிலர் அம்மியில் மருந்தை வைத்து குழவியால் அரைக்கிறார்கள். 'கிரிச்...கிராச்....' அடுப்பில் மருந்துகள் சுடுவதும், பாத்திரங்களில் கொதிக்க வைப்பதும், முறம்,சல்லடையில் சலிப்பதுமாக இருந்தார்கள். மூன்று மருத்துவச்சிகள் அரைத்த, இடித்த, சலித்த, கொதிக்க, வேக வைத்த மருந்துகளைக் கொண்டு தனித்தனியே மருந்துகளை உருட்டுகிறார்கள். பிரிக்கிறார்கள். அதன் பெயரைச் சொல்லி வகைப்படுத்தி வைக்கிறார்கள்.

இது மேனிமேல் தடவ, இது நாக்கில் தடவ, இது சங்கில் புகட்ட, என அவர்கள் மருந்துகளைப் பிரித்துவைக்கும் வேலையில் இறங்கினார்கள். செவிலியர்கள் அரைத்த, நைத்த, சுட்ட , கொதிக்க வைத்த மருந்துகளை ஒன்றாகச் சேர்த்து கலக்கி மெனிலாஸ் மேனியில் இறகால் தடவினார்கள். நாக்கில் தொட்டு வைத்தார்கள். விரல்களை கூம்பாகக் குவித்து வாயில் திரவமாக இறக்கினார்கள்.

மெனிலாஸ் சிணுங்கியவனாகவே இருந்தான். உடம்பை முறுக்கிக் கொடுத்தான். குழந்தையை ஏந்தியிருந்த வளர்ப்புத் தாயின் கண்களில் கண்ணீர் ஒழுகிக் கொண்டிருந்தது.

ஒரு வளர்ப்புத் தாய் தெட்டிஸ் தாய் முன் ஓடி வந்தாள். மடிக்குள் முகம் புதைத்து அழுது கொண்டிருந்தவளை எழுப்பி மகன் குறித்த செய்தியைச் சொன்னாள். 'தாயே, எத்தனையோ வைத்தியம் கொடுத்தாகி விட்டது. குழந்தையின் உடல் நலத்தில் ஒரு முன்னேற்றமும் தெரியவில்லை தாயே...'.

'என்ன சொல்கிறீர்..!'

'ஆமாம் தாயே! நாங்கள் கொடுத்த மருந்தில் என்னவோ ஒரு குறை இருப்பதைப்போலவே உணர்கிறேன். மூத்த மருத்துவச்சி ஆகா, ஒன்றை மறந்தே விட்டேன். அதைக் கொண்டு வருகிறேன் என ஓடியவர் எதை மறந்தேன் என்று சொல்லவில்லை. அதை இந்நேரம் வரைக்கும் கொண்டு வரவுமில்லை. அந்த ஒன்றை நாங்கள் தயாரித்த மருந்தில் சேர்த்து குழைத்து கொடுத்தால் மட்டும்தான் நோய் குணமாகும் என நினைக்கிறேன். ஆனால் அந்த ஒன்று என்னவென்று நாங்கள் அறிந்து வைத்திருக்கவில்லை தாயே...' கண்களில் குளம் நிறைய நின்றாள் மருத்துவச்சி.

தெட்டிஸ் ஓடிவந்தாள். வளர்ப்புத் தாயிடமிருந்த குழந்தையை வேகமாக வாங்கினாள். சந்தனம் போல இருக்க வேண்டியவன் சுண்ணாம்பு போல ஆகிவிட்டிருந்தான். மேனி காரமாகக் கொதித்தது. மேனியெங்கும் வெள்ளை பூத்துத் தகித்தது. குழந்தையால் அழ முடியவில்லை.

குழந்தையைத் தன் தோளில் கிடத்திக்கொண்டாள் தாய். அவனது மேனிப் புண்களைத் தடவிக் கொடுத்தாள். விரல்களால் தொட்டு எடுத்தாள். புண்கள் இரட்டிப்பாகிக் கொண்டிருந்தன. குழந்தையைத் தூக்க முடியவில்லை. நிற்க வைக்க முடியவில்லை. படுக்க , நீட்ட முடியவில்லை. உச்சி முதல் உள்ளங்கால் வரை எங்கும் சீழ் வடியும் புண்கள். பணிப்பெண்கள் மயில் இறகுகளால் விசிறி விடுவதாக இருந்தார்கள். செவிலியர்கள் குயில் இறகால் மருந்து தடவினார்கள். மருத்துவச்சிகள் ஒவ்வொரு மருந்து சேர்ப்பிற்குப் பிறகு ஏதேனும் முன்னேற்றம் தெரிகிறதா எனப் பார்த்தார்கள். குழந்தையின் வதை பார்க்க முடியாத கதியிலிருந்தது. குழந்தையைச் சுற்றி ஈக்கள். புண்களின் எண்ணிக்கையை விடவும் ஈக்கள் அதிகமாக மொய்த்துக்கொண்டிருந்தன.

ஒரு செவிலித்தாய் ஓடி வந்தாள். 'என்ன தாயே செய்யலாம்....?'

'எனக்கு என்ன தாயே தெரியும். நீர்தானே எனக்குப் பிள்ளைப்பேறு காலம் பார்த்தாய். நீதானே இரண்டு குழந்தைகளையும் எடுத்துக்

கொடுத்தாய். இரண்டும் குதிரைகள் என்றாய். ஆண் என்றாய். அழகு என்றாய். சிங்கக்குருளைகள் என்றாய். எடையால், நிறத்தால், கனத்தால், குணத்தால் ஒன்று போலவே இருக்கிறது என்றாய். எக்குழந்தை முதலில் பிறந்தது. எது அடுத்து பிறந்ததென மறந்து விட்டது என்றாய். இரண்டும் ஒன்று போலவே இருப்பதால் எக்குழந்தை மூத்தவன், எவன் பின்னவன் தனக்கு தெரியவில்லை என்றாய். குழந்தை வீடாளும், நாடாளும், வாளாளும், வேலாளும்,கடலாளும் என்றாய். ஒரு நோய் நெருங்காது, தொடாது, தாண்டாது என்றாய். இத்தனையும் நீதான் சொன்னாய். இப்பொழுது என்னிடம் நீயே என்ன செய்யலாம் என்று கேட்டால் நான் என்ன செய்வேன் தாயே. நான் கருவுற்றது, சுமந்தது, பெற்றது இதைத் தவிர எனக்கு வேறென்ன தெரியும் தாயே. நீயே சொல். பெற்றவள் என்கிற முறையில் நான் என்ன செய்ய வேணும்....?'

'ஒன்றும் புரியாமல் தவிக்கிறேன் தாயே. குழந்தையை நினைக்கையில் மனது பதறுகிறது. நெஞ்சுக்குழிக்கும் சற்று மேலே தீக்கனல் எழுகிறது. எரிகிறது. பற்றுகிறது. பரவுகிறது....'

'உனக்கே அப்படியானால் பெற்றவளுக்கு எப்படியெல்லாமிருக்கும், ஒரு கணம் நினைத்துப் பாரும். எனக்கு நீ பேறுகாலம் பார்க்கையில் வலிக்கிறதா எனக் கேட்டாய். எனக்கு வலிக்கிறது என்பதா முக்கியம். குழந்தைக்கு வலிக்காமல் எடு தாயே என்றேன். பேறு காலத்தில் குழந்தையின் வலியைப் பொறுக்க முடியாத நான் இப்பொழுது துடிக்கும் குழந்தையின் வலியை எப்படித்தாயே பொறுப்பேன்....'

'எல்லா வைத்தியமும் பார்த்தாகி விட்டது. வைத்தியம் பார்க்கையில் நிர்ணயித்த நேரத்தையும் கடந்தாகி விட்டது. இதற்கும் மேல் மருத்துவச்சியாக நான் கை விரிப்பதைத் தவிர என்னால் வேறெதையும் செய்ய முடியவில்லை தாயே....'

தெட்டிஸ்,நொறுங்கிப் போனாள். கண்ணாடி கோபுரம் சரிவதைப்போல மனதால் சரிந்தாள். நடுங்கினாள். அவள் நின்றுகொண்டிருந்த பூமி அவளை விடுத்து விலகிச் செல்வதைப்போலிருந்தது. தலைமை மருத்துவச்சியை ஒரு வளர்ப்புத்தாய் சற்று விலக்கி இருவருக்குமிடையில் நுழைந்தாள். குழந்தையின் கன்னத்தில் கை வைத்தாள். வைத்த வேகத்தில் அவள் கையைச் சட்டென எடுத்தாள். உடம்பின் தகிப்பு உச்சவெயிலிலிருந்தது.

‘எனக்கொரு கேள்வி கேட்கத் தோன்றுகிறது தாயே....’

‘என்ன கேள்வி..?’

‘அதைக் கேட்கவும் தயக்கமாக இருக்கிறது.

‘என்ன தயக்கம், கேளும் தாயே....’

‘நான் உன் அரண்மனையில் நீண்ட நாட்கொண்டு இருக்கிறேன். உனக்கு சேவை செய்வது ஒன்றே சேவையென்று இருக்கிறேன். என்னைப் பார்ப்பவர்கள் தவறாது கேட்கும் கேள்விகள் சில உண்டு. ஒருவர் கேட்டார் ‘தெட்டிஸ் யார்...?’ இன்னொருத்தர் ‘இவளுக்கு இவ்வளவு சொத்து எங்கேயிருந்து வந்தது...?’ மற்றொருவர் ‘எந்த தேசத்துக்காரி இவள். இங்கே எப்படியாம் நம் தேசத்தில்...?’ இன்னும் சிலர் கேட்டார்கள் ‘இவளுடைய பிறப்பு என்ன, வளர்ப்பு என்ன...?’ அவர்களிடம் நான் ஒரு பதிலும் சொன்னதில்லை....’

தெட்டிஸ் வெறித்து நின்றாள்.

‘தாயே, உன்னிடம் ஒரு கேள்வி கேட்கிறேன். இக்கேள்வியால் உனக்கு கோபம் உண்டாகலாம். என்னை அரண்மனை விட்டு விரட்டவும் செய்யலாம். எனக்கு அதைப்பற்றிக் கவலையில்லை. நான் கேட்கிற கேள்வி குழந்தை நலன் சார்ந்ததே. அவன் பூர்ண நலம் பெற்றுத் திரும்ப வேண்டும் என்பதற்காகக் கேட்கிறேன். மறைக்காமல் சொல்லும் தாயே...’ என்றவள் தயக்கத்துடன் நின்றாள். தெட்டிஸ் திரும்பிப் பார்த்தாள். அவள் பார்வையில் சுற்றி நின்ற மருத்துவச்சிகள், செவிலியர்கள், பணிப்பெண்கள் விலகி நின்றார்கள்.

‘என் கணவன் யாரென்று கேட்கிறாய். இதுதானே நீ கேட்க நினைக்கும் கேள்வி...?’

‘இல்லை தாயே....’

‘வேறென்ன உன் கேள்வி.... ?’

‘இக்குழந்தையின் தந்தை யார் தாயே...?’

அக்கேள்வியால் தெட்டிஸ் முகத்தில் ஒரு ஆளை விழுங்கும் படியான பள்ளம் விழுந்திருந்தது.

11

தெட்டிஸ்

ஓர் அவசர முடிவு எடுத்தாக வேண்டிய முனைக்கு வந்திருந்தாள். எதுவொன்று பின்னொரு காலத்தில் நிகழ்ந்து விடக் கூடாது என்று நினைத்தாளோ, அதை நோக்கியே அவள் தள்ளப்பட்டிருந்தாள்.

'கணவன் யார்...?' என்கிற கேள்வியை மருத்துவச்சி 'குழந்தையின் தந்தை யார்...?' எனக் கேட்டதும் கேட்ட தொனியும் முள்ளெலி மயிரென அவளுக்குக் குத்தச் செய்தது. இக்கேள்வியை அவள் தெரிந்துதான் கேட்டாளோ...? இவளுக்கு என்னைப் பற்றி வேறெதுவும் தெரிந்திருக்கக் கூடுமோ, எப்படி அவளால் அப்படியாகக் கேட்க முடிந்தது....?. அதைக் கேட்டுக்கொண்டு என்னால் எப்படி வெறுமென நிற்க முடிந்தது....? அவளுக்குள் தராசு ஏறி இறங்கியது.

அவளது அறையில் ஒரு தடாகத் தொட்டி இருந்தது. அதில் தன் முகத்தைப் பார்த்தாள். தடாகத்தில் மிதக்கும் அவளது முகத்தில் மகனின் முகம் தெரிந்தது. தன் மீது தான் கட்டிக்கொண்ட பரிவாரங்களை விடவும் தன் வயிற்றில் பிறந்த குழந்தையே அவளுக்குப் பெரிதெனப்பட்டது. தடாகத்தில் தெரிந்த முகத்தை விரல்களால் கலைத்தாள். தெளிந்த முகம் தடாகத்தில் உடைந்து கலைந்து கரைந்தது.

தெட்டிஸ் மருத்துவச்சியை நோக்கி ஓடினாள். அவளது கையிலிருந்த குழந்தையை வாங்கினாள். குழந்தையை மார்போடு அணைத்து அரண்மனையைத் தாண்டி, வாசலைத்தாண்டி, வனத்தை நோக்கி ஓடினாள். இதயத்தின் துடிப்பும், அவளது விரைந்து எடுத்துவைத்த காலடிச் சுவடுகளின் ஒலிப்பும் ஒரே சேரக் கேட்டன. அவள் ஓடி நுழைந்த இடம் அடர் வனமாக இருந்தது. அதற்குள் நுழைகையில் அந்தி முடிந்து இரவு கண் கட்டியது.

பறவைகளின் கீச்சிடுதல், இலைகளின் அசைவுகள், கிளைகளின் நெட்டி முறிப்புகள், தண்டுகளின் அசைந்தாடுதல்,.. இத்தனைக்கும் இடையில் அவள் ஓடிவந்த இதயத்தின் துடிப்பு தனித்துக் கேட்டது. பெருமூச்சு மாரிகால தவளையைப்போல இரைச்சலிட்டது.

குழந்தையைத் தோளில் கிடத்திக்கொண்டாள். நாலாபுறமும் சுற்றிப்பார்த்தாள். இங்கு அவன் இருப்பானா, இருந்தால் கிடைப்பானா, என்னைப் பார்க்க வருவானா, வந்தால் எனக்குத்

தெரிவானா...? கேள்விகள் அவளுக்குள் கொம்பு சீவின. அவனை நான் அழைக்க வேண்டும், எப்படி அழைப்பது..?, உரிமையுடனா, பரிவுடனா...? மனதிற்குள் துழாவினாள்.

கைரேகையைப் போல வனத்தில் ஒத்தையடிப் பாதைகள் ஓடிக் கிடந்தன. எது பொதுவெளி, எது குறுவெளி எதுவும் அவளுக்குத் தெரிந்திருக்கவில்லை. பார்க்க அவை ஒரே வழியைப்போலவே தெரிந்தன. பறவையொன்றின் கீச்சிடும் சத்தம் கேட்டது. பறவையின் ஒலியால் தனக்கொரு வழித்துணை கிடைத்துவிட்டதாக நினைத்தாள். நெற்றிக்குக் கைகொடுத்து வான்நோக்கிப் பார்த்தாள். பறவையின் அழைப்பு இன்னும் கொஞ்சம் அருகில் கேட்டால் தேவலாம் போலிருந்தது. அவள் நினைத்தபடியே அழைப்பு கிட்டே, கிட்டே கேட்பதாக இருந்தது. கூப்பிடும் தூரத்தில் வந்து விட்டிருந்த அப்பறவையின் ஒலியால் அவள் திடுக்கிட்டாள். கைகளை இரு காதுகளுக்கும் கொடுத்து பெரும் குரலெடுத்துக் கத்தினாள். அவளது ஈரல் நடுங்கியது. இதயம் குதிரையின் குளம்படி ஓட்டத்தை ஒத்து துடிப்பதாக இருந்தது. நெற்றியில் வியர்வை பூத்து மார்பு வழியே, தோள் வழியே இறங்கி பாதங்களை நனைத்தது. தூரத்தில் சத்தமிட்ட பறவை தன் நீண்ட இறக்கையை அடித்துக்கொண்டு அவள் நின்று கொண்டிருந்த இடத்திற்கு அருகில் பாக்கு மர உச்சியில் வந்தமர்ந்தது.

அவளது கணிப்பு சரியாகி விட்டிருந்தது. மரத்தில் உட்கார்ந்த பறவை கழுகுதான். சிறகு ஒடுக்கி உட்கார்ந்த அரவத்தில் அதன் கோரப்பசி தெரிந்தது. இனி ஒரு வழியுமில்லை. அவனை அழைக்கும் ஒன்றைத் தவிர. அவனை அழைக்க வாயை எடுத்தாள். தன்மானம் தடுத்தது. முந்தைய சவால்கள் மனதிற்குள் குறுக்கிட்டன. மனதின் சுமை குன்றி மடியின் சுமை கனத்தது. எனக்கு என் மகனே முக்கியம்.. என் இரத்தம் அவன். எப்படியும் அவனை நான் காப்பாற்றியாவேன்... கண்களை மெல்ல மூடினாள்.

பிறருக்குக் கேட்கும்படியாக அழைப்பது பகிரங்க அழைப்பு. அப்படியாக அழைக்கவே வாயைப் பெரிதெனத் திறந்தாள். பகலில் பார்த்துப் பேச வேண்டும். இரவு அதுதானும் கூடாது. தான் கூப்பிட்டு விட்டால், அவன் வந்து விட்டால், யாரேனும் அதைப் பார்த்துவிட்டால், தன் குடிபெருமை என்னாவதாம்...?

அடுத்து அவள் சாந்த பாவனையில் அழைத்தாள். ‘எனக்கு ஒருவனே, அவன் நீயே....’ என்பதாக அந்த அழைப்பு இருந்தது. அவள் அழைத்தது அவளுக்கு கேட்டிருக்கவில்லை. அந்த

அழைப்பில் பாசம் இருந்திருக்கவில்லை. பசபசப்பு இருந்திருக்கவில்லை.

அடுத்து அவள், தன்னைத் தோழியாகப் பாவித்து சாக்கிய தொனியில் அழைத்தாள். வேண்டா, வெறுப்புடன் கொஞ்சம் அன்பைக்கூட்டி நேசத்தைக் குறைத்து வெப்பத்தில் வெடிக்கும் பருத்தியைப்போல வெடித்தாள். அப்படியும் அவன் வந்திருக்கவில்லை. அவனுக்குப் பதிலாக ஒரு ஓநாய் அவள் முன் நின்று வாலைச் சிலுப்பியது. அவளை குறுகுறுவெனப் பார்த்துக் குரைத்து ஊளையிட்டது.

குழந்தையை அவள் இறுக மார்போடு அணைத்துக்கொண்டாள். ஒரு கையைத் தரையில் ஊன்றி மெல்ல பின் பக்கமாகத் திரும்பினாள். அவளுக்குத் திக்கென இருந்தது. பின் பக்கம் இரண்டு நரிகள் வாயை ஆ...வெனத் திறந்துகொண்டு நின்றிருந்தன.

அவள் உட்கார்ந்திருந்த இடம் ஒரு மேடு. இரு பக்கமும் கவனித்தாள். அப்போதுதான் அவளுக்கு நினைவு வந்தது. இதற்கு முன் அவள் அவனிடம் கலவி புரிந்த இடம் அது. இந்த இடத்தில் வைத்துதான் அவன் அவளை இறுக அணைத்தான். முத்தமிட்டான். ஆடைகளைக் கலைத்தான். அதை நினைக்க அவளுக்கு தலைமையின்பமாக இருந்தது. ஆனால் அவனது முகம், அவன் நிறம், பிறப்பு... அதை நினைக்கையில்தான் அவளுக்கு அருவருப்பூட்டியது. பழைய நினைவிலிருந்து எழுந்து இருப்பு நிலைக்கு வந்தாள். இரு பக்கங்களும் பாதாளப் பள்ளங்கள். பின் பக்கம் நரி, முன்பக்கம் ஓநாய். மேலே கழுகு. கீழே மட்டும்தான்....? இல்லை அங்கேயும், அவள் மீது ஏதோவொன்று ஊர்ந்து செல்வதாக இருந்தது. என்னவாக இருக்கும்..?, துருவிப் பார்க்கக் கூட அவளுக்கு அவகாசம் இருந்திருக்கவில்லை. கண்களை இறுக மூடிக்கொண்டாள். அவனை எஜமானனாகவும் தன்னைப் பணியாளனாகவும் நினைத்துக்கொண்டு தாஸ்ய பாவனையில் இரங்கினாள். அவளுக்கு ஏமாற்றம்தான் மிஞ்சியது.

கடைசியாக அவள், மதுர பாவனைக்கு இறங்கினாள். தன்னை நாயகியாகப் பாவித்து அவனை நாயகனாக நினைத்து மனதிற்குள் இதயமுறுகினாள். நாணல் போல வெட்கி வளைந்து குழைந்தாள். அவளது தோளினை ஒரு கை தொடுவதைப் போலிருந்தது. அவன்தான். அவனேதான். என்னவன், இச்சீ...! என் மகனுக்கானவன்! மகன் பிறப்பதற்குக் காரணமானவன்.

அவள் ஒரு கணம் நிமிர்ந்து பார்த்தாள். மிக நெருக்கத்திலிருந்ததால் முகம் தெரியவில்லை. உருவம் தெரியவில்லை. கண்கள் மட்டும் தெரிந்தன. இமைகள் அடித்துக்கொள்வது தெரிந்தது. வாயைத் திறக்கையில் பற்கள் தெரிந்தன. மூச்சுவிடும் அரவம் கேட்டது.

அவளுக்கு அழுகை வந்தது. அவனை இறுகக் கட்டி அணைக்க வேண்டும் போலிருந்தது. அவனது நெற்றியில், நாசியில் உதட்டில், கழுத்தில், மார்பில், வயிற்றில்..... இன்னும் எங்கெங்லாமோ முத்தம் கொடுக்க வேண்டும் போலிருந்தது.

அவன் மாட்டான். அவன் பிடிவாதக்காரன். இரத்த அழுத்தத்துடன் நிண அழுத்தமும் கொண்டவன். அவனது நெஞ்சுக் கூட்டிற்குள் துடிக்கும் இதயம் அதற்கோர் சாட்சி. இதயம் இறகு போலத் துடிக்க வேண்டும். அவனுக்கு இயந்திரம் போலல்லவா துடிக்கிறது. அவன் சொன்னான். அவனிடம் நான் தறபெருமை, குலப்பெருமை பேசிக்கொண்டு வெளியேறுகையில் சொன்னான். 'நீ திரும்பவும் வருவாய்...'

'மாட்டேன்,..'

'வரத்தான் போகிறாய்...'

'அதற்கான அவசியம் நிகழப்போவதில்லை. உன்னைச் சந்திக்க நான் வரப்போவதில்லை...'

அப்போது அவன் சிரித்தான். அவன் சொன்னதுதான் நடந்திருக்கிறது.

'அடேய், ஏதேனும் பேசேன்டா...'

அவன் பேசமாட்டான். நான்தான் பேச வேண்டும். என்ன பேசுவது, எப்படியிருக்கிறாய்...? என்னைத் தெரிகிறதா? வாயேன்டா, என்னைக் கட்டி அணையேன்டா. அடேய், குழந்தையின் உடலுக்கு சுகமில்லையடா, எச்சொல்லை எழுவாயாக வைப்பது....? அழலாம், கூப்பிடலாம், விசும்பலாம், சிணுங்கலாம்... இவற்றில் எதை முதலில் செய்யலாம்...? அவளது நினைவுகள் அவனை வலை பின்னின.

அவன் அவளை நெருங்கினான். கூந்தலை நுகர்ந்தான். அவளது கன்னத்திற்கு இரு கைகளையும் கொடுத்து முகத்தை நிமிர்த்தினான். 'நான்தான் சொன்னேன் இல்லையா, நீ என்னைத் தேடி வருவாய் என்று...'

அவளுக்கு அப்பாடா...! என்றிருந்தது. உரையாடலுக்கான துவாரம் கிடைத்துவிட்டதே! ஆனால் அத்துவாரம் சாவி நுழைவதாக இருக்கவில்லை. கருவண்டு நுழைவதைப் போலிருந்தது.

அவனை போலவே தானும் பேச வேண்டுமா...? இது என்ன அந்தாதியா? விட்ட இடத்திலிருந்து துவங்க. இது உறவு. இரத்த உணர்வு. அவளுக்கு வந்திருந்த அழுகையினூடே சொன்னாள். ‘குழந்தைக்கு சுகமில்லை. மேனி நெருப்பாகக் கொதிக்கிறது’

‘நான் என்ன செய்ய வேண்டும்...?’

‘நீ மருத்துவம் பார்க்க வேண்டும்...’

அவன் அவளிடமிருந்து சட்டென விலகினான். ‘பார்க்கிறேன். அதற்காக எனக்கு நீ என்ன தருவாய்...?’

‘என்ன வேண்டும்...?’

‘என் வெப்பத்தை தணிக்க உன் உடல் வேண்டும்....’

தெட்டிஸ் திடுக்கிட்டாள். அவளது உதடுகள் துடித்தன. இமைகள் தடித்தன. கண்கள் எரிந்தன. அவனைக் கடித்துக் குதற வேண்டும் போலிருந்தது. நெஞ்சுக்குள் நெருப்படி. மடியில் நெருக்கடி.

மடிக்குளிலிருந்த குழந்தை கால், கைகளை உதைத்துக்கொண்டு சிணுங்கியது. குனிந்து குழந்தையைப் பார்த்தாள். எதிரே நின்றவனின் முகத்தைப் பார்த்தாள். ‘ம், தருகிறேன்...’ என்றாள்.

12

கிளி

இப்படியான நடுநிசியில் அடர் வனத்திற்குள் இழுத்துச்செல்ல காரணம் இக்கிளிதான்.

ஒரு நாள் அவள் ஊணான்கொடியில் ஊஞ்சல் கட்டி ஆடிக்கொண்டிருந்தாள். அவள் ஊஞ்சலாடிய இடம் குடிலின் வாசலிலிருந்த ஆலமரமாக இருந்தது. அம்மரம் கொடுத்த நிழலும், இலைகளின் அசைவும், கூந்தலைக் கலைக்கும்படியான தென்றலும் அவளுக்குப் பெருஞ்சுகத்தைக் கொடுப்பதாக இருந்தது.

கிளிக்கு யாரிடமேனும் பேச வேண்டும் போலிருந்தது. தன்னை மறந்து தூக்கத்தில் மூழ்கியிருந்த தெட்டிஸ் கால்களில் போய் அமர்ந்துகொண்டு கீச்சிட்டது. கிளியின் அழைப்பைக் கேட்டு அவள் திடுக்கென விழித்தாள். கிளி அவளை பழிப்பதைப் போல பார்த்துக்கொண்டிருந்தது.

அவள் கேட்டாள் 'நம் இருவரில் யார் அழகு...?'

'நான் அழகு '

'இல்லை, நான்தான் அழகு '

'கிடையாது '

'யாரிடம் கேட்கலாம்...?'

'நான் அழகிகளின் தேவதை. மீனவப் பெண். கடலுக்கு உவமை கடல்தான். கடல் நிறத்திற்கு உவமை கடலின் நிறம்தான். என் வயதையொத்த விடலைப் பெண்களின் சுவர்க்கம் நான். என் அளவிற்கு இப்புவியில் யார் அழகுண்டு....?'

கிளி சிரித்தது. கிளி தன் அலகால் தன் சருமத்தை நீவிக்கொடுத்தது. அப்படியானால் என்னைப் போன்ற மிருதுவான சருமம் ஏன் உனக்கு இல்லை எனக் கேட்பதைப்போல அதன் அசைவு இருந்தது.

'என் சருமம் போன்றுதான் உனக்கு இல்லை...'.

'என் சருமத்தைத் தொட்டுப் பாரும்..' சொல்லும் விதமாக அவள் பக்கம் தன் மேனியைத் திருப்பியது கிளி.

தெட்டிஸ் கிளியை அருகினில் அழைத்து அதன் சருமத்தைத் தொட்டுப்பார்த்தாள். கிளியின் சருமம் மிருதுவாகவும்,

அடர்த்தியாகவும் இருந்தது. அதை உணர்ந்ததும் அவளது முகம் இருளத் தொடங்கியது.

அடுத்து கிளி தன் மூக்கைக் காட்டியது. தெட்டிஸ் நிமிர்ந்து அதன் மூக்கைப் பார்த்தாள். அவள் தினம் தினம் பார்த்து, தொட்டு கொஞ்சி, விளையாடிய மூக்குதான் அது. ஆனாலும் அவள் அதை முதன் முறையாகப் பார்ப்பதைப்போலவே பார்த்தாள்.

கிளி 'கீச்..கீச்...' என்றது. என்னைப் போல உனக்கு ஏன் குரலில்லை, கழுத்தில்லை...' கேள்விகள் நீண்டன.

கிளியின் கேலி தொனித்த குரல்கள் அவளுக்குள் எதிரொலித்தன. செவிகளுக்குள்ளாக கீச்சிட்டன.

தெட்டிஸ் எத்தனை பேரழகி. அழகி என்கிற பதத்தின் ழ அவள். இரு தென்னங்கீற்றுக்குள் தெரியும் முழுநிலவு போலப் பரந்த முகம். நெற்றியில் விழுந்தாடும் இரு மயிரிழைகள். வெண்சங்குக் கழுத்து, மேகத்தையொத்த கூந்தல், பவளப் பற்கள், வளர்பிறை நெற்றி, சிப்பிக்கன்னம்,... அவளது நடை என்னே! பாதச் சுவடுகள் என்னே!

அவளது நிழல் விழும் அழகிற்கு ஈடு இப்புவியில் யார் உண்டு...? நிலவின் நிழல் சூரியனின் முகத்தில் விழுந்து அதன் ஒளியை மறைத்துவிடுவதைப்போல அவள் தன் பேரழகால் மற்ற பெண்களின் அழகை இருண்மை செய்துகொண்டிருந்தாள். அத்தகையவள் கிளி முன் தோற்று வெட்கி, தலை குனிந்து நின்றது அவளுக்கு அவளே வேடிக்கையாகத் தெரிந்தாள்.

'அழகே, உன் அழகிற்கு யாது காரணம்...?' தெட்டிஸ் கேட்டாள்.

'வனாந்திரம் '.

தெட்டிஸ் கண்களை அகல விரித்து கிளியைத் துருவிப் பார்த்தாள்.

'உன் மூக்கின் அழகிற்குக் காரணம்..?'

'உண்ணும் கனிகள்...'

'சருமத்திற்கு..?'

'காற்றின் குளியல்'

தெட்டிஸ் கிளியைப் பிடித்து தன் மடியில் வைத்துக்கொண்டாள். அதன் சருமத்தைத் தடவிக்கொடுத்தாள். 'ஈறு அறிக்க இயலா இறகு அல்லவா உன்னுடையது...?'

'ஆமாம்'

'உன் குரல்கள் மற்ற பறவைகளை விடவும் தனித்தது'

'ம்..ம்...'

'வனம்தான் இத்தனைக்கும் காரணம் என்கிறாயா...?'

'ஆம் '

தெட்டிஸ் கிளியை வியப்போடு பார்த்தாள். அதைப்பிடித்து தன் இரு கைகளால் அணைத்து ஓரிடம் தவறாமல் முத்தம் கொடுத்தாள்.

'எனக்கும் உன்னைப்போல அழகு வேண்டுமே...'

'வனாந்திரத்திற்கு வா..'

'என்னால் வர இயலாதே...'

'ஏன்...?'

'நான் பெண் அல்லவா! அதுவும் உயர்குடிப் பெண்...'

'அதனால் என்ன...?'

'என்னை ஆண்கள் யாரும் பார்த்துவிட்டால்...?'

'பார்த்துவிட்டால்...?'

'என் மீது எவரும் காதல் கொண்டுவிட்டால்...?'

'கொண்டுவிட்டால்...'

'என்னைக் கவர்ந்துவிட்டால்...'

'கவர்ந்துவிட்டால்...?'

தெட்டிஸ் , கிளி மீது கோபித்து முகத்தை வேறொரு பக்கமாகத் திருப்பி கொண்டாள். கிளி பறந்து அவளது முகத்தை வட்டம் கட்டியது. கூந்தலைக் கோதி கொடுத்தது. தன் அலகால் கூந்தலிலுள்ள ஈறுகளை எடுத்தது. 'ஏன் இப்படி கோபித்துக் கொள்கிறாய்...'

'பிறகு என்னவாம்! நான் பேசுவதைத் திரும்பிச் சொல்லி என்னைக் கேலி அல்லவா செய்கிறாய்...'

சொல்வதைத் திரும்பச் சொல்வதுதானே கிளிப்பிள்ளை எனச் சொல்லும் விதமாக முகத்தை வைத்திருந்தது. அவள் மீதான கோபத்தால் அதன் அலகு மேலும் சிவந்தது.

'உன்னைப் போல நான் அழகாக வேண்டும். அதற்கு நான் என்ன செய்ய வேண்டும்...?'

'வனத்திற்குள் வா...'

'வனத்தில் நீண்ட நாட்கள் என்னால் வசிக்க முடியாதே! கடலுக்குள் சென்ற என் தந்தையார் குடிலுக்குத் திரும்பி விடுவாரே, என்னைத் தேடுவாரே...'

‘உன்னை நான் வனத்திற்கு வசிக்க அழைக்கவில்லை. வனம் தரும் பாடங்களை வாசிக்கவும் அது தரும் உயிர்வாயுவைச் சுவாசிக்கவும் அழைக்கிறேன்..’

தெட்டிஸ் ஒரு கணம் யோசித்தாள். பிறகு கிளி காட்டிய வழியில், வனம் நோக்கி நடக்கத் தொடங்கினாள். ஆடவர்கள் யாரும் பார்த்துவிடக்கூடாது, பார்த்து தன் மீது காதல் கொண்டு விடக்கூடாது என்பதில் அவள் கவனமாக நடந்தாள்.

அவள் அவ்வனத்திற்குள் நுழைகையில் அவளது பாதங்கள் சில்லிட்டன. செவித் துவாரத்திற்குள் காற்று கிசுகிசுத்தது. பறவைகளின் கீச்சிடுதலும், ஆர்ப்பரிப்பும், கொண்டாட்டங்களும் தன்னிலையை மறக்கடித்தன. கனவு உலகத்திற்குள் நுழைவதைப்போலதான் அவள் வனத்திற்குள் நுழைந்தாள். வேரின் வழியே ஏறும் நீர்த் திவலைகளைப்போல அவளது பாதச்சுவடுகள் வனத்தில் இழைந்தன. அத்தனை நேரம் தெட்டிஸ்க்கு வழி காட்டிகொண்டிருந்த கிளி வனத்தைப் பார்த்ததும் தனக்கு பூர்ண சுதந்திரம் கிடைத்துவிட்ட மகிழ்வில் மிதந்து பறந்தது. அவள் தன்னை மறந்து வனத்தின் இதயம் நோக்கி நடந்துகொண்டிருந்தாள். ஓரிடத்தில் அவளுக்கு சுயநினைவு வந்தது.

‘நான் ஏன் வனத்திற்குள் வந்தேன், எப்பொழுது வந்தேன், எனக்கு வழி காட்டியது யார், என்னை இத்தனை தூரம் அழைத்து வந்தது யார்...? ஆம், பசுங்கிளி! என்னை, என் அழகை பழித்த கிளி. எங்கே அக்கிளி...?, வழியைத் தேடுவதா, கிளியைத் தேடுவதா...?’ தன்னை மறந்து கிளியை , கிளியை மறந்து பாதையை , பாதையை மறந்து அவளைத் தேடியவளாக இருந்தாள்.

இயற்கையின் உயிர்வாயுவும், அதன் வழி சுவாசமும் அவளை மெல்ல மறக்கடிக்கும் வேலையைச் செய்திருந்தன. ஓரளவு அவள் நிதானத்திற்கு வந்திருந்தாள். அவள் வனத்திலிருந்து வெளியேறுவதற்கான வழியைத் தேடினாள். நூல் ஊசிக்குள் எவ்வழியில் நுழைந்ததோ அவ்வழியில்தானே வெளியேறவும் முடியும். நுழைந்த வழியை மறந்து விட்டிருந்தவள் திசையற்றவளாய், நாலாபுறமும் தேடித் துழாவினாள். மனம் போன போக்கில் அவள் கால் போனது. கண்கள் போனது. உருவம் போனது.

வனத்திற்குள் கால் போன போக்கில் நடந்தவளாக இருந்தாள். அதிலிருந்து அவள் வெளியேறுவதற்குப் பதிலாக வனத்தின் மய்யம் நோக்கி நுழைவதாக இருந்தாள். அவளது நடை ஒரு குன்றை நோக்கி சென்றது. கால்களால் நடந்தவள் மனதால் ஊர்ந்தாள்.

அவளுக்கு எதிரே ஒரு மலையை விழுங்கும் படியாக ஒரு பாதாளப் பள்ளம் இருந்தது. அதை நோக்கி அவளது பாதச் சுவடுகள் சென்றன. இதற்கு மேல் ஓர் அங்குலம் காலடி எடுத்து வைத்தால் அவ்வளவேதான்!. அதை அவள் கவனிக்கவில்லை. ஒரு காலை எடுத்து ஒரு கல்லின் மீது வைத்தாள். கல் உருளத் துவங்கியது. பாதம் வழுக்கிக்கொண்டு பாதாளத்திற்குள் செல்வதைப் போலிருந்தது. ஒரு கை அவளது பாதத்தைத் தாங்கியது. அவள் பெருங்குரலெடுத்துக் கத்தினாள். மற்றொரு கை அவளது வாயைப் பொத்தியது.

முல்லைக் கொடியாகச் சுழன்றாள். பற்றிய கைகளுக்கிடையில் சுருண்டாள். 'யார் இவன், என்னை ஏன் இவன்...?' அவளது மனக்கிடங்கிற்குள் கேள்விகள் எழுந்தன.

13

தெட்டிஸ்

எந்தவோர் ஆடவனாலும் தீண்டடப்படாத பதுமையாக இருந்தாள். அவளை முதன்முறையாக ஒருவன் தொட்டிருந்தான். வாய் பொத்தியிருந்தான். இரண்டு கைகளால் அவளை ஏந்தி ஒரு குன்றின் உச்சியிலிருந்து மற்றொரு குன்றை நோக்கித் தாவியிருந்தான்.

செம்பருத்திப் பூ சூல் தண்டில் மகரந்தமும் சூலகமும் ஒரே காம்பில் இருப்பதைப்போலதான் அவர்கள் இருவரும் மலையின் உச்சியில் நின்றிருந்தார்கள். அவனது காலடியின் பாறை நழுவ, உருள அவளை ஏந்தி மற்றொரு குன்றை நோக்கித் தாவினான். உயரம் தாண்டுதல், நீளம் தாண்டுதல் இரண்டிற்குமான வித்தியாசத்தை அவன் அறிந்திருந்தான். உயரம் தாண்டுதலில் கைகள் பிரதானம். பறவைக்கு இறக்கையைப் போல. நீளம் தாண்டுதலுக்கு கால்களே, குதிரைக்கு முன்னங்கால்களைப் போல.

உயரம் தாண்டுவதாக இருந்தால் அவனால் தாண்டியிருக்க முடியாது. கைகள் சுதந்திரமாக இருந்திருக்க வேண்டும். இப்பொழுது அவனது கையில் ஒரு கனி இருந்தது. கை, கால்கள் முளைத்த கனி. அவன் நின்றிருந்த குன்றை விடவும் தாண்டிய குன்று உயரத்தால் குன்றிப் போயிருந்தது. ஆகவே அவனால் அப்பெண் கனியை ஏந்திகொண்டு தாவ முடிந்தது.

அவன் எதிர்க்குன்று நோக்கித் தாவுகையில் அதன் தொலைவைப் பார்த்தான். அதை நோக்கி எத்தனை வேகத்தில் தாண்ட வேண்டும் என்பதைக் கணித்தான். தன் மேனியை உந்திக் கொடுக்க தன்னிடம் பலம் இருக்கிறதா, வலு இருக்கிறதா... எனச் சோதித்தான். தன் கையிலிருந்த கனி நழுவிவிடாமலிருக்கிறதா எனப் பார்த்தான். உடம்பை உந்திகொண்டே மெல்லக் குனிந்து அதல பாதாளத்தைப் பார்த்தான். அதன் ஆழம், எதிரெதிரே இருக்கும் இரண்டு குன்றுகளை வேரோடு அறுத்துத் தலைகீழாக கவிழ்த்தால் இன்னும் பத்து குன்றுகளை அதற்குள் கவிழ்க்கும்படியாக இருந்ததைப் பார்த்தான். இத்தனையும் பார்த்துக் கொண்டு அவளை நுகர்ந்தான். அவளிடமிருந்து எழுந்த நறுமணம் அவனது உந்துசக்தியை மேலும் கூட்டியது.

அவள் அன்னம் போல் அவனது கைகளில் நிரம்பியிருந்தாள். பத்து மயிலின் தோகையையொத்து அவளது எடை இருந்தது. நிறை

இருந்தது. இடிக்கு நடுங்கும் அன்னம் போல பயத்தால் நடுங்கி , உறைந்து அவனது கைக்கு அடக்கமாக இருந்தாள். அவனது முகத்தில் அவளது ஆடை தழுவிக்கிடந்தது. அதை தன் விரல்களால் எடுத்து விட்டாள். முகத்தை மூடிக் கிடந்த தலைமயிரிழைகளை நீவி விட்டாள். அவனது முகத்தைப் பார்த்தாள். மனதால் நகலெடுத்தாள்.

‘இவனென்ன அழகனா, முரடனா, சூரனா, வீரனா...?’ அவளால் கணிக்க முடிந்திருக்கவில்லை. அவளுக்கு ஒன்று புரிந்தது. இவன் தன்னைக் கடத்தவில்லை. உயிரைக் காக்கிறான் என்று. புலி தன் பற்களால் இரையைக் கவ்வுவதற்கும் தன் குட்டியைக் கவ்வுவதற்குமான வித்தியாசத்தை அவள் உணர்ந்தாள். புலி தன் குட்டியை வாயில் கவ்விச் செல்வதைப்போலதான் அவன் தன்னைக் கவ்விச் செல்கிறான் என்பதை நினைக்கையில் அவள் மயிலிறகு மேனி இலையாக மெலிந்து மனதால் பறந்தாள்.

காற்றில் பறந்து சென்ற அவன் எதிரிலிருந்த குன்றின் மீது காலை வைத்தான். அவன் வைத்த வேகத்தில் மலையிலிருந்து புழுதிகள் எழும்பின. பாறைக் கற்கள் உருண்டன. கனியின் மீது புழுதி படாதவண்ணம் தன் மேனியால் அவள் மேனியை மூடினான். புழுதி அடங்கும் மட்டும் அவளை அவன் மடிக்குள் வைத்தான். பிறகு கோழி தன் முட்டையை நலுங்காமல், குலுங்காமல் தரையில் இடுவதைப்போல அவளை ஒரு பாறையின் மீது உட்கார வைத்தான். கையைத் தட்டிக்கொண்டான். அதன் பிறகு அவன் அவ்விடத்தில் நின்றிருக்கவில்லை. அவளது முகத்தை ஏறிட்டுப் பார்க்கவில்லை. அவனுக்கான திசையில் நடக்கத் தொடங்கினான்.

தெட்டிஸ், விதிர்விதிர்த்து நின்றாள். அவனை நினைக்கையில் அவளுக்கு வியப்பாக இருந்தது. தன் மீது தாழ்வுணர்ச்சி எழுந்தது. கனிந்த கனியை நுகர்ந்து பார்த்து விட்டு கடிக்காமல் செல்லும் அணில் மீது கனிக்கு வரும் கோபம்தான் அப்போது அவளுக்கு . என்ன மனிதன் இவன்...! யாது பிறப்பு இவன்...?

அவளை விட்டுச் சென்றாலும் அவனிடமிருந்த வாசனை அவளை மய்யம் கொள்ள வைத்தது. அவளைச்சுற்றி கூடு பின்னியது. அவனை அவள் நினைத்துப் பார்த்தாள். தன்னை அவன் தாங்கி பறக்கையில் என்னென்னவெல்லாம் செய்திருக்கலாம். அதை நினைத்து மேனி குலுங்கினாள். பிடியைச் சற்று இறுக்கிப் பிடித்திருக்கலாம். கைகளைச் சற்று மேலே நகர்த்தியிருக்கலாம். விரல்களை அங்கே இங்கேயென நீட்டியிருக்கலாம். அந்தரங்க

இடங்களில் தொட்டிருக்கலாம், ஆனால் இவன்.....! என்ன இவன்...! யார் இவன்...?. அவனை நோக்கிப் பின்தொடர்ந்தாள். அவனது நடைக்கு அவளால் ஓடத்தான் முடிந்தது.

'நீ யார்...?'

'நான் மருத்துவன் '

'குடி '

'மருத்துவக்குடி'

'இனம்...?'

'ஆணினம்...'

சிரித்தாள் அவள். அவளது சிரிப்பு அவனுக்குப் புதிராக இருந்தது. அவனொரு மருத்துவன். அவனைத் தேடிவரும் அத்தனை பேரும் அழ, கதற, ஒப்பாரி வைக்க,... என இருக்க இவளின் சிரிப்பு அவனுக்கு வியப்பைத் தந்தது.

'நீ ஆணென்று தெரியும் . பிறப்பின் உயர்ச்சி , தாழ்ச்சி பற்றிக் கேட்கிறேன்...'

'உன் உயிரை நான் காப்பாற்றியிருக்கிறேன். நான் எத்தகையவனாக இருக்க முடியும்...?'

அவள் மெலிந்தாள்.'அதை வைத்துச் சொல்லிவிட முடியுமா, குடிப்பெருமையென்று ஒன்று இருக்கிறதல்லவா...?'

அவன் முன்னால் எடுத்து வைத்த அடியை நிறுத்தி அப்படியே நின்றான். அவளைப் பார்த்தான். 'மீனினப் பெண்ணே! மீனவள் கர்வம்தானே உன்னை இப்படியாகப் பேச வைக்கிறது.....'

அவள் வியப்பில் ஆழ்ந்தாள். 'உ...உ....உனக்கு எப்படித் தெரியும், நான் மீனினப் பெண் என்று..'

'அழகாய் அல்லவா இருக்கிறாய்...'

'நான் உயர்குடிப் பெண்'

'தெரிகிறது...'

'எப்படி...?'

'உன்னிலிருந்து வரும் வாசனைதான் இதைச் சொல்கிறது...'

'என்ன சொல்கிறது....?'

'உன் மீது சக பெண்ணின் கரம் தீண்டியதில்லை. உன் குடியைத் தாண்டி நடந்த, ஓடிய, விளையாடிய, புழங்கிய வியர்வையின்

வீச்சமில்லை. எல்லாப் பெண்களும் தன்னை ஒத்தவர்களே என்கிற நினைப்பின் நேசமில்லை. அழகு தெரிகிறது. அழகின் இளவரசி என்கிற நீட்சி தெரிகிறது...'

'இத்தனையும் உனக்குத் தெரிகிறதா...?'

'ஆமாம்...!'

'அப்படியானால் இப்பொழுது நான் என்ன நினைக்கிறேனென்று சொல்லும் பார்க்கலாம்...'

'தகப்பனுக்குத் தெரியாமல் வனாந்தரத்திற்குள் நுழைந்து விட்டேன். அவர் குடிலுக்குத் திரும்புவதற்குள் சென்றுவிட வேண்டும் எனத் தவிக்கிறாய்...'

'வேறு...?'

'என் முகவரியை உன் மனதிற்குள் தேடுகிறாய்...'

'ம்...ம்....' அவள் தலை ஆட்டினாள்.

'சரி, நான் எதற்கு இந்த வனத்திற்குள் வந்திருக்கிறேன்...?'

'உன் நீண்ட கூந்தலின் வளர்ச்சியை மேலும் வளர்த்தெடுக்க வந்திருக்கிறாய்...'

'வேறு..?'

'கிளியை விடவும் மெல்லிய சருமத்தைப் பெற'

'ஆம், ஆம்.!. என் கூந்தல் இன்னும் கொஞ்சம் வளர வேண்டுமே...'

'அதற்கு...?'

'உன் மருத்துவம் வேண்டும்..'

அவன் ஓடினான். ஓடிய வேகத்தில் ஒரு மரத்தின் மீது ஏறினான். நான்கைந்து மரத்தின் இலைகளைப் பறித்தான். கையால் அரைத்தான். அத்துடன் இரண்டு மூலிகைக் கொடிகளின் வேர்களைப் பறித்து கழுவிச் சேர்த்து கசக்கினான். அவளை நோக்கித் திரும்பினான். ஒரு கையில் கசக்கிய மூலிகைச் சாற்றை வைத்துக் கொண்டு மற்றொரு கையால் பின்னலிடப்பட்டிருந்த கூந்தலை அவிழ்த்தான். கூந்தல் பாதம் வரைக்குமாக நீண்டு கிடந்தது. மேகமாகக் கூந்தல் காற்றில் அலைந்தது. அதன் நுனி ஒரு நதியின் கிளைகளைப்போல விரவிக் கிடந்தது. அதை ஒவ்வொன்றாக எடுத்து மொத்தமாக முடிச்சிட்டு மேல் நோக்கி மடித்தான். மூலிகை சாற்றை கூந்தலில் உலர்த்தினான். அதை அழகாக மடித்துக் கொண்டையிட்டான். அவளது முகத்தைத் தன் பக்கமாகத் திருப்பி 'இனி நீ போகலாம்...' என்றான்.

சுகத்தில் ஆழ்ந்துபோயிருந்தாள் அவள். தூக்கம் அவளது இமைகளை மயிலிறகென வருடியது. திடுக்கிட்டு விழித்தாள். 'என்ன மனிதனய்யா நீ. பெண் பிள்ளை நான். என்னைப் போய் இந்த நடுநிசியில் தனியே அனுப்பி வைக்கிறாயே, உன்னை நான் என்னவென்று சொல்வது...?'

அவன் சிரித்தான். 'பேதைப் பெண்ணே. விடிந்து ஐந்து நாழிகையாகிவிட்டது...'

'பின் ஏன் இந்த வனாந்தரத்தில் இன்னும் இருள் அப்பிக் கிடக்கிறது.'

'வனத்தின் உடை இருள்தான் பெண்ணே...'

'அப்படியானால் நான்...?'

'இந்த வனத்தை விட்டுச் செல்ல வேண்டும்....'

'சென்று...?'

'இன்னொரு நாள் வர வேண்டும்...'

வனத்திற்குள் நுழைகையில் கிளியோடு வந்தவள் திரும்புகையில் ஆண் குயிலோடு சென்றாள்.

14

அவன்

அவளைச் சுமந்து ஒரு குன்றிலிருந்து மற்றொரு குன்றுக்குத் தாவ மட்டுமே செய்தான். ஆனால் அவள், தான் சென்ற இடத்திற்கெல்லாம் அவனை மனதில் சுமந்து செல்பவளாக இருந்தாள். அவளைப் பார்க்கும் பகலை விடவும் அவள் பார்க்கும் இரவுதான் அவளுக்குப் பிடித்த ஒன்றாக இருந்தது.

கண்களை மெல்ல மூடி அவனை மனதிற்குள் நினைத்து - பூத்து - காய்த்து - கனிவதாக இருந்தாள். உண்பதைக் காட்டிலும் முன் உண்டது செரித்தலே இன்பம். செரிக்காத உணவை வயிறு ஏற்பதில்லை. ஆனால் அவளது மனது அத்தகைய உணவைத்தான் விரும்பி ஏற்பதாக இருந்தது. அவள் கண்களால் உண்ட உணவை மனதிற்குள் செரிக்காமல் பார்த்துக்கொண்டாள்.

அவனை விட்டு விலகியிருந்த அந்த ஒரு வார காலமும் அவன் குறித்த நினைப்புதான். சுமை நினைவு சுகமென இருந்தது. அவனது அக்குள் வாசனை கூட அவளுக்கு ஒரு வித மயக்கத்தைக் கொடுக்கவே செய்தது.

ஒரு நாளைக்கு மூன்று முறை அல்லியும், மல்லியும் பூத்துக் குலுங்கும் தடாகத்தில் குளித்து ஆல விருட்ச கிளையில் அமர்ந்து தன் நீண்ட கூந்தலை விழுதோடு விழுதாக கீழே பரப்பி உலர வைத்து அள்ளி முடிந்த ஒரு வார காலம் குளிக்காமலிருந்தது வியப்பாகவே இருந்தது. குளித்தால் அவனது நறுமணம் தன்னை விட்டு கரைந்துவிடுமோ என்கிற தவிப்பு அவளை உப்பாகக் கரைத்தது.

ஒரு நாள் துயில் கொள்கையில் அவனது முகத்தை நினைத்துப்பார்த்தாள். நினைக்கையில் வந்து விழும் முகமா அவனுடையது. மனதிற்குள் யாழ் மீட்டினாள். அவளது தூண்டிலில் அவன் சிக்குவதாக இல்லை. இரவு மீது அவளுக்கு வெறுப்பு வந்தது. இந்த இரவுதானே அவனது முகத்தைக் காண முடியாமல் திரை மறைப்பு செய்தது. பாலாடையைப்போல மூடி மறைக்கச் செய்தது. இரவு மட்டுமா செய்தது...? இரவுடன் சேர்ந்து வனமும் செய்தது. மரமும் அதன் நிழலும் செய்தது. மரத்தை சபிக்கலாம்தான்! எம்மரத்தைச் சபிப்பது....?

விடிந்ததும் வனத்திற்குச் செல்ல வேண்டுமென நினைத்தாள். இம்முறை தான் கவனத்தில் கொள்ள வேண்டியது தன் கூந்தலின் மீது அல்ல. அவனது முகத்தின் மீதுதான் என மனதிற்குள் சொல்லிக்கொண்டாள்.

அவனது நெற்றியில் ஏதேனும் அடையாளம் இருக்கிறதா...? தலைப்பின்னலில், அள்ளி முடிதலில், ஒடுக்குதலில் குறியீடு தெரிகிறதா...? நேர் வகிடு, நெற்றி வகிடு, உச்சி வகிடு, வலது, இடது வகிடு என ஒவ்வொரு வகிடுடுதலுக்கும் பின்னே ஒரு குடிக்குறி இருக்கிறது. அவனது வகிடு எந்த வகையானது என்பதை கண்டறிய வேண்டும்.... மனதில் எழுதிக்கொண்டாள்.

அவனது இடுப்பில் அணியும் கயிறு என்ன,..? கழுத்தில், மார்பில், குறுக்கில், நெடுக்கில், காலில், கையில், விரலில் அணியும் அணிகலன்கள் என்ன...?. அணிகலன்கள், அணியும் இடத்திற்கு அழகைத் தரலாம். அதுமட்டுமல்ல அணிகலனின் வேலை. அணிகலன் அணிபவனின் பிறப்பைச் சொல்வது. பிறப்பின் குடியைச் சொல்வது. குடியின் குலத்தைச் சொல்வது. குலத்தின் பெருமையைச் சொல்வது.

நாளைய தினத்திற்கு இன்று ஒரு நாள் இருக்கிறதே,... வெறுப்புடன் கால் நீட்டிப் படுத்தாள். பொய்த்துயிலில் ஆழ்ந்தாள். அவளால் தூங்க முடியவில்லை. அன்றைய தினமே வனத்திற்குள் நுழைந்தாள். மனம் போன போக்கில் அவளது கால்கள் போயின.

‘அவன் வருவானா, வந்தால் தொடுவானா...?’

அவளது தேன்கூடு கொண்டையை ஒரு கை விரல்கள் அவிழ்த்தன. அவிழ்த்த கைகள் கூந்தலுக்குள் இழைந்தன. அவள் ஏங்கிய விரல்கள்தான் அவை. அதன் தொடுதல், அதில் தெரியும் பரிசம்,... அவளை மெய் மறக்க வைத்தன. கண்களை மூடி ரசித்தாள். தொட்ட விரல்களைப் பற்றினாள். மெல்லத் திரும்பி முகத்தைப் பார்த்தாள். அவனது கண்களைத் தவிர அவளுக்கு வேறொன்றும் புலப்படவில்லை.

கூந்தலை அவிழ்த்திருந்த அவன் அதன் நீளத்தைப் பார்த்தான். கூந்தலின் நீளம் இரட்டிப்பாக இருந்தது. கூந்தலின் நிறம் இரவை விடவும் இருட்டாக இருந்தது. கூந்தலை அள்ளி கையில் கிடத்திக்கொண்டு விரல்களுக்கிடையில் நீவிக்கொடுத்தான். பின்னல் எடுத்தான். அதன் இழையில் பிளவு, பிசிறு, ஈறு இருக்கிறதா,.... எனப் பார்த்தான். ‘இனி நீ போகலாம்....’

'இம்முறை நான் வந்திருப்பது கூந்தலுக்காக அன்று'

'பிறகு...?'

'என் மேனிக்காக...'

'உன் மேனிக்கு என்னவாம்! குழைத்த சந்தனமென நீ. இதற்கு மேலுமா....?'

'இன்னும் கொஞ்சம் மிருது வேண்டும்....'

'இதற்கும் மேலும் எப்படி...?'

'கிளியின் சருமம் போல '

மருத்துவன் இலை தழைகளைத் தேடி, கிள்ளி, பறித்து அள்ளி வந்தான். அவனது மடிக்குள் குன்று அளவிற்கு இலை, தழை, வேர், பட்டைகள் இருந்தன. பாதாம், பப்பாளி, பயற்றம் பருப்பு, பூசணி,வெங்காயம், முட்டை, மா, எலுமிச்சை, திராட்சை, , கடலை,வெள்ளரி, புதினா, மஞ்சள், தேன், பனி, உவர், மண், களி, வெட்டி, ஆலம், அரசு, கற்றாழை, வெந்தயம், அருகம்,.....

சில இலைகளை அரைத்தான். சிலவற்றைக் கசக்கினான். நைத்தான், தேய்த்தான், வறுத்தான். சுட்ட, வதக்கிய, வடிகட்டிய, இடித்த, கிண்டிய, கிளறிய, சீவிய, உரித்த, பிளந்த, வகுந்த,.... மருந்துகளைத் தனித்தனியே பிரித்து வகுத்தான். மூலிகைகளை அரைப்பதும், வறுப்பதுமா முக்கியம். அதை ஒன்றோடொன்று சரியான அளவில் சேர்த்து கலப்பதே முக்கியம்.

சில மூலிகையை குண்டுமணி அளவிற்கு எடுத்தான். சிலவற்றை தோலா எடைக்கு எடுத்தான். ஒரு வீசை,நான்கு நெல் எடை, மஞ்சாடி, ஆழாக்கு,உரி,குருணி, தூணி, உழக்கு,பணமளவு, விராகன், சோடு ,உழக்கு, நாழி, பதக்கு, ஆழாக்கு,கலம்,பாலாடை,அவுன்சு,.. என ஒவ்வொன்றையும் ஒவ்வொரு அளவில் எடுத்து ஒன்றோடொன்று கலந்து அதில் தவளை அலம்பாத இளநீரைச் சேர்த்தான்.

'உன் பெயரென்ன சொன்னாய்....?'

'தெட்டிஸ்...'

அவளை அவன் திருப்பினான். தன் இரண்டு விரல்களை முதுகு சுழிக்குக் கொண்டு சென்று விரல்களால் தண்டுவட நீட்சியில் ஒரு முடிச்சிட்டான். நின்றபடியே அவள் உணர்ச்சியற்று நினைவிலிக்குச் சென்றாள். அவளது சந்தன மேனியை மேகமெத்த ஆடையொன்று

தழுவியிருந்தது. அத்துடன் அவளது கச்சை முடிச்சுகளை அவிழ்த்தான்.

'பகலுக்கு ஒரு கண். இரவிற்கு ஆயிரம் கண்கள்...! அவளது மேனியை யாரேனும் பார்த்துவிட்டால், பார்த்து கண் வைத்துவிட்டால்,... வைத்தியம் மட்டும் தெரிந்த எனக்கு, அவள் மீது விழும் கண் திருஷ்டியை எப்படியாம் போக்குவது...?. கல்லடியை விடவும் கண் அடி பொல்லாதது' அவளது கூந்தலைக் கொண்டு அவளது மேனியை மறைத்தான். மருந்துகளைக் குழைத்து கைகளில் அள்ளி மேனியில் பூசச் செல்கையில் அவனது கைகள் நடுங்கின. இதுநாள் வரைக்கும் யாருக்காகவும் நடுங்காத கை அவனுடையது. மருத்துவனுக்கு கை நடுங்குகிறது என்றால் ஒன்று வைத்தியம் புதிதாகப் பார்க்க வேண்டும். அல்லது உறவினருக்குப் பார்க்க வேண்டும். இது தவிர வேறு எதற்காகவும் கை சஞ்சலமடையாதென அவனது மூதாதையர்கள் சொன்னது நினைவிற்கு வந்தது. யார் இவள்...? இவளுக்காக என் கை ஏன் நடுங்க வேண்டும்....? இவளுக்கு நான் என்ன வேண்டும்...?

நாழி கடந்தால் மூலிகையின் மூர்க்கம் போகும். மூர்க்கம் கரைவதற்குள் மருந்தை மேனியில் பூசிவிட வேண்டும். எப்படி பூசுவது...?. கீழே குனிந்து தேடினான். அவனது தேடுதலுக்கு மயில் தோகையொன்று கிடைத்திருந்தது. அதை எடுத்து நுனியைக் கிள்ளிப் பறித்து மருந்தில் குழைத்து வாழைத் தண்டு மேனியில் சந்தனத்தைப் பூசுவதைப்போல மயிலிறகால் தடவினான்.

தலையிலிருந்து பாதம் நோக்கித் தடவினால் எம்மருந்தேனும் அது காமத்தைப் பெருக்கும். ஆகையால் அவன் பாதத்திலிருந்து தலை நோக்கித் தடவினான். சில நாழிகை பூசிய மருந்தையும் உடலையும் உலர விட்டான். களிமண் சிலையின் மீது காவியைப் பூசியதைப்போல அவள் நின்றுகொண்டிருந்தாள். மூச்சு மட்டும் அவளுக்குள் ஓடிக்கொண்டிருந்தது. பிறகு முதுகு தண்டில் முடிச்சிட்டதை விரல்களால் அவிழ்த்தான்.

தெட்டிஸ், நினைவிலியிலிருந்து மீண்டாள். கைகளைக் கொண்டு அவளது கைகளைத் தேடி மேலுடம்பை மூடினாள். 'எங்கே என் ஆடை...?' வெட்கிக் குறுகினாள்.

'உன்னிடம்தான் இருக்கிறது...'

அவளுக்குள், அவளைச் சுற்றி ஆடையைத் தேடினாள். 'காணோமே...'

'உடுத்திய ஆடை இல்லையென்றால் பெண் உடையைக் கொண்டு ஊனுடம்பை மூடலாமே...' அவன் சொன்ன வேகத்தில் வெட்கத்தால் தன் உடம்பை மூடினாள். அவளது மேனி கூசியது. கூசிய மேனியை கூந்தல் கொண்டு மறைத்தாள். மரத்தின் மறைவில் மறைந்தாள். அவளது மேனி குளிரால் நடுங்கியதை விடவும் வெட்கத்தால் பெரிதும் நடுங்கியது. மூன்று ஆடைகள் கொண்டு மறைத்தும் அவளுக்குள் எழுந்த நாணத்தை மறைக்க முடியவில்லை.

வெட்கம் ஓராடை. கூந்தல் மறு ஆடை. இரவு இன்னொரு ஆடை. இத்தனையும் மீறி அவள் நான்காவது ஆடையைத் தேடினாள். அவள் தேடிய ஆடை அவளது கண்ணுக்கு எட்டிய மட்டில் இருந்தது. மேலுடம்பை இறுகப் பொத்தி அதை நோக்கி ஓடினாள். அன்னப் பறவையின் ஒரு மிடற்றுப் பால் தண்ணீருக்குள் விழுவதைப்போல பரந்து விரிந்த தடாகத்திற்குள் விழுந்தாள். திவாலைகள் நாலாபுறமும் தெறித்தன. தடாகம் முழுவதும் கூந்தல். கிடைத்தண்ணீர் பாசியைப் போல எங்கும் பரவியிருந்தது கூந்தல். அதை அடியிலிருந்து நுனி வரை அள்ளினாள். அள்ள அள்ள கூந்தல் வந்துகொண்டேயிருந்தது. கூந்தலை அவள் திரும்பவும் தடாகத்தில் பரப்பி தலையை ஒரு சுற்றுச் சுற்றினாள்.

தடாகம் ஆழி பேரலையைப்போல எழுந்தது. சுறா மீனைப் பிடிக்கும் வலையைப்போல காற்றில் அளாவியது. நீர்த்திவாலைகள் எட்டுத்திக்கும் தெறித்தன. கூந்தல் முழு வட்டமடித்து அவளது மேனியை மலை பாம்பைப்போல சுற்றியது. கூந்தலின் நுனியில் முடிச்சிட்டு எதோவொன்று அவள் முன் வந்து விழுந்தது. விழுந்த வேகத்தில் தடாகம் வெட்கம் சிந்துவதைப் போல எண் திசைகளிலும் சிந்தித் தெறித்தது.

15

ஒற்றன்

குதிரையின் மேல் ஆரோகணித்து உட்கார்ந்திருந்தான். அவனது இரண்டு தோள்களில் இரண்டு சிப்பாய்கள் வளைந்து தொங்கிக் கிடந்தார்கள். குதிரையின் பிடறியில் இரண்டு பேரும், பின் முதுகில் ஒருவனும் குப்புறக் கிடந்தார்கள். இத்தனை பேரையும் சுமந்து வந்திருந்த குதிரை மைசின் தேசத்து மன்னர் அகமெம்னான் முன் தலை கவிழ்ந்து நின்றது.

டிரோஜன் தேசம், கோட்டையிலிருந்து அம்பெனக்கிளம்பியிருந்த குதிரை மைசின் தேசம் அரண்மனையில் வந்து நிற்கையில் குதிரையின் குளம்படிகள் தேய்ந்துவிட்டிருந்தன. நீண்ட மாதங்களுக்குப் பிறகு தன் சொந்த நாட்டிற்கு வந்திருந்த குதிரை பெருமூச்செரிந்தது. குதிரைக்கு எழுந்த குதூகலத்தால் ஒரே இடத்தில் நிற்க முடியாமல் வாலைத்தூக்கித்தலையைச்சிலுப்பி நடனமாடியது.

தன் தோளில் கிடந்த சிப்பாய்களை நிமிர்த்தி, நிற்க வைத்தான் ஒற்றன். முன், பின் வளைந்து கிடந்தவர்களைப் பொதி மூட்டையைப்போல இறக்கி மரத்தடி நிழலில் உட்கார வைத்தான். அரண்மனைக் காவலர்கள் குதிரையை நோக்கி ஓடி வந்தார்கள். தோளில், கழுத்தில், இடுப்பில், கையில் இருந்ததை வாங்கிக் கொண்டார்கள். மயக்க நிலையில் இருந்தவர்களுக்கு தண்ணீர் கொடுத்து, விசிறி விட்டார்கள்.

குதிரையிலிருந்து குதித்தான் ஒற்றன். குதிரைக்கு முன் நின்று, நிமிர்ந்து போர் மரியாதையை குதிரைக்குச் செலுத்தினான். அதன் முன் மண்டியிட்டு தலையை அதன் காலடியில் வைத்தான். குதிரை குனிந்து அவனது பின்தலையில் தன் நாசியை வைத்து பெருமூச்சிட்டு தன் சளியை அவனது தலையில் பூப்போல் சொட்டியது. முன் காலை எடுத்து தலையில் வைத்து ஆசி வழங்கியது. குனிந்த தலையை நிமிர்த்திக் குதிரையின் நெற்றியில் முத்தம் கொடுத்தான். அதன் பிடறி மயிற்றைத் தடவிக் கொடுத்தான். என் உயிர் நீ கொடுத்த பிச்சை என்றவாறு அதன் கழுத்தில் முகம் புதைத்தான். முதுகைத் தட்டிக்கொடுத்தான். குதிரையின் மீது தாவி ஏறி அரண்மனையை ஒரு சுற்று வலம் வந்தான். அவ்வாறு வலம் வருகையில் அவனுக்கு டிரோஜன் தேசத்திலிருந்து தப்பித்து வந்த நீண்ட பயணம் நினைவிற்கு வந்தது. அதை நினைக்கையில் மனதிற்குள் புழுதி

எழுந்தது. சூறாவளி சுழற்றி அடித்தது. டிரோஜன் தேசத்திற்கும் தன் தேசத்திற்கும் இடையிலிருந்த இரு மலைகளையும் அவ்விரு மலைகளுக்கு இடையிலிருந்த கால்வாயையும் ஒரே மூச்சில் தாண்டிய குதிரையின் வேகத்தை நினைக்கையில் மண்டைக்குள் நெற்றுக் கட்டியது.

ஆர்கோ தேசத்து மன்னர் மெனிலாஸை வென்று நாடு திரும்பிய பாரிஸ் அடுத்து நான் வெல்லப்போவது மைசின் தேசத்தைதான். அதை வெல்வதன் மூலம் நான் காணும் அகண்ட ஆசியாமைனர் என்கிற ஒற்றைத்தேசம் நிலை பெறும். ஒற்றை மொழி, ஒற்றை இனம், ஒற்றைக் குலம், ஒற்றைக் கலாச்சாரம் இப்பரணியில் உருப்பெறும். உலக வரைபடத்தை மாற்றி வரைபவர்களுக்கு மத்தியில் நான் திருத்தி வரைபவன்,... என மந்திரி அவையில் கொக்கரிக்கையில் அரண்மனை உச்சத்திலிருந்து குதித்திருந்தான் ஒற்றன். அத்தனை உயரத்திலிருந்து குதித்திருந்த அவனை தன் முதுகில் வாங்கி, வந்த வேலை முடிந்ததென்று தன் தேசமிருக்கும் தென்திசையை நோக்கிப் பாய்ச்சல் எடுத்தது.

'ஒற்றன், ஒற்றன்...' கூக்குரல் கேட்டு டிரோஜன் படையினர் விரட்டத்தொடங்கினர். நரியை சிறுத்தை விரட்டுவதைப்போலதான் முன் குதிரையை பின் குதிரைகள் விரட்டின. குதிரைகள் மட்டும் விரட்டவில்லை. அவனை நோக்கிய அம்பு, ஈட்டி, சூலம், வேல்களும் விரட்டின. குதிரை தன் அழகொத்த வாலை வாளைப் போல உயர்த்தி சமவெளி, பீடபூமி, காடு, கரை, மேடு, பாலைவனம்,. எனக் கடந்து மலைகளை நெருங்குகையில் குறுக்கே மலைகள் இருப்பதும், மலைகளுக்கிடையில் இரு நீள, உயர மலைகளை விழுங்குமளவிற்கு ஆழமான கால்வாய் இருப்பதையும் அறிந்த அவன் குதிரையை நிறுத்தப் பார்த்தான். குதிரையின் கடிவாளத்தை இறுகப் பற்றி தார் தள்ளிய வாழையைப்போல தலையைக் குனித்து உடம்பை நிமிர்த்தித் திரும்பிப் பார்த்தான். ஒரு சிட்டுக்குருவியை நூறு கழுகுகள் விரட்டுவதைப்போல குதிரைகள் அவனை விரட்டி வந்தன. அவனுக்கு வேறு வழி தெரிந்திருக்கவில்லை. குதிரையின் போக்கில் தன் பயணத்தை விடுத்தான். எரி கற்கள் விண்ணிலிருந்து எரிந்து பூமியை நோக்கி வருவதைப்போல குதிரை உயரத்திலிருந்து சரிவை நோக்கி சீறி பாய்ந்துகொண்டிருந்தது.

மலையின் மீது ஏறிக்கொண்டிருந்தது குதிரை. பாதி தூரத்தில் செல்கையில் அவனது கண்ணிற்கு கால்வாய் தெரிந்தது. கால்வாயில்

கொட்டிக்கொண்டிருக்கும் அருவியின் பேரிரைச்சல் கேட்டது. அப்பேரிரைச்சல் வான் இடியும் அரவத்தைக் கொடுத்தது. அதற்குள் விழுந்து மாய்ந்து போனவர்களின் ஓலக் குரல் கேட்டது. அதற்குளிலிருந்து எழுந்த புகைமூட்டம் பூதமும் பேயும் கலந்த அகோர உருவத்தைக் காட்டியது.

கால்வாயை நெருங்க நெருங்க அவனுக்கு மரண பயம் உண்டானது. கண்ணுக்கு எட்டிய தூரத்தில் திறந்து விரிந்த வாய் தெரிந்தது. வாயா அது...? நூற்றாண்டு பசியின் வயிறு. எத்தனையோ உயிர்களைத் தின்று செரித்த அகோர வயிறு அது. அதற்குள் நான் இரையாகப் போகிறேனா...? என்னுடன் சேர்ந்து இக்குதிரையுமா...? குதிரையிலிருந்து துள்ளி எழுந்தான் ஒற்றன். அவனது உந்துதலில் அவனது உடம்பு குன்று அளவிற்கு உயரே சென்று கீழ் வந்தது. குதிரையின் மீது வீற்றிருந்த அவன் குதிரையின் மீது நிற்கலானான். உடம்பை முன் நோக்கி வளைத்து இடது காலை முன் வைத்து மறுகாலை பின் வைத்தான். உடம்பை சிறுத்தையைப்போல குறுக்கி கால் விரல்களால் குதிரையின் முதுகை உடும்புப்பிடியெனப் பிடித்தான்.

'வீழ்வு தடுக்கும் விறல் நான், விண்ணை அளக்கும் விரிவு நான். நான் வீழ்ந்திடுவேனோ...? நான் வீழ்ந்தால் பாரீஸ் வீழ்வதை எப்படி பார்ப்பேன்...? இக்கால்வாயைக் குதிரை தாண்ட வேண்டும். குதிரை தாண்ட முடியாத தூரத்தை நான் தாண்டியாக வேண்டும்..' கைகளைத் தட்டிக் கொண்டான். தலையைச் சிலுப்பிக் கொண்டான். பனிச் சறுக்கு வீரனைப்போல உடம்பை நிறுத்தி குதிரையின் போக்கில் வேகத்தை முடுக்கினான்.

'என் உயிரை விடவும் என் உடம்பு முக்கியம். உடம்பை விடவும் கொண்டு செல்லும் செய்தி முக்கியம். என் மன்னருக்காக, மக்களுக்காக, மக்கள் நேசிக்கும் மைசின் தேசத்திற்காக, இக்கால்வாயை நான் தாண்டியாவேன்...'. குதிரை பாய்ச்சலையும் மீறி பாய்வதற்கு உகந்ததாக தலையை முன் பக்கமாக நீட்டினான். ஆழ்கடல் சுறாவைப் போல காற்றில் நீந்தியது குதிரை.

கால்வாயைத் தொட்டிருந்தது குதிரை. அவனது காலின் கட்டைவிரல் குதிரையின் நடுசுழியில் இருந்தது. கட்டை விரலால் குதிரையின் சுழியை அழுத்தினான். குதிரை தன் முன்னங்கால்களை கழுகின் இறக்கையைப்போல முன் நீட்டி பின்னங்கால்களை காற்றில் உதைத்து ஒரு மலையிலிருந்து எதிர் மலையை நோக்கித் தாவியது.

கால்வாயிலிருந்து மேலே எழும்பிய பனிப்புயல், அருவியின் பேரிரைச்சல், அது கொடுக்கும் மூட்டம், பிண நாற்றம்,... தான் எதை நோக்கிப் போகிறேனென அவனுக்குத் தெரிந்திருக்கவில்லை. இரவில் ஆழ்கடலில் சிக்கிக்கொண்ட படகு போலதான் ஒரு வழியும் தெரியாமல், திசை புரியாமல் தாவிக்கொண்டிருந்தான். நான் விரைகிறேனா, வீழ்கிறேனா, கால்களால் குதிரையைத் தேடினான். குதிரையின் சுழியை இன்னொரு முறை தன் கட்டை விரலால் அழுத்தினான். குதிரை மூர்க்கம் கொண்டு மறு சீற்றம் எடுத்தது. உயிரே போகும் படியாக ஒரு கனைப்புக் கனைத்தது. இதற்கு மேலும் குதிரையை நம்பி பயனில்லை என நினைத்த அவன் குதிரையிலிருந்து கால்களை எடுத்து உடம்பை சிறுத்தையைப்போல முன் நீட்டி குறுக்கி எதிர் மலையை நோக்கித் தாவும் சிம்பன்சி குரங்கு போலத் தாவினான்.

அவனைச் சுற்றியிருந்த மேக மூட்டம் மெல்ல விலகத் தொடங்கியது. பறவைகளின் கீச்சிடுதலும், மரங்களின் சலசலப்பும் கேட்பதாக இருந்தது. கண்களை விழித்துப் பார்த்தான். எதிர் மலையை நெருங்கி விட்டிருந்த அவனின் தலை; கூர் போல் நீட்டிக்கொண்டிருந்த ஒரு பாறையை நோக்கி செல்வதைச் சட்டென உணர்ந்தான். நீளுடம்பைக் கரணத்தால் நெடுநிலைக்குக் கொண்டு வந்த அவனின் உடம்பை, யாரோ ஏந்துவதைப் போலிருந்தது. இது மெய்யா, பொய்யா குனிந்து பார்த்தான். அவனை ஏந்தியது அவனது குதிரையாக இருந்தது.

'பலே!'

தொடையைத் தட்டினான். தலையைச் சிலுப்பினான். குதிரையின் ஓட்டத்தில் சற்றும் தொய்வில்லை. ஒரு சுணக்கமில்லை. குதிரையின் வேகம் முன்னேவிடவும் வேகமெடுத்தது. நினைவோட்டத்திலிருந்து மீண்ட ஒற்றன் குதிரையின் சாகசத்தால்தான் தனக்கு உயிர் பிச்சை கிடைத்தது என்பதை நினைக்கையில் கண்கள் பனித்தன.

குதிரை கிழக்கு வாசல் வந்து நின்றது. படை சூழ வந்தார் மன்னரும் மைசின் தேசத்து தளபதியுமான அகமெம்னான். வந்தவர் குதிரைக்கு இராஜ மரியாதை கொடுத்தார். மேள தாளம் முழங்க வரவேற்பு நடத்தினார். பவள மல்லிகொண்டு மாலை அணிவித்தார். குதிரையின் நாசியில் வழிந்த சளியின் குமிழ்களையும் அது விடும் மூச்சையும் கவனித்தார்.

'ஒற்றனே, நீயும் குதிரையும் வீர சாகசம் புரிந்திருக்கிறீர்...'

‘ஆம், மன்னா’ குனிந்து நிமிர்ந்தான் ஒற்றன்.

‘பேராபத்து நிகழ இருந்தது உயிருக்கா, உடலுக்கா...?’

‘இரண்டிற்குமன்று. நான் சேகரித்த செய்திக்கு...’

மன்னரின் இமைகள் ஏறி இறங்கின. ‘ஒற்றனே, நீ சேகரித்த செய்தியைப் பிறகு அவிழ். அதற்கு முன் வேறு செய்திகள் இருந்தால் பொதுவில் பகிர்...’

‘டிரோஜன் தேசத்திலிருந்து செய்தி கொண்டு வருகையில் மெனிலாஸ் - பாரிஸ் போர் புரிந்த களம் வழியே வந்தேன். அங்கே சிலர் உயிருக்காகத் துடித்துக் கொண்டிருந்ததைப் பார்த்தேன். அவர்களில் சிலரை மீட்டு சுமந்து வந்திருக்கிறேன். இன்னும் சிலர் பின்னால் வந்துகொண்டிருக்கிறார்கள்..’

‘அவர்களில் நம் வீரர்களும் உண்டு தானே...?’

‘ஆம் மன்னா, பலர் நம் உடன்பிறப்பு. சிலர் நம் உளவாளிகள்,’

‘நீ வீராதி வீரன், சூரியனையும் வதம் கொள்ளும் சூரன். செய்தி சேகரிக்கச் சென்ற நீ சேனைகளையும் சேகரித்து வந்திருக்கிறாய்....!’ அகமெம்னான் ஒற்றனைக் கட்டி அணைத்தார். அவனது உச்சந்தலையைத்தடவினார். அவன் கொண்டு வந்திருந்த செய்தியை ஒரு காதினில் வாங்கினார். அச்செய்தியைக் கேட்டதும் அவரது நாசிகள் குழலாக விடைத்தன.

16

அகமெம்னான்

ஆணி வேர் துண்டிக்கப்படுகையில் ஒரு மரம் கொள்ளும் அதிர்வை உணர்ந்தார். ஒற்றன் மட்டுமல்ல, அவரைச் சந்தித்த அத்தனை பேரும் அந்தவொரு செய்தியைத்தான் அவிழ்ப்பதாக இருந்தார்கள். ஆனால் அச்செய்தியில் அவரவரின் நாதடிப்பிற்கேற்ப தடிமன் இருந்தது. சிலர் எச்சிலில் சொற்களை நனைத்து திரியாகத் திரித்தார்கள். சிலர் திரித்த திரியில் எண்ணெயை ஊற்றினார்கள். சிலர் அதில் தீயை வைத்தார்கள். செய்தி கேட்டதும் மன்னரின் கண்கள் பந்தம்போல எரியத் தொடங்கியன.

அகமெம்னான் தன் இருக்கையில் வீழ்ந்தார். தன் குடும்பத்தில் வீழ்ந்திருக்கும் இடியை நினைத்துத் துக்கத்தில் ஆழ்ந்தார். கண்கள் துக்கத்தாலும் கைகள் துயரத்தாலும் தவிப்பதாக இருந்தன. ஒருவருக்கு இருவரிடம் செய்திகளைக் கேட்டார். யாரேனும் ஒருவன் செய்தியைச் சற்று திருத்திச் சொல்லிவிட மாட்டானா, என்கிற ஏக்கத்துடன் நாலாபுறமும் காதுகளைத் திருப்பினார். அத்தனை பேரின் செய்தியும் ஒன்று போலவே இருந்தது. அவர்களின் செய்தி பயமூட்டவும், கலக்கமூட்டவும் செய்தது. அவர்களின் செய்தி பொய்யாக இருந்துவிட்டால் நல்லது என்பதாக நினைத்தார். பொய்யைச் சொல்கிறவன் சொல்லும் விதத்தால் அது மெய்யாகிவிடும்...! மெய் சொல்லத் தெரியாத விதத்தால் அது பொய்யாகிவிடும். உண்மைக்குத் தேவை தடிப்பு. பொய்க்குத் தேவை நடிப்பு. அவர்கள் சொல்லிய செய்தியின் தொனியைப் பார்த்தார். எது தடிப்பு, எது நடிப்பு அவரால் பிரித்தறிய முடியவில்லை.

பூமி கோளமானது என்றார்கள் சிலர். யார் ஏற்றார்கள். மணல் வாரித் தூற்றினார்கள். ஓர் உண்மை பொய்யாகி நின்றது. பூமி தட்டையானது என்றார்கள் மதகுருக்கள். அது பொய். ஆனால் அது மெய் போல் துளிர்த்து நின்றது. அரண்மனை சொற்கள் பொய் முலாம் பூசியவை. அதை ஏற்க அவர் தயாராக இல்லை. அதற்காக அவரொரு நாடோடியை, அன்றாடங்காச்சியை அரண்மனைக்கு அழைத்து வர உத்தரவிட்டார்.

பசிக்கும் பஞ்சத்திற்கும் ஆட்பட்ட ஒரு நாடோடி அரண்மனைக்குள் கால் வைத்தான். அவன் தன் வாழ்நாளில் இப்படியான மாளிகைக்குள் இதற்கு முன் கால் வைத்ததில்லை.

அழைத்துவரப்பட்டவன் மாளிகையைச் சுற்றுமுற்றும் பார்ப்பதாக இருந்தான்.

மன்னர் கேட்டார், 'நாடோடியே, இப்புவியில் உலாவும் செய்தி என்ன...?'

நாடோடி சற்றும் யோசிக்காமல் சொன்னான். 'மெனிலாஸ் இறந்து விட்டார்'

அகமெம்னான் நடுங்கிட்டார். அந்த நாடோடியிடம் ஒரு பொன் முடிச்சுக் கொடுத்தார். 'இதை நீ வைத்துக்கொள். உன் செய்தி எனக்கு கலகக்த்தை மூட்டுகிறது. நான் இன்புறுவதற்கு உகந்ததாக அதே செய்தியை சற்று மாற்றிச் சொல்...'

நாடோடி சொன்னான் ' இறந்துவிட்டார் மெனிலாஸ்'

மன்னரைச் சூழ்ந்திருந்தவர்கள் சிரிக்கச் செய்தார்கள். துக்க வீட்டில் சிரிப்பதா, மன்னர் அவர்களை வெறிக்கப் பார்த்தார். அடுத்தொருவனை அழைத்தார். அதே கேள்வி. அதே பதில்!

'மெனிலாஸ் இறந்துவிட்டார்','மெனிலாஸ் இறந்த செய்தியை அவரது தளபதி மன்னராயன் மூடி மறைக்கிறான்', 'மெனிலாஸ் இறந்துவிட்டதாகவே பலரும் பேசிக்கொள்கிறார்கள்', 'மெனிலாஸின் ஆட்சி நிர்வாகத்தை தளபதி மன்னராயன் செய்துகொண்டிருக்கிறான்', 'ஆர்கோ தேசத்தின் மூக்கணாங்கயிறு மன்னராயனின் அரைஞாண்கொடியில் இருக்கிறது', 'மெனிலாஸ் நியமித்த பணியிடத்தில் இன்றைக்கு மன்னராயனின் ஆட்கள்' இப்படியாக நீளும் செய்தியால் அகமெம்னான் மேலும் ஆட்டம் கண்டார். அவரால் நம்ப முடியவில்லை. நம்பாமல் இருக்கவும் முடியவில்லை. ஒரு பொய்யை ஒருவன் சொன்னால் பொய். அதே பொய்யை பத்து பேர் சொன்னால், இன்னும் நூறு பேர் சொன்னால்...? அவரது கைகள் நடுக்கம் கொண்டன. கண்ணின் வெண்திரைகள் துடிக்கச் செய்தன.

அகமெம்னான்- மெனிலாஸ் இருவரும் இரு கரு இரட்டையர்கள். பத்து மாதங்கள் ஒரு பையில் இருந்து, வளர்ந்து , பிறந்தவர்கள். 'எங்கள் இருவரின் ஜனனம் ஒரே நாழிகையில் நிகழ்ந்தது. சுவாசமும், வாசமும் ஒற்றை நொடியில் தொடங்கியவை. ஒரு சேர பெயர்ச்சூட்டல், ஒரே நாளில் திருமணம், ஒரே நாளில் ஆட்சியும் மகுடமும், இத்தனையும் ஒன்றாக நிகழ்ந்தால் எங்களின் இறப்பும் ஒன்றாகத்தானே நிகழ முடியும். எனக்கு முன் எப்படி அவன்....?

இத்தனைக்கும் அவன் எனக்குப் பின்னவன்! மூத்தவன் நானிருக்க இளையவன் எப்படி இறந்தான்...?' அவருக்குள் கேள்வி வாள் நீட்டி, வாலாட்டியது.

ஒரு வேளை மெனிலாஸ் இறந்தது உண்மையென்றால் நானும் இறக்கத்தான் போகிறேனா...? இறக்காதவர் இப்புவியில் யார்தான் உண்டு....?

தன் பிறப்பை நினைத்துப் பார்த்தார் அகமெம்னான். ஒரு வாழ்க்கையை மூன்று தலைமுறை வாழும் வரத்தைப் பெற்றவர்கள் இருவரும். எழுமை ஏழு பிறப்பு. இவர்களுக்கு முப்பிறப்பு. யாரோ ஒருவன் கொடுத்த வரம். வரம் என்கிற பெயரில் அவர்களுக்குக் கிடைத்த சாபம்.

இருவரும் பிறப்பார்கள், தேசத்தை ஆள்வார்கள், இறப்பார்கள். திரும்பவும் அவர்கள் யாரோ ஒரு தாய்க்கு மகனாகப் பிறப்பார்கள், ஆள்வார்கள், இறப்பார்கள்,... இப்படியாக மூன்று பிறப்பிற்கும் இறப்பிற்கும் தகுதியுடைவர்கள் இவர்கள். எத்தாய் வயிற்றில் பிறந்தாலும் அவர்கள் தெட்டிஸ் தாயின் புதல்வர்களே...! பெற்றெடுத்த தாயின் காதிற்குள் யாரோ சொன்னது அகமெம்னான் காதிற்கு விழுந்திருந்தது. விழுந்த செய்தி நெற்றிக்கு வந்து நினைவூட்டியது.

மெனிலாஸ் அப்பல்லோவில் இருக்கிறார். அது மட்டுமே உள்ளங்கை நெல்லிக்கனி. அக்கனி காம்புடன் இருக்கிறதா, உவர்ப்புடன் இருக்கிறதா...? மர்மமாகவே இருக்கிறது.

மருத்துவசாலையில் அவர் இருக்கிறார். இருக்கவா செய்கிறார். கிடக்கிறார். உயிர் இருந்தால் அவருக்கு நான் செலுத்த வேண்டியது ராஜாங்க வணக்கம். இல்லையென்றால் வீர வணக்கம். அவர் ஐம்புலன்களின் உடலா, ஐம்பூதங்களின் உடலா....? கேள்விகள் அடுக்கடுக்காக நீண்டன.

கோட்டைக்குளிலிருந்து ஓடி வந்தார் அகமெம்னான். ஓடி வரவா செய்தார், கண்ணீர் கன்னத்தில் இறங்குவதைப்போலக் கவிழ்ந்து வந்தார். இறங்க வேண்டியப் படிகளில் குதித்தும், குதிக்க வேண்டிய இடத்தில் இறங்கியும் வந்தார். தடுமாற்றமே அவரது நடையாக இருந்தது. கொட்டலில் சேனை படைகள் ஒன்று கூடியிருந்தார்கள். உறையிலிருந்த வாளைத் தரையில் ஊன்றி பார்வையை அவர்களின் மீது பாய்ச்சி கண்கள் பனிக்கக் கேட்டார். 'சிப்பாய்களே, இளமையும்

வலிமையும் கொண்ட வீராதிவீரன், பகைவனின் இதயத்தைப் பார்வையால் துளைப்பவன். இத்தரணியில் போர்க்கலைகளின் சூட்சமம் அத்தனையும் கற்ற ஒருவன், ஆர்கோ மன்னவன், என் பின்னவன், போர்க்களத்தில் என்னானான்..?"

சிப்பாய்கள் மைசின் தேசத்து மன்னர் அகமெம்னான் முன் முகம் தொங்கிபோய் நின்றிருந்தார்கள். அவர்களின் கைகளிலிருந்த போர் ஆயுதங்கள் கைகளிலிருந்து நழுவி 'கிளாங்' சத்தத்துடன் கீழே விழுந்துகொண்டிருந்தன.

அகமெம்னான் மார்பை நிமிர்த்தி செம்மாந்துடன் அரண்மனையின் முற்றத்திற்கும் அரசவை கொற்றத்திற்குமிடையே நடந்தார். விகாரமும், விகற்பமுமாக அவரது நடை இருந்தது. கம்பீரத்துடன் சிம்மாசனத்தில் வீற்றார். வாளைத் தரையில் ஊன்றி சிப்பாய்களை நிமிர்ந்து பார்த்தார். சிப்பாய்களின் முகத்தில் போரில் தப்பிப் பிழைத்த திருப்தியும் மன்னரை எதிர்கொள்ளப்போகிற அச்சமும் தொற்றியிருந்தன. அவர்களின் காலடியில் மூன்று வகை சஸ்திர ஆயுதங்கள் சிதறிக்கிடந்தன. எதிரிகளின் தலைகளைக் கொய்தாக வேண்டிய ஆயுதங்கள் தரையில் விழுந்து கூர்ப்பு மழுங்கிக் கிடந்தன.

முதலில் கிடந்தவை கையிலிருந்து எறிந்து தாக்கும் முக்தம் வகை ஆயுதங்கள். கட்டாரி, வாள், அம்பு. அடுத்துக் கிடந்தவை கைப்பிடி கொண்டு தாக்கும் அமுக்தம் வகை ஆயுதங்கள் ஈட்டி, வாள், கதை, சூலம், வேல். கையில் இருக்க வேண்டிய ஆயுதங்கள் இப்படி கை நழுவிக் கிடக்கின்றனவே என்பதைப் பார்க்கையில் அவருக்கு பதைப்பாக இருந்தது. இதயம் இடியென துடித்தது. கண்களை வேறொரு பக்கமாகத் திருப்பிக் கொண்டார். அவர் திரும்பிய இடத்தில் சில ஆயுதங்கள் விரவிக் கிடந்தன. அவை முக்தம் வகை ஆயுதங்களாக இருந்தன. கையை விட்டு எறிந்து எதிரியைத் தாக்கித் திரும்பவும் கைக்கு வந்து சேர்கின்ற ஆயுதங்கள் அவை. பாசம், அங்குசம், சக்கரம்.

ஆயுதங்களைப் பார்த்த அவர் தரைப்படை தளபதியைக் கேட்டார், 'தளபதியாரே ரத, கஜ, துரக,பதாதிகள் எங்கே...?' தளபதி,மன்னர் முன் ஓடிவந்தான். தலை குனிந்து நின்றான்.

'மன்னா...தேர், கரி, பரி, காலாட்படைகள் யாவும் அதனதன் இடத்தில் நிற்கின்றன. ஆனால்.....'

‘ஆனால்.....?’

‘நான்கு வகை படைகளும் நான்கு வகை பிச்சைகளை வாங்கி வந்திருக்கின்றன’

‘அடேய் சதானிக பிச்சை, தகுகணா பிச்சை, மாதுகரி பிச்சை, யாசக பிச்சை இவை நான்கும் இந்த உலகத்திற்கு நான் அளித்த பிச்சைகளடா. நாங்கள் அளித்த பிச்சை எமக்கே திரும்பி வருகிறதா, எங்கே என் சேனை....?’ என எழுந்தவர் கோட்டையைச் சுற்றி வலம் வந்தார்.

விடு.. விடு.. விடு... எனச் சிப்பாய்களைச் சுமந்துகொண்டு எதிர்படைகளை வதம் செய்யும் பரிகள் ஆயிரம். வெறும் நூறு பரிகள் மட்டுமே தப்பித்தோம் பிழைத்தோமென அதன் கொட்டத்தில் நின்றுகொண்டிருந்தன. மன்னரின் விசுவாசத்திற்கு ஆட்பட்ட அவை முன்னங்கால்களை மடக்கித் தலைகுனிந்து மன்னிப்புக் கேட்டன. கடல் அலையைப்போல ஏராளமான சிப்பாய்களைக் கொண்ட காலாட்படை அதிகமாக நிர்மூலமாக்கப்பட்டிருந்தது.

நாவாய்ப் படையில் நிகழ்ந்த சேதாரத்தை இப்போதைக்குக் கணிக்க இயலாது. நாவாய்கள் துறைமுகத்திற்குத் திரும்ப வேண்டும். திரும்பி வருமா..... !? சிப்பாய்களின் முகத்தில் சண்டமாருதம்.

‘சிப்பாய்களே, தவறான செய்தியைக் கொண்டு வருபவர்களுக்கு யாம் தரும் தண்டனை என்னவென்று தெரியும் அல்லவா?’ கர்ஜித்தார் மன்னர் அகமெம்னான்.

‘தெரியும் மன்னா’

‘என்ன தெரியும்...?’

‘மன்னா, தாங்கள் தன் உடன்பிறப்பு மீது பொழியும் பாசமழை தெரியும். அவன் வெற்றிக்குத் துணை நிற்கும் சிப்பாய்களுக்குத் தாங்கள் கொடுக்கும் பரிசு மலை என்னவென்று தெரியும். அதே போன்று உம் உடன்பிறப்பும் ஆர்கோ நாட்டின் மன்னனுமான மெனிலாஸ் பற்றி சொல்லும் தவறான செய்திக்கு தாங்கள் கொடுக்கும் தண்டனை என்ன என்பதும் தெரியும் மன்னா”

“அப்படியானால் இங்கே வாரும். இப்படி நில்லும். என் முகத்தைப் பார்த்துச் சொல்லும். சொன்னதையே கிளிப் பிள்ளை போல சொல்லிக் கொண்டிருக்காமல் கண்களால் கண்டதைத் துளி அளவேனும் கற்பனையைக் கலக்காமல் சொல்லும். என் உடன்பிறப்பு என்னானான்...?”

மன்னர் முன் கை கட்டி தலை குனிந்து நின்றிருந்தான் ஒரு சிப்பாய். அவனுடைய இதயம் திடும், திடுமென..... இடித்துக் கொண்டிருந்தது. வியர்வை மழையில் நனைந்து போயிருந்தான். கால்கள் தட, தட... வென ஆட்டம் கண்டன. உமிழ்நீரால் உதடுகளை ஈரப்படுத்திக் கொண்டான். 'மன்னா, நீங்கள் எத்தனை முறை கேட்டாலும் உங்கள் கேள்விக்கு என் பதில் ஒன்றேதான்'

'என்ன உன் பதில்?'

'படைகளுக்கு ஏற்பட்ட கதிதான் உம் உடன்பிறப்புக்கும் ஏற்பட்டது'

'அய்யகோ, என் பின்னவன் போரில் மாய்ந்துவிட்டான் என்கிறாயா?'

'ஆமாம் மன்னா!'

சிம்மாசனத்திலிருந்து அக்னி போல் எழுந்தார் மன்னர். அவர் எழுந்திருக்கையில் தலையிலிருந்த கிரீடம் தவறி விழுந்து சிப்பாய்களின் காலடிகளை நோக்கி உருண்டது. மாணிக்கப்பரல்களும், வைர, வைடூரிய கற்களும் நாலாபுறமும் சிதறி ஓடின.

'ஹக், ஹக், ஹக்....'அகத்திற்குள் அடிப்பட்ட புலியைப்போல அழுதுகொண்டு புறத்தில் சிங்கத்தைப்போல கர்ஜித்தார்.

'என் உடன்பிறப்பை வெல்ல இத்தரணியில் எவனும் பிறந்திருக்கப் போவதில்லை. அவன் எமகாதகன். போர்ப்படையை வழிநடத்திச் செல்வதில் எழுவாய். போர்க்களத்தைக் கையகப்படுத்துவதில் அவன் பயனிலை. படைகளைவழிநடத்துதல், ஆயுதங்களை வசீகரித்தல் இரண்டிலும் தேர்ந்தவன் அவன். அவன் புறமுதுகு காட்டிவிட்டான் என்கிறாயா...?'

மற்றொரு சிப்பாய் முன் வந்தான். அவனுடைய வைரம் பாய்ந்த கால்கள் தடதடத்தன. நிமிர்ந்திருந்த தலை சட்டெனக் குனிந்தது. அவனையும் அறியாமல் உதடுகள் முணுமுணுத்தன.

'மன்னா....'

மன்னர் வீறு கொண்டு எழுந்து அவனை நோக்கி விரைந்து வந்தார்.

'சொல்லும். என்னவனின் வீரத்தை, அவன் சூடிய வெற்றியை, அவனது போர்த் தந்திரங்கள் பற்றிச் சொல்லும். இங்கே

புறமுதுகுகாட்டி ஓடி வந்திருக்கும் இச்சிப்பாய்கள் மெய்சிலிர்க்கும் படியாகச் சொல்லும். வெட்கித் தலைகுனியும்படியாக உரக்கச் சொல்லும்‘

‘மன்னா, எம்மை மன்னியும்’

‘என்னடா சொல்கிறாய்.....!’

‘உம் சகோதரன். வீராதி வீரன்.....’

‘போர்க்களத்தில் மாய்ந்து விட்டான் என்கிறாய்....?’

‘ஆமாம், மன்னா.....’

‘அவன் வீழ்ந்ததை உன் இரு கண்களால் பார்த்தாய்...?’

‘பார்த்தேன் மன்னா....’

மன்னர் அகமெம்னான் ‘விருட்‘டென வாளை உருவினார். உருவிய வேகத்தில் அத்தூதுவனின் தலையை நோக்கி வாளைப் பாய்ச்சினார். நூலளவு இடைவெளியில் வாள் கழுத்தோடு நின்றது.

‘தூதுவனே, நீ பிழைத்துக்கொள். என் வாள் தந்த உயிர்ப்பிச்சை உன் உயிர். என் உடன்பிறப்பு போர்க்களத்தில் மாய்ந்து விட்டான் என்று சொல்லும் நீ, எப்படி மாய்ந்தான் என்பதையும் சொல்லி விடு. இல்லையேல், என் வாளின் அகோர பசிக்கு உன் உயிரை விடு’.

‘மன்னா, டிரோஜன் தேசத்தின் மன்னன், டிராய் நகரத்தைத் தலைநகராகக் கொண்டவன் பாரிஸ் விட்டெறிந்த வேல் மார்பில் பாய மெனிலாஸ் மாய்ந்து போனார்..’

‘பலே...பலே... ! டிரோஜன் தேசத்தின் மன்னன் பாரிஸ்?’

‘ஆமாம் மன்னா...’

‘இரண்டு ஆண்டுகளுக்கு முன் நடந்த யுத்தத்தில் என் பின்னவனின் வில்லுக்கு புறமுதுகு காட்டி ஓடிய அக்கோழை?’

‘அவர் தான் மன்னா’

‘அடுத்தவன் மனைவி மீது ஆசை கொள்ளாதே என்கிற போதனையை மீறி என் உடன்பிறப்பின் இல்லாள் ஹெலனை தூக்கிச் சென்றானே அக்காமுகன்...?’

‘அவரேதான் மன்னா’

‘அவனுக்கு உயிர்ப் பிச்சை கொடுத்தவன் என்னவன். வென்றெடுத்த தேசத்தை செப்புக் காசாக திருப்பிக் கொடுத்தவன் என்னவன். அத்தகையவனை, என் குருதி சாயலை, இரத்த நிழலை

பாரிஸ் என்கிற கோழை விட்டெறிந்த வேல் பதம் பார்த்துவிட்டதா? இதையும் நான் பதமாக எடுத்துக் கொள்ள வேணுமா? உன் பதம் பகுபதமா....? பகாப்பதமா....? '

'மன்னா, நான் கவிதை புனைபவன் அல்லன். கற்பனைவாதியும் அல்லன். எனக்கு மாயாஜாலம் புனையத் தெரியாது. அதற்கான அவசியமும் இல்லை'

'சொற்றொடரை நீட்டாதே. சொல்லவரும் செய்தியில் வழு, வழுவமைதி வேண்டாம். உன்னை இத்தேசத்தின் தளபதியாக்கி அழகு பார்க்கிறேன். சொல்லிவிடு, என் குருதி சாயல் என்னானான்....?'

'என் சிரம் போனாலும் எனக்குப் பாதகமில்லை. நான் சொல்வதில் துளி அளவேனும் கற்பனை இல்லை. மெனிலாஸ் போர்க்களத்தில் மாய்ந்துபோனார்...'

'மார்பில் அம்பு பாய..'

'ஆம் மன்னா,..'

'ஒருபோதும் அப்படி நிகழ்ந்திருக்காது. அடேய், அவன் நீரில் சஞ்சரித்தவன். 'தெட்டிஸ்'மீனவத் தாய் பெற்றெடுத்த பெட்டகம் அவன். அவனது மார்பில் நான் அன்புப்பெருக்கால் குத்தினாலே என்னுடைய கை பூப்போல மாறிவிடுமேயடா. அத்தகைய மார்பை பாரிஸ் விட்டெறிந்த வேல் பதம் பார்த்து விட்டதா...?."

மற்றொரு சிப்பாய் முன் வந்து திருவாய் மொழிந்தான். 'மன்னா, உங்கள் பின்னவர் மார்பில் விழுப்புண் பட்டு மாயவில்லை. கழுத்தில் வில் தைக்க மாய்ந்துப் போனார்'

'அதை உன் இரு கண்களால் பார்த்தாய் ?'

'ஆமாம் மன்னா '

'சிறிய மீனை பெரிய மீன் விழுங்கும்'தத்துவத்தைப்போல அவனது கற்பனையை உனது கற்பனை விழுங்கிவிட்டதடா. இந்நூற்றாண்டின் மிகச்சிறந்த கற்பனைவாதி நீதான். ஆசுகவி, மதுரகவி,விசித்திரகவி, விஸ்தார கவி நான்கு வகை கவிஞர்களையும் மிஞ்சிவிட்டவன் நீ. இன்று முதல் மைசின், ஆர்கோ இரு தேசங்களுக்கும் அரசவைக்கவிஞர் நீர்தான். நீரேதான்...'

மற்றொரு சிப்பாய் மன்னர் முன் வந்தான்.

'மன்னா, நானும் நீங்கள் நினைத்ததைப் போல பாரிஸ் மன்னன் காதரன் என்றும், பேடை என்றும், பிசுனன் என்பதாகத்தான்

நினைத்தேன். ஆனால் அவர் அப்படிப்பட்டவர் அல்லர். அவர் சூழ்ச்சி ஞானம் கொண்டவரைப் போலவும் ஐம்பொறிகளை ஆட்சி கொள்பவரைப் போலவும் தெரிந்தார். அவர் முகத்தில் யோகா வலிமை தெரிந்தது. அவரை உருவமற்ற ஒரு சக்தி இயக்கிக் கொண்டிருந்தது'

'என்ன சொல்கிறாய்...?'

'ஆம் மன்னா!'

'அதை உன் கண்ணால் பார்த்தாயா....?'

'ஆமாம் மன்னா...'

அகமெம்னான் துள்ளி எழுந்தார். சேனைகளைத் திரட்டினார். படை வடதிசையை நோக்கிப் புறப்பட்டது.

17

மெனிலாஸ்

எத்தகைய வீரன். எத்தனை சூரன். அவரது ஆட்சியையும், நிர்வாகத்தையும் நினைத்துப் பார்த்தான் அகமெம்னான். அவரது சாட்டையில் சுற்றிய பம்பரங்கள் எத்தனை. அவரது துடிப்பிற்கு நகர்ந்த படகுகள் எத்தனை. அவரா வீழ்ந்தார், துக்கத்தில் ஆழ்ந்தார்...? என்ன உலகம் இது..! நேற்று வரைக்கும் இருந்த ஒருவன் இன்று இல்லை. மெனிலாஸை மனதிற்குள் உருட்டினார் அகமெம்னான். உலகம் அவருக்குச் சிறுமையென இருந்தது. உலகம் முன்பு போலத் தட்டையானது என்றால் அதை உதைத்து விளையாடலாம். இப்பொழுது அது உருண்டையாக அல்லவா இருக்கிறது. உருண்டையை உதைத்தால் என்னாகும்...? சுற்றும். இன்னும் வேகமாகச் சுற்றும். பூமி வேகமாகச் சுற்றினால் இரவும் பகலும் கூடி வரும். மக்களுக்கு வயதாகும்,. வயதானால்....? வேண்டாம். இப்படியே பூமி சுற்றட்டும்.. நினைத்தவர் உலகத்தைப் பற்களுக்கிடையில் வைத்து சபித்தார். பாக்குவெட்டிக்குள் சிக்கிக் கொண்ட பாக்கு போல அவரது தொண்டைக்குள் பூமி உருண்டை கடிபட்டது.

மெனிலாஸை நினைக்க நினைக்க அவருக்கு வியப்புத் தட்டியது. வியர்க்காத உதட்டில் வியர்வை பூத்தது. அவரது குதிரை அப்பல்லோ மருத்துவசாலையை நோக்கி ஓடிக்கொண்டிருந்தது.

அவரது ஆளுமை என்ன, அவர் வீற்றிருந்த ஆட்சியின் பீடம் என்ன, நடை என்ன, உடை என்ன, அவர் உடுத்திய அணிகலன்களும், அலங்காரங்களும் என்ன, தான் உடுத்திய உடை, உடைமை, அணிகலன்களையும் தன் தளபதிக்கு அணிவித்தவர் அவர். தளபதியுடன் கை கோர்த்துக்கொண்டு இத்தரணியில் பவனி வந்தவர்.

முதலாம் மெனிலாஸ் இறப்பிற்கு பிறகு இரண்டாம் மெனிலாஸ் யாரென்று ஆர்கோ தேசம் தவிக்கையில் தான்தான் அடுத்த மெனிலாஸ் என வாளெடுத்து ஒருவர் மீது ஒருவர் போர் தொடுக்கையில் மக்களின் விரல்கள் சுட்டியது அவரைத்தான். தனக்குள்ளாக மல்யுத்தம் நடத்தியவர்கள் தனக்கொரு மன்னர் கிடைத்துவிட்டார் எனத் தெரிந்ததும் தன் ஆயுதங்களைத் துறந்து மெனிலாஸ் முன் கூனிக் குறுகி நின்றார்கள்.

யானையின் பலம் தும்பிக்கையில். கழுகின் பலம் அதன் அலகில். சிங்கத்திற்குப் பல், சிறுத்தைக்கு நகம். மன்னனுக்கு விரல். இதுதானே முன்னோர்கள் எழுதி வைத்த ஓலைச்சுவடி. கட்டை விரலை உயர்த்தினால் வெற்றி. சுட்டும் விரலை நீட்டினால் சொன்னதைச் செய். நடு விரல் இப்போதைக்குப் போர் வேண்டாம். அடுத்த விரல் எல்லாம் தனக்கே. சுண்டு விரல் - எங்களை உன்னால் ஒன்றும் செய்திட முடியாது..... இதுதானே விரல்கள் சொல்லும் பாடம். பட்டறிவு. அரசியலின் அரிச்சுவடு. ஆனால் மெனிலாஸின் பலம் விரல்களில் அல்ல. அவரது பாதங்களில்...

ஒரு நாட்டினை ஆட்சி செய்ய அதிகாரம் ஒன்று போதும். அதிகாரத்தின் அச்சாணி சுட்டும் விரல். விரல்களைக் கொண்டு ஆட்சி நடத்துபவர்களுக்கு மத்தியில் மெனிலாஸ் பாதங்களைக் கொண்டு ஆட்சிபுரிந்தவர். பாதங்களே அவருக்குப் பிரதானம். பாதங்களே அவரது சிரம்.பாதங்களே சிகரம். அவரது பாதங்களை யாரேனும் கழுவினால் அவருக்குத் தளபதி பதவி. பாதங்களைத் தழுவினால் அமைச்சர் பதவி. ஆர்கோ தேசத்தில் முதலாம் மெனிலாஸ் ஆட்சிபுரிந்த காலம் வரைக்கும் தளபதியாக விரும்புபவர்கள் மன்னன் முன் போர்க்கலை புரிந்து சாகசம் நிகழ்த்த வேண்டும். முதலாம் மெனிலாஸ் இறந்தவுடன் அந்த முறை மலையேறி விட்டது. இரண்டாம் மெனிலாஸ் என்றைக்கு ஆர்கோ மன்னனாகப் பதவி ஏற்றாரோ அன்றைய தினமே காலில் விழும் சடங்கு சட்டமானது.

கை தரையில் படாமல் தன் முழு உடம்பையும் கால் கட்டை விரலுக்குக் கொடுத்து தன் நெற்றியை மன்னரின் பாதத்தில் வைத்தவன், ஆர்கோ தேசத்தின் கப்பறப்படை தளபதி. ஒற்றைக் கையை ஊன்றி உடம்பைச் சற்று வளைத்து நெற்றியை மன்னரின் பாதத்தில் வைத்தவன் தரைப்படை தளபதி. நெடுஞ்சாண் கிடையாக விழுந்து கிடந்தவன், தலையைத் தரையில் வைத்து உடம்பை இரு சமமாக வளைத்தவன், கால்களையும் கைகளையும் நேராக நீட்டி விரல்களைக் கொண்டு மன்னரின் பாதங்களைத் தொட்டவன், மன்னர் செல்லும் இடமெல்லாம் தலையை வைத்தவன், அவரது பாதையை நெற்றியால் தொட்டவன், இத்தகையவர்கள் மட்டுமே அவரது அமைச்சரவையில் அங்கம் வகித்தார்கள்.

மன்னர் பெயரைச் சொல்லி சங்கம் வைத்தவர்கள், மக்கள் மத்தியில் சங்கமித்தவர்கள், மெய்க்காப்பாளன், தேரோட்டி,

சிப்பாய்,.. என அத்தனை பேர்களுக்கும் இருந்த ஒரே தகுதி தலையால் மன்னரின் பாதத்தைத் தொடத் தெரிந்தவர்கள் என்பதே!

ஒரு முறை மெனிலாஸ் அமைச்சரவைக்கு ஒரு மந்திரி தேவைப்பட்டிருந்தான். அவனைத் தேர்வு செய்வதற்கு தளபதி மன்னராயன் ஒரு போட்டி நடத்தினான். மன்னரின் உத்தரவு படி முரசறைவோன் முரசறைந்து போட்டிச் செய்தியை நாடு முழுவதும் அறிவித்தான்.

'டம டம்....டம டம்....இதனால் சகலமானவர்களுக்கும் தெரிவிப்பது என்னவென்றால், நம் மன்னரை யார் சிரிக்க வைக்கிறார்களோ, அவர்களுக்கு மந்திரிப்பதவி. டம டம்....டம டம்.....'

செய்தியைக் கேட்ட அத்தனை பேரும் துள்ளிக் குதித்தார்கள். அவர்களுக்குத் தெரிந்த நகைச்சுவையைச் சற்று மெருகேற்றி மன்னருக்குத் தகுந்தவாறு துடைத்து எடுத்து நாவில் கட்டிகொண்டு அரண்மனை நோக்கிச் சென்றார்கள்.

முதலில் பண்டிதன் ஒருவன் அரண்மனைக்குள் நுழைந்தான். வெள்ளத் தனைய நீளும் மலரைப்போலத் தலையை நீட்டி நுழைந்தான். மன்னர் முன் தன் கல்வியை மண்டியிட வைப்பதா எனத் தயங்கினான். அவனையும் அறியாமல் குனிந்தான். அவனுக்குத் தெரிந்த கதையொன்றை அவிழ்த்து மன்னர் முன் வைத்தான். அவன் சொன்ன கதை முயலிடம் நரி வீழ்ந்த கதையாக இருந்தது. மன்னருக்குச் சிரிப்பு வரவில்லை. பதிலாகக் கோபம்தான் வந்தது.

அடுத்து ஒருவன் வந்தான். பட்டப்பகலில் பண்டிதன் பள்ளத்தில் விழுந்த கதையைச் சொன்னான். ஊகூம். மன்னரின் உதடுகள் சற்றேனும் அசைய வேண்டுமே...சிரிக்க வைக்க வருபவர்களின் வரிசை வளர்ந்துகொண்டே இருந்தது. வரிசை சற்று நேரத்திற்குள் வரிசைகளாகின. வரிசைகள் அணிகளாகவும், அணிகள் கோவைகளாகவும் மாறின. போட்டி, நாட்களைக் கடந்து , வாரம், மாதங்களைக் கடந்தது. கடைசியில் ஒருவன் வந்தான். அவன் பார்க்க வாலிப வயதை ஒத்திருந்தான். மன்னர் முன் விழுந்து காலடியைத் தொழுது எழுந்தான். மன்னர் கேட்டார் 'நீ கொண்டு வந்திருக்கும் கதை என்ன, அதே பழைய , புழுத்துப்போன சொலவடை கதைதானா...?'

'இல்லை மன்னா,..' என்றான் அந்த வாலிபன்.

‘பிறகென்னவாம்...?’

‘நான் கதை கொண்டு வரவில்லை. ஒரு செய்தியைக் கொண்டு வந்திருக்கிறேன்...’

‘என்ன செய்தி ..?’ முகத்தை இறுக்கமாக வைத்துக்கொண்டு கேட்டார் மெனிலாஸ்.

‘மன்னா, உங்கள் உடன்பிறப்பு, உங்கள் எதிரி, மைசின் தேசத்து மன்னர், இரண்டாம் அகமெம்னான் உம்மைச் சிரிக்க வைப்பதற்காகக் கவிதை தீட்டி வந்துகொண்டிருக்கிறார்...’

‘ஹக்...ஹக்....’ துள்ளிக்குதித்தார் மெனிலாஸ். அரண்மனைக்குள் கெலித்த அவரது சிரிப்பு கோட்டை வரை எதிரொலித்தது.

‘எ....எ.... என்னைப் பார்க்க...’

‘ம் மன்னா...’

‘நான் தரும் மந்திரி பதவிக்காக...’

‘ஆம் மன்னா...’

‘உடன் பிறப்பும் எதிரியுமான அகமெம்னான்....’

‘அவரேதான் மன்னா...’

அவரது உதடுகள் சிரித்தன. உதடுகளால் சிரிக்க முடியாத சிரிப்பு கண்களில் வெடித்தது. குதித்தார் மெனிலாஸ். அவரது தங்கப்பற்கள் தகதகவென ஜொலித்தன. அதுநாள் வரைக்கும் இப்படியான சிரிப்பை அவர் சிரித்திருக்கவில்லை.

அவரது சிரிப்பில் அன்னம் தெரிந்தது. கன்னம் சிவந்தது. தொண்டை வறண்டு தொண்டைக்குழி காய்ந்தது. ஓலையைக் கொண்டு ஓடி வந்தார் மெய்க்காப்பாளன். அதில் மஞ்சளைத் தடவினான். குயில் இறகின் கூர்ப்பில் மையை எடுத்து எழுதினான். ‘நீ என் ஆர்கோ தேசத்தின் மாண்புமிகு அமைச்சன்....’ மன்னர் அதில் தன் ரேகையை இட்டு அவன் முன் நீட்டினார். மன்னரைச் சூழ்ந்து நின்றவர்கள் கை கொட்டி ஆரவாரம் செய்தார்கள். கையொலிப்பு முரசொலி போல் ஒலித்தது. மன்னரைச் சிரிக்க வைத்த வாலிபன் கை நீட்டி ஓலையை வாங்கினான். வாங்கிய வேகத்தில் மன்னரின் பாதங்களில் விழுந்து தொழ மறந்து தன் குடிலுக்கு ஓடினான். அவன் குடில் போய் சேர்ந்திருக்கவில்லை. அதற்குள் அவனது மந்திரி பதவி பறிக்கப்பட்டது.

தெட்டிஸ்

அவள் நின்ற இடத்திற்கு அருகில் ஒரு பூ மூச்சு விடுவதைப்போல குமிழிட்டது. கல் விழுந்தால் எழும் அலையைப் போல வட்டமிட்டது. தடாகத்திற்குளிலிருந்து தலையாலங்கானத்துத் தலையைப் போல ஒரு தலை வெளிப்பட்டது. வழித்துச் சீவிய முடி தெரிந்தது. நெற்றி தெரிந்தது. கண்கள் தெரிந்தன. நாசிகள், உதடுகள்,.. தெரிந்தன.

குயவன் சுற்றும் சக்கரத்திலிருந்து கொஞ்சம் கொஞ்சமாக வெளிப்படும் களிமண் சிற்பமாக ஓர் உருவம் வெளிப்பட்டது. ஆழ்கடல் சுறா மேற்பரப்பிற்கு வருகை தந்து தன் உடலின் பாதியைக் காட்டுவதைப் போன்ற உடல்வாகு. காளையின் திமிலையொத்த தோள், முருங்கை மரத்தின் உச்சியில் மலர்ந்திருக்கும் வெண்மையான பூக்களைப்போல அவனது முகத்தில் நீர்த் திவாலைகள். யார் இவன்...?, தன் கூந்தலுக்கும், மேனிக்கும் அழகு கூட்டிய மருத்துவன். இக்குளத்தில் எப்படி இவன்...?, தன் கூந்தலின் வீச்சால் பறித்து விழுந்தவன். அவளுக்குள் கேள்வி. அவளிடமிருந்தே பதில்.

'என் கூந்தல் கவர்ந்து வந்த தேனீயா இவன்...? பூச்சூடும் என் கூந்தல், ஒரு தேனீயை அல்லவா சூடி வந்திருக்கிறது. அதுவும் ஆண் தேனீ....' மனதிற்குள் அவள். 'நான் எப்படி இக்குளத்திற்குள் வந்தேன்...? ஒரு பெண்ணிற்கு மருத்துவம் பார்த்து கரையில் அல்லவா நின்றேன். என்னை யார் இக்குளத்திற்குள் கிடத்தியது' யோசனையில் அவன்.

அவளது கூந்தல் அவனது மேனியைச் சிலந்தி வலையெனச் சுற்றியிருந்தது. கூந்தலை அவள் மெல்ல இழுத்தாள். அவளது இழுவைக்கு அவன் சுற்றினான். சாட்டையோ என் கூந்தல், பம்பரமோ அவன்...? நினைத்துச் சிரித்தாள். திரும்பவும் இழுத்தாள். பத்து முறை இழுத்திருப்பாள். பத்து முறை அவன் சுற்றியிருப்பான். மொத்தக் கூந்தலும் அவளது கைக்கு வந்திருந்தது. கூந்தலின் நுனியில் அவன் உடுத்தியிருந்த ஆடை. கையில் எடுத்து நுகர்ந்தாள். மருந்து வாசனை!

சித்திரை பௌர்ணமி. அந்தியில் சூரியனும், சந்திரனும் முக்கடல் சங்கமத்தில் ஒருவரையொருவர் பார்த்துக்கொண்டு குளிப்பதைப்

போலதான் அவளும் அவனும் குளத்தில் நின்றிருந்தார்கள். குழப்பத்திலிருந்து நினைவுக்கு வந்தான் அவன். கைகளைக் கொண்டு தன் ஆடையைத் தேடினான். இவனது ஆடை அவளது கையிலிருந்தது.

‘பெண்ணே, மருத்துவம் பார்த்த எனக்கு நீ கொடுக்கும் மரியாதை இதுதானா...?’

‘என்ன பேசுகிறீர், என் கூந்தல் என்னைத் தவிர வேறென்ன அறியும்...? என் மேனிக்கு ஆடையைக் களைந்து மருந்திட்டீர். மயக்கம் தெளிந்து நான் என் ஆடையைக் கேட்டேன், வெட்கம்தான் ஆடையென்றீர். மேலுமொரு ஆடை கேட்டேன். இருட்டும் ஆடைதான் என்றீர். போதாது என்றேன். நீரும் ஆடைதான் என்று இத்தடாகத்தைக் காட்டினீர். அதில் நான் குதித்தேன். குளித்தேன். கூந்தலை அள்ளி அலசி காற்றில் உலர்த்தினேன். பூ சூட வேண்டிய என் கூந்தலில் பூவாக நீ சூடிக் கொண்டதற்கு நான் என்ன செய்ய..?’ கொடும்பிற்குள் சிரித்தாள்.

மருத்துவன் அவளைப் பார்த்தான். அவளது முகத்தில் வெட்கமும் பயமும் மெழுகிக் கிடந்தன.

‘சரி, என் ஆடையைக் கொடேன் ’

‘நீரே ஓர் ஆடைதானே...’.

‘யாருக்கு நான் ஆடை...?’

‘அய்யே, ஆசையைப் பாரும். நீர்தானே சொன்னாய். நீரும் ஓர் ஆடை என்று ’

அவன் சிரித்தான். பதிலுக்கு இவள் சிரித்தாள். இவர்களின் சிரிப்பைக் கேட்டு நீர்த்திவலைகள் சிரித்தன. தேரைகள் சிரித்தன.

‘அருகினில் வா...’

‘வந்தால்...?’

‘உன் ஆடையைத் தருகிறேன்..’

அவன் அருகினில் வந்தான்.

‘இன்னும்...’

‘ம்....’

‘இன்னும் கொஞ்சம்...’

‘ஊகூம்...’

'ஏன்...?'

'உன் வெட்கம் என்னைத் தடுக்கிறது...'

'ஆடை உனக்கு வேண்டாமா...?'

'என் ஆடை இப்பொழுது உன் ஆடை....'

'அய்யே, கொடை வள்ளல் என்று நினைப்பு போலும்!'

'பெண்ணே, என்னைப் போலவே நீயும் ஆடை இல்லாமல்தான் நிற்கிறாய்..'

'அய்யகோ, அப்படியா..!'

'ஆமாம், அல்லி, புல்லி வட்டம் இழந்த சூல் போல...'

அவள் வெட்கினாள். தன் கைகளைக் கொண்டு முகத்தைப் பொத்தினாள். விரல் இடுக்கின் வழியே அவனது முகத்தைப் பார்த்தாள். 'ஆடவன் உடையை பெண் அணிவது தகுமா..?'

'உன் ஆடையை நான் அணிந்திருக்கிறேனே..'

'என்ன சொல்கிறாய் நீ...?.'

'நீரும் ஓர் ஆடைதான் என்கிறேன்...'

'எப்படியாம்...?'

'நீருக்குள் பெண் குளித்தால் நீர் சேலையாகும்...'

'இப்பொழுது இருவரும்தானே குளிக்கிறோம்...'

'நான் எங்கே குளிக்கிறேன். உன் ஆடைக்கு தலைப்பாக அல்லவா இருக்கிறேன்...'

அவள் தன் உடம்பை அவனது ஆடையால் போர்த்திக் கொண்டாள். கால்களை எடுத்து வைத்து நீரில் விழுந்த மகிழம் பூ அலையால் கரை ஒதுங்குவதைப்போலக் கரை ஏறினாள். கரை ஏறியதும் அவளது மேனி கொதித்தது. குளிர வேண்டிய நேரத்தில் ஏன் எனக்கு வியர்க்க வேண்டும். என் மேனி நெருப்பு போல ஏன் கொதிக்க வேண்டும்...? ' மெல்லத் திரும்பி அவனைப் பார்த்தாள்.

'ஏன் பெண்ணே, நின்றுவிட்டாய்...?'

'என் மேனி கொதிக்கிறது...'

'நீருக்குள் நீரும் இருக்கிறது. தீயும் இருக்கிறது. அத்தீ உன்னை இப்பொழுது தீண்டிகொண்டிருக்கிறது...'

'என் தீயை அணைக்க நீர் வேண்டுமே...'

'அதற்கு நான் கரைக்கு வர வேண்டுமே...'

அள்ளி முடிந்து அழகாய் கொண்டையிட்டிருந்த கூந்தலை அவிழ்த்தாள். அதைத் தண்ணீருக்குள் விடுத்தாள். நீரை கண்ட மீனைப்போல கூந்தல் தண்ணீருக்குள் படர்ந்தது. பாசி போல விரிந்தது. கூந்தலை அவன் பிடித்தான். 'இதை நான் பிடித்து வரவா, உடுத்தி வரவா...'

'பெண் ஆடையை ஆடவன் உடுத்தலாம் என்றால் உடுத்திவா, கூடாது என்றால் பிடித்துவா...'

கூந்தலை அவன் இறுக பற்றினான். கால்களை ஒன்றின் பின் ஒன்றென எடுத்து வைத்து நடந்தான். ஆம்பலின் நீர்மட்டம் குறைவதைப்போல அவனது கழுத்தளவு நீர் மார்பிலிருந்து குறைந்து இடுப்பு அளவிற்கு வந்திருந்தது. அதற்கு மேல் அவனால் நடக்க முடியவில்லை.

'நீ, குன்றை விடவும் மேலானவனோ...?'

'என்ன சொல்கிறாய்...! குன்று எங்கே, நான் எங்கே...?'

'குன்றுகள் ஆடவன் என்கிற கர்வத்தை ஒருபோதும் கொள்வதில்லை. தேவைக்கு அது பெண்மேகத்தை உடுத்தவே செய்கிறது....'

அவனுக்கு கூந்தல் என்கிற ஒன்றைத் தவிர வேறு ஆடை இருந்திருக்கவில்லை. கூந்தலை அவன் முழங்கால்களுக்கும் மேலாகச் சுற்றிக்கொண்டான். அவள், முன் நடந்தாள். அவன், பின் தொடர்ந்தான். அசல் அவள். நிழல் இவன். ஒருவர் பின் ஒருவராக இருவரும். அவள் கேட்டாள். ' மருத்துவனே, என் கூந்தலின் நீளத்தை அளந்து சொல்லும் '

'பெண்களின் ஆசை எவ்வளவு நீளமோ அவ்வளவு நீளம்...'

அவனது பதில் அவளுக்குப் பிடித்திருந்தது. ஒரு கணம் நின்றாள். பின் நடந்தாள். இருவரும் நடந்து ஒரு மலையின் உச்சிக்கு வந்திருந்தார்கள். இதற்கு மேலும் நடக்க வழியில்லை. உடம்பில் வலு இல்லை. மலையின் உச்சியில் அவர்கள் நின்றது சிகரத்தின் மேல் சிகரங்கள் வைத்ததைப் போலிருந்தது.

அவள் ஓரிடத்தில் நடையை நிறுத்தினாள். அவள் நின்றது தெரியாமல் அவன் அவள் மீது உரசினான். சிக்கி முக்கி கற்கள் உரசுகையில் எழும் தீயைப்போல கனல் எழுந்து, இருவரின் மூச்சுகளும் ஒன்றோடொன்று கலந்தன.

‘இதில் எது என் கை...?, எது உன் கால்...? எது நான்...?, எது நீ....?. கேள்விகளாக அவள். பதில்களாக இவன்.

‘என் உதடுகளைச் சுவைத்தாயே எப்படி இருந்தது...?’

‘சாரல் பலாவின் இனிய சுளைகள்’

கேள்வி - பதில். கெஞ்சல் - கொஞ்சல்.

‘இப்பொழுது என்னிடம் நீ சரியாகச் சிக்கிக் கொண்டாய், எங்கே சொல்லும், உனக்கு நானும், எனக்கு நீயும் யாரும்...?’

‘இருதலைப்புள்ளியின் ஓர் உயிர்...’

அவனை அவள் அணைத்தாள். இறுக்கினாள். அவனது மார்பில் தன் முகத்தைப் பதித்து அவனுக்குள் இறங்கி உறங்கினாள். இத்தனை நாள் காணாத தூக்கத்தை அவளது கண்கள் கண்டன. ஆழ்ந்த தூக்கத்தில் அவளுக்கு நினைவு தட்டியது. வனத்திற்கு வந்த காரணத்தைத் தேடினாள். தன் கூந்தல் வளர்க்க முதல் முறை வந்தேன். இரண்டாம் முறை வந்திருப்பது அவனது முகத்தைப் பார்க்க..

அவனது மார்பிலிருந்து முகத்தை எடுத்தவள் அவனைத் துருவிப் பார்த்தாள். நீர் வழியே தரையைப் பார்க்கையில் என்ன தெரியுமோ, அப்படியாகவே அவனது முகம் தெரிந்தது. அவனை முழுமையாகப் பார்க்க இந்தப் பொழுது முடியவேண்டும். முடிந்து மறுபொழுது விடிய வேண்டும். விடியலுக்காகக் கண்களைக் கிழக்கு வைத்துக் காத்திருந்தாள்.

குயில்கள் கூவின. குருவிகள் கீச்சிட்டன. வாடைக்காற்று நின்று தென்றல் வீசத் தொடங்கியது. மொட்டுகளின் இதழ் விடுதல் மெல்லக் கேட்டிருந்தது. கண்களால் பூத்தாள். என்னவன் இவன், எனக்கானவன், எனக்குள் ஆனவன். என் கழுத்தில் அவன் கரத்தால் நான் மாலை சூட வேண்டும். மயிலும் அன்னமும் போல இருவரும் இத்தரணியை உலாவர வேண்டும். ஒரு பேரழகியும், ஓர் பேரழகனும் என இந்த உலகம் கோவை பாட வேண்டும். அவனை மனதிற்குள் நிறுத்தி அரும்பி பூத்தாள். காம்பிலிருந்து வழிந்த பால் போல பொழுது மெல்ல விடிந்தது. அவனது மார்பில் முகம் பதித்திருந்தவள் மெல்ல எழுந்தாள். கண்களைத் தேய்த்துக் கொண்டு அவனைப் பார்த்தாள். ஓ...! என ஓலமிட்டபடி திசை தெறிக்க ஓடினாள்.

தெட்டிஸ்

எத்தகைய வேகத்தில் ஓடினாளோ, அத்தனை வேகத்தில் திரும்பி வந்தாள்.

கூந்தலில் படுத்திருந்த மருத்துவன் அசைவு உணர்ந்து எழுந்தான். அவளை நிமிர்ந்து பார்த்தான். கொதிக்கும் கரும்புச் சாற்றின் நொதி நிறத்தில் அவள் இருந்தாள். கொழுத்துத் திரண்ட உடம்பு. காத்திர அழகு. ‘அழகே, உன்னில் என்னை மயங்க வைத்து பின் ஏன் என்னிடமிருந்து விலகி ஓடுகிறாய்...?’

அவள் ஓலமிட்டாள். மழையில் நனைந்த குருவியைப் போல நடுங்கிட்டாள்.

‘ஏன் பெண்ணே, அழுகிறாய்...?’

அவன் ஓரடியாக எடுத்து வைத்து அவன் முன் வந்தான். அவன் எடுத்து வைக்கும் ஒவ்வொரு அடிக்கும் அவள் பின்னோக்கிச் சென்றாள். ‘கொஞ்சம் நில்லேன்...’ என்றான் அவன்.

‘நீ பாதகன். முதலில் அங்கேயே நில். என் அருகினில் வராதே...’

நேற்றைய இரவு வரைக்கும் எதிரெதிர் காந்த துருவங்களாக இருந்த அவர்கள் இன்று ஒற்றைத் துருவங்களாக விலகி நின்றார்கள். கூந்தலை அள்ளிக்கொண்டு ஓடினாள் அவள். அவளைப் பிடித்துவிட விரட்டினான் இவன். முயலைப்போல அவள். புலியைப் போல இவன்.

அவள் ஓடிய பாதையை விடுத்து, குறுக்குவழியில் ஓடி அவளது கையை இறுகப் பற்றினான்.

‘அடச்சீ...! கையை எடும்...’

‘உன்னால் நான் நிம்மதியைத் தொலைத்திருக்கிறேன் பெண்ணே...’

‘நான் என் வாழ்க்கையையே தொலைத்து நிற்கிறேன்..’

‘பெண்ணே, என் நிழல் நீ..’

‘த்தூ ! உனக்கு நானா..?.’ அந்த அழுகையினூடே அவள் சிரித்தாள். அகங்காரச் சிரிப்பால் அவனை மிரட்டினாள்.

‘இல்லை. உன் நிழல் நான்...’

‘நீயும் நானும் ஒன்றா...?

‘எனக்கு என்ன குறை..?.’

‘பிறப்பின் மொத்தப் பிழை நீ. உன் முகத்தில் சந்திப்பிழை இருந்தால் பொறுக்கலாம். மரபுப் பிழையாக அல்லவா நீ இருக்கிறாய். உன் உடலைப் பார்க்கவே எனக்கு அருவருப்பாக இருக்கிறது. தேன் கூடுபோல உன் உடல். எங்கும் புண்கள், வடுக்கள், காயங்கள், கொப்புளங்கள்,...’

‘பெண்ணே, ஆண்களின் அழகு உடம்பில் இருப்பதில்லை..’

‘கையைப் பாரும், நெருப்பில் சுட்டெடுத்த சோளக்கதிர் போல...’

அவள் தன் கையை வாய்க்குக் கொடுத்து உமட்டியபடி ‘உன்னைப் பார்த்தாலே எனக்கு வாந்தி வருகிறது’ என்றவாறு எடுக்கவும் செய்தாள். ஓடி வந்த அவன் அவளது வாந்தியை கையில் வாங்கினான். நுகர்ந்தான். மனதிற்குள் பூரித்தான்.

‘பார்த்தாயா, உன்னால் எனக்கு வரும் அருவருப்பை..’

‘இல்லை பெண்ணே, இது அருவருப்பு அன்று. உனக்குளிருக்கும் நாம் இது...’

‘என்ன சொல்கிறாய்,...!’

‘நீ தாய்மை அடைந்திருக்கிறாய்...’

அவனை அவள் எரிப்பதைப் போலப் பார்த்தாள். அவனது கன்னத்தில் ஓங்கி அறைந்தாள். காறி உமிழ்ந்தாள். தன் கையை இறுக மூடிக்கொண்டு வயிற்றில் ஓங்கி குத்திக் கொண்டாள். அவளது கையைப் பற்றினான் அவன். ‘என் கூடவே இரு பெண்ணே, உன்னை நான் சிப்பிக்குள் முத்துப் போல காக்கிறேன்...’

அவளுக்குச் சிரிப்பு வந்தது. பேய் போன்று சிரித்தாள்.

‘நுங்கு நீ. தெங்கு நான்...’

‘என் பெட்டகமே, சரியாகச் சொன்னாய் நீ, இந்நிலத்தின் பூர்வீகமானது பனை, அது நான். குடியேறியது தென்னை. அது நீ’

‘நிறத்தை விடும். உன் முகத்தை ஒரு முறை நீருக்குள் பார்த்திருக்கிறாயா...?’ அவனது கையைப் பிடித்து அவனை தடாகத்திற்கு இழுத்துச் சென்றாள். உன் மேனியை உன் கண்களால் பார்... உன் கரிக்கொட்டை என் சந்தன நிறத்திற்குத் தகுமா...?’

அவன் குனிந்து குளத்தைப் பார்த்தான். கண்ணீர் பொங்க நிமிர்ந்தான். ‘உன் முகத்தை நீ பார்த்தாய் தானே, உன் கோணல் முகத்தை, கறுகி போன முகத்தை,...’

‘பார்த்தேன் தங்கமே, பார்த்தேன்...தடாகத்தில் தெரிந்தது என் முகமல்ல...’

‘பிறகு அது யார் முகம்...?’

அவனது கண்கள் கலங்கின. நெஞ்சு குமுறியது. ‘என் அப்பன், ஆத்தாள் முகம். அவர்களின் முகம் மட்டுமன்று. எங்களுடன் சேர்த்து எரிக்கப்பட்ட, கழுவேற்றிக் கொல்லப்பட்ட, சிதைக்கப்பட்ட பலரின் முகம் ...’

‘எனக்கு ஒன்றும் புரியவில்லை..?’

‘அட்டால் பால் சுவை குன்றலாம், சந்தனம் சுட்டால் சந்தனம் ஆவதில்லை. நெருப்பில் எதைச் சுட்டாலும் கரிதான் பெண்ணே...’

‘என்ன உளறுகிறாய்...?’

‘பெண்ணே, என் கூட சற்று வாரும்...’ அவளை அழைத்துக் கொண்டு ஒரு மலையடிவாரத்திற்குச் சென்றான். மலையைக் குடைந்தான். மலைக்குள் பெரிய பொதி இருந்தது. அதை எடுத்து அவள் முன் கொட்டினான்.

‘என்ன இது...?’

‘அத்தனையும் பொற்காசுகள்....’

‘இது எதற்கு...?’

‘உனக்குத்தான்....’

அடுத்து மலையை நோக்கி அழைத்துச் சென்றான். மலையின் உச்சியிலிருந்த மரத்திற்குத் தாவினான். ஒரு கிளையில் ஒரு பெரிய முடிச்சு தொங்கிக் கிடந்தது. அதை அவிழ்த்து அவள் முன் வைத்தான்.

‘என்ன இது...?’

‘முத்துகள்...’

‘இதை ஏன் என்னிடம் காட்டுகிறாய்...?’

‘இதுவும் உனக்குத்தான்...’

‘இதோ இது பவளம், இது சங்கு, இது மாணிக்கம்... இவ்வளவையும் நீயே வைத்துக்கொள்...’

‘இதெல்லாம் ஏன் எனக்கு...?’

‘இது மட்டுமல்ல, இந்த அடர் வனமும், வனத்தின் திராட்சை, ஆப்பிள், ஆரஞ்சு, கரும்பு, தேக்கு, சந்தனம், செம்மரத் தோட்டங்கள் எல்லாவற்றையும் நீயே வைத்துக்கொள். ‘உனக்கு நானொரு மாளிகை கட்டித் தருகிறேன். உன்னை நான் இராணியாகக் குடி வைக்கிறேன்...’

‘அடச்சீ, இவ்வளவையும் ஏற்றுக்கொண்டு உனக்கு நான் மனைவியாக வாழ வேண்டும் என்கிறாயா..?’

‘இல்லை பெண்ணே, அப்படியான துயரத்தை உனக்கு நான் தந்துவிட மாட்டேன். உன் வயிற்றில் வளரும் என் குழந்தையை எனக்குப் பெற்றுக்கொடு...’

‘ஆத்தூ! ’

‘அல்லது பெற்று எடு...’

ஓட்டமெடுத்தாள் அவள். துரத்தினான் இவன். பெண்தான், இப்பொழுது அவள் சிறுத்தையைப்போல ஓடினாள். ஆண் இவன், ஒரு மானைப் போல விரட்டினான். அவனது விரட்டலில் அவளைப் பிடித்துவிட வேண்டும் என்பதை விடவும் அவள் கீழே விழுந்து கரு கலைந்துவிடக் கூடாது என்பதில் அவன் குறியாக இருந்தான். விரட்டியவனின் காலை ஒரு கல் தடுக்க, அவன் கீழே தடுக்கி விழுந்து உருண்டு அவளது ஒரு காலை இறுகப் பற்றினான்.

‘பெண் காலைப் பிடிக்கிறாய், வெட்கமில்லை உனக்கு...?’

‘என் குலவிளக்கின் காலைப் பிடிப்பதில் வெட்கம் எதற்கு எனக்கு.?.’

‘உன் ஆசை வார்த்தைக்கு மயங்குபவள், நான் அல்ல...’

‘பெண்ணே, உன்னை நான் கெஞ்சிக் கேட்கிறேன்... எனக்கென்று சொல்லிக் கொள்ள யாருமில்லை. என் குடும்பத்தில், என் உறவில், என் இரத்தத்தில் எவருமில்லை. இப்பொழுது எனக்கொரு உறவு கிடைத்திருக்கிறது. அது உன் வயிற்றில் இருக்கிறது. அதன் துடிப்பு எனக்குக் கேட்கிறது. என் வாரிசு அது. உன்னிடம் அதை மடிப்பிச்சையாகக் கேட்கிறேன். உனக்கு நான் காலணியாக இருக்கிறேன். நான் இத்தனை ஆண்டுகள் சேமித்த சொத்து, சுகம் அத்தனையும் உனக்கே தருகிறேன். பெண்ணே, அழிந்து போன என் குடும்பத்திற்கு அகல் ஏற்று. அழிக்கப்பட்ட என் குலத்திற்கு உயிரேற்று. என் கைக்கு ஒரு பிச்சையிடு. முடியாது என்றால் இதோ, இந்த மலையிலிருந்து என்னைக் கீழே தள்ளிவிடு...’ நெஞ்சு குலுங்கினான். கண்ணீர் சொரிந்து உருகினான். அவனது உதடுகள், முறிந்த சிறகைப் போலத் துடித்தன. நாசிகள் ஏக்கத்தால் சிவந்தன.

இத்தனை நேரம் ஓடியவள் பிறகு மெல்ல நடக்கத் தொடங்கினாள்.

‘பெண்ணே,...’

அவள் நின்றாள். அவளது காலில் அவன் ‘பொத்’தென விழுந்தான். ‘நீ என் தேவதை. என் குடும்பத்தின் வேர்’.

‘சம்மதிக்கிறேன், உன் செல்வத்திற்காக அன்று. நீ வடித்த கண்ணீர்க்காக...’

கையெடுத்துக் கும்பிட்டான்.

‘பிறக்கும் குழந்தை உன் குழந்தையென்று ஒரு போதும் நீ உரிமை கொண்டாடக்கூடாது.’

‘ஆம், பெண்ணே...’

விடைபெற்றாள் அவள். ஏதோ ஒன்று அவளைப் பின்தொடர்வதைப் போலிருந்தது. ஓரிடத்தில் நின்றாள். இமைக்குள் ஒடுங்கிய தூசியைப் போல ஒரு உறுத்தல். ‘யார் உன் குலத்தை அழித்தது..?’

‘இப்போதைக்கு வேண்டாம் பெண்ணே...’

‘ஏன் அழித்தார்கள்...?’

‘பிறகு சொல்கிறேன் தாயே...’

அவள் அதைத் தெரிந்துக்கொள்ளாமல் அவ்விடத்தை விட்டு நகரப்போவதில்லை என்பதாக அவள் நின்றாள்.

‘வேண்டாம் தாயே...’

‘அதான் ஏன் என்கிறேன்...?’

‘அடுத்தவருக்கு கேட்டு விடக் கூடும்...’

‘உன்னையும் என்னையும் தவிர இங்கு வேறு யார் இருக்கிறார்கள்....’

‘உன் வயிற்றில் குழந்தை இருக்கிறதே...’

அவள் குனிந்து தன் வயிற்றைப் பார்த்தாள். உதடு சுழித்தாள். ‘உன்னைச்சந்திக்க நான் இன்னொரு முறை வரப்போவதில்லையே...’

‘அதற்கான தேவை இருக்கிறது தாயே...’

‘இன்னொரு முறை உன் முகத்தைப் பார்க்கப் போவதில்லை...’

‘பார்த்துதானாக வேண்டும்...’

‘இல்லை, இது சத்தியம்..’

‘வேண்டாம். நம் சந்திப்பு நிச்சயம்...’

அந்த இடத்தை விட்டுக் கிளம்பினாள். மனம் சுமந்து வந்தவள் திரும்பிச் செல்கையில் வயிறு சுமந்தவளாகச் சென்றாள்.

20

அகமெம்னான்

மருத்துவசாலைக்குச் செல்வதற்கு முன்பாக சிந்தியின் குடிலுக்குச் சென்றார்.

சிந்தி பலரின் மிரட்டலுக்கு ஆளாகியிருந்தாள். அம்மிரட்டலில் அவள் பயந்து நடுங்கி படிந்து போயிருந்த செய்தியை ஒற்றன் வழியாக அகமெம்னான் அறிந்திருந்தார். அவளைச் சந்தித்து தைரியப்படுத்த வேண்டும் என்கிற நோக்கில் குதிரையைச் சிந்தி குடில் முன் நிறுத்தினார்.

அவளது குடிசைக்கு அதுநாள் வரைக்கும் யாரும் சென்றது கிடையாது. யாரேனும் இறந்தால் இறந்தவர்களைப் புதைக்கத் தாழி வாங்கச் செல்வதோடு சரி. அக்குடில் முன் பல குதிரைகள் நிற்பதை அவள் சற்றும் எதிர்ப்பார்த்திருக்கவில்லை.

குதிரையின் குளம்படி சத்தம் கேட்டுக் குடிலுக்கு வெளியே ஓடி வந்தாள் சிந்தி. அவளது ஒற்றைக் கண்ணில் பயமும் மற்றொரு கண்ணில் வியப்பும் தொற்றியிருந்தது. நடையும் ஓட்டமுமான வேகத்தில் அவள் வந்தாள். வந்தவள் குதிரையிலிருந்து இறங்கியவர்களைப் பார்த்து 'தாழி வேணுங்களா...?' என இமைகள் துடிக்கக் கேட்டாள்.

அவளது கேள்வி மன்னர் அகமெம்னானை மட்டுமல்ல, அவளைச் சுற்றி நின்ற அத்தனை பேர்களையும் முகம் சுழிக்க வைத்தது. 'தாழி செய்பவர்கள் யாரேனும் சாவார்கள் என்றே காத்திருப்பார்கள் போலும்....' மனதிற்குள் புகைந்து வெளியே சிரிப்பதாக இருந்தார்கள்.

'இத்தாழி நான் செய்தது...' கைகளை நீட்டிக் காட்டினாள். ஆழ்கடல் மீனின் கீழுடம்பு போன்ற வழவழப்பான தாழியைத் தடவிக்கொடுத்தாள்.

மன்னன் தாழியைத் தொட நெருங்கினான். 'வேண்டாம் தொடாதீர்கள்...'

'ஏன்...?'

'இதற்குள் மெனிலாஸ் என்கிறவனின் பூத உடல் இருக்கிறது'

அகமெம்னானின் கண்கள் கட்டின. எச்செய்தியை அவர் திரும்பவும் கேட்கக்கூடாது என்று நினைத்தாரோ, அதே செய்தி திரும்பவும் அவரது காதிற்குள் வந்து விழுந்தது.

மன்னர் சிறுமியை நினைத்துப் பரிதாபப்பட்டார். இப்படியாக அவள் சொல்லும் இச்செய்திதான் தேசம் முழுவதும் தீ போல் பரவியிருக்கிறது. மன்னர் ஆசுவாசமானார். சிறுமியை அருகினில் அழைத்தார் 'குழந்தாய், நீயொரு உதவி செய்ய வேணும்.'

' என்ன உதவி...?' அவளது கண்கள் அடித்துக்கொண்டன.

'மெனிலாஸ் இறந்துவிட்டார் எனச் சொல்வது பொய். அவரது உடல் உன் தாழிக்குள் தெரிகிறது என்று சொல்வது மாயை. இப்படியான பரப்புதலை உடனே நீ நிறுத்திக்கொள்ள வேணும்...'

சிறுமி பதைத்தாள் 'அய்யோ, நான் ஒன்றும் பொய் சொல்லவில்லை. என் இரு கண்களால் கண்டதைத்தான் சொல்கிறேன்..' கண் கலங்கியவள் அகமெம்னானைப் பார்த்துக் கேட்டாள் 'சரி, நான் சொல்வது பொய்யென்றால் எங்கே நீங்கள் சொல்லுங்கள். மெனிலாஸ் எப்படி இருக்கிறார்...?'

'நன்றாக இருக்கிறார்...'

சிந்தி தலையைச் சிலுப்பிக்கொண்டாள். அவளது பின்னலிட்ட கூந்தலை அள்ளி கொண்டையிட்டுக்கொண்டாள் ' ஆதாரம்...?'

'மெனிலாஸ் சற்று முன் இரண்டு அவசர உத்தரவு பிறப்பித்திருக்கிறார்...'

' என்ன உத்தரவு.?'

'இரண்டு வீதிக்கு ஒரு மதுக் கொட்டகை என்பதை மாற்றி நான்குக்கு ஒன்றென உத்தரவு பிறப்பித்திருக்கிறார்...'

'மற்றொன்று...?'

'இத்தனை நாட்கள் ஆண்கள் மட்டுமே மது, எரிக்கவும், காய்ச்சவும், குடிக்கவும், விற்கவும் இருந்தார்கள். இனி பெண்களும் அதைச் செய்யலாம் என்றிருக்கிறார்...'

சிந்துவால் ஒன்றும் பேச முடியவில்லை. அவளுக்கு அழுகை வந்தது. உடலைக் குலுக்கி உடைந்து அழுதாள். அவளது அழுகையில் குடியால் இறந்து போன அவளது தாயும் தந்தையும் கண்ணீராகக் கரைந்தார்கள்.

மன்னர் அக்குடிலை விட்டுக் கிளம்பினார். குதிரையில் ஆரோகணித்து அப்பல்லோ மருத்துவசாலையை நோக்கி விரைந்தார். வழியெங்கும் மன்னர் மெனிலாஸின் முகங்கள். சுட்ட, வடித்த, மணலில் செதுக்கப்பட்ட சிற்பங்கள்....

ஒருவன் நெற்குவியலில் மெனிலாஸ் முகத்தை வடித்து மன்னன் நலம் பெற வேண்டி தவம் இருந்தான். மற்றொருவன் மண்ணையும் கம்மங்களியையும் தின்றுகொண்டிருந்தான்.

அகமெம்னான் அதை வேடிக்கை பார்த்தபடி அந்த இடத்தை விட்டு விலகினார். இருள் கவிழ்வதற்குள் எப்படியும் அப்பல்லோ போய்ச் சேர வேண்டும் என்கிற வேகத்தில் குதிரையை முடுக்கினார். குதிரை மலையில் ஏறி அடர்ந்த வனத்திற்குள் இறங்கி பீடபூமியைக் கடக்கையில் ஒரு வயோதிகரின் முகம் தென்பட்டது. அவர் பார்க்க யாவும் அறிந்த பண்டிதனைப் போலிருந்தார். தலையில் ஒரு பொதி மூட்டை. கையில் சாட்டை. தள்ளாடிய நடை, கிழிந்த ஆடை.....

மன்னரின் குதிரை அவர் முன் போய் நின்றது. 'வயோதிகரே, நீங்கள் பார்க்க மூவுலகமும் கற்ற பண்டிதரைப் போலிருக்கிறீர்கள். உங்களை ஒன்று நான் கேட்க விரும்புகிறேன்...?'

வயோதிகர் தன் தலையிலிருந்த பொதியை இறக்கி கீழே வைத்து 'ஆம், கேளுங்கள்...' என்றவாறு கையை முகவாய்கட்டைக்குக் கொடுத்து நின்றார்.

'மெனிலாஸ் இறந்துவிட்டதாகவும், உயிருடன் இருப்பதாகவும் இருவேறு வதந்திகள் உலாவுகிறதே, இதில் எது உண்மை..?'

வயோதிகர் சிரித்தார். 'அப்படி யாரும் தற்போது பேசிக்கொள்வதாக இல்லையே...'

அகமெம்னான் திரும்பிச் சுற்றி நின்றவர்களைப் பார்த்தார். அதற்கு மேல் பேச அந்த வயோதிகரிடம் ஒன்றும் இருந்திருக்கவில்லையென குதிரையை முடுக்கினார். வயோதிகர் சிரித்தார் 'பார்க்க பெரிய இடத்து பிள்ளையாகத் தெரிகிறீர்கள். இப்படி என்னை அவமதித்துச் சென்றால் எப்படி...?'

'பிறகு என்ன பெரியவரே, தேசம் மன்னன் மெனிலாஸ் பற்றி பேசிக்கொண்டிருக்கையில் நீங்கள் அதுகுறித்து ஒன்றும் தெரியாமல் அல்லவா இருக்கிறீர்கள்...'

'ஒரு மாதத்திற்கு முந்தைய செய்தியை அல்லவா நீங்கள் விசாரிக்கிறீர்கள்...'

'இன்றைக்கும் மக்களின் பேசுபொருள் அதுதானே...'

'இல்லையே...'

'என்ன சொல்கிறீர்கள்...!'

‘ஆமாம், மக்கள் இன்றைக்கு பேசிக்கொள்வது மெனிலாஸ் இறப்பு, இருப்பு பற்றி அல்ல. மெனிலாஸிற்கென்றிருக்கும் ஒரு வாரிசு பற்றி’

அகமெம்னானின் குதிரை திடுக்கிட்டது. அவனுக்குள் நிகழ்ந்த அதிர்ச்சியைத்தான் குதிரை அப்படியாக வெளிப்படுத்தியது.

‘வயோதிகரே, என்ன வார்த்தை சொன்னீர்கள். மெனிலாஸ்கென்று எந்தவொரு வாரிசும் கிடையாது. அதை நான் அறிவேன், இத்தேசம் அறியும், உலகம் அறியும்...’

வயோதிகர் சிரித்தார். ‘உம் அறிதல், புரிதல் அவ்வளவேதான்... மெனிலாஸின் வாரிசு எனச் சொல்லிக்கொண்டு ஒருவன் அப்பல்லோ குடிலுக்கு வந்து சென்றிருக்கிறான். இதற்கு முன்பு அவன், தன் தந்தையின் உடல் நலம் குறித்து அறிந்து வரதூது அனுப்பியிருக்கிறான். தளபதி மன்னராயனிடமிருந்து ஒரு பதிலும் முறையாகச் சென்றிருக்கவில்லை. ஆகவே, அவன் மன்னராயன் மீது கோபமாக இருக்கிறான்.

மன்னர் அகமெம்னான் திகைத்தார். ‘மெனிலாஸிற்கு ஒரு குழந்தையா, அதுவும் ஆண் குருளையா...?’ அவனது நினைவோட்டம் பின் நோக்கிப் பாய்ந்தது.

21

மெனிலாஸ்

கூட்டுப்புழுவிற்கு இறக்கை முளைத்தால் புழு வண்ணத்துப்பூச்சியாகி விடுவதைப்போல மீசை முளைத்ததும் அவன் குமரனாகியிருந்தான். அவனது வாட்டமான உடல்வாகு, நீண்ட நெடிய உயரம், காளவாயில் சுட்டு எடுத்த பானை நிறம்,.. இத்தனை இருந்தும் மீசை முளைக்காத குறைதான் அவனுக்கு பெரும் குறையாக இருந்தது. அத்தகையவனுக்கு மீசை அரும்பியதும் விடலைக் குஞ்சு சேவலானது.

மெனிலாஸின் மேலுதட்டில் அரும்பியிருந்த பூனை மயிர்கள் செம்பட்டை தட்டிப்போய் சோளக்குருத்தின் கூந்தலைப்போல வெளிர்த்திருந்தன. மீசை அன்றைய தினத்தில் கறுத்து அடர்த்தியாக இருந்ததை அகமெம்னான் கவனித்தான். அவன், மெனிலாஸின் முகத்திற்கு நேராக விரலை நீட்டி 'அடேய் மெனிலாஸ், நீ குமரனாகிவிட்டாய்...' என்றான்.

மெனிலாஸ் ஒன்றும் புரியாதவனாய் குறுநகை புரிந்தான். 'என்ன அண்ணா சொல்கிறாய், நான் ஆண் பிள்ளைதானே....' என்றவாறு தலையைச் சொறிந்தான்.

'ஆட்டிற்குத் தாடி முளைத்துவிட்டால் அது கிடா...' என்றான்.

மெனிலாஸ் தன் விரல்களால் மீசையைத் தடவினான். பனித்துளியால் நனைந்த அருகம்புற்கள் தரையோடு தரையாக படிந்துவிடுவதைப்போல மீசைகள் அவனது விரல்களில் பட்டு உதட்டில் படிந்தன. இரண்டு விரல்களால் மீசையை நீள்வாக்கில் நீவிவிட்டான். கிடைவாக்கில் தடவினான். மீசையின் ஒரு இழையைப் பிடித்து அதன் நீளத்தைப் பார்த்தான். கறுப்பு இழை மெல்லிய நூலிழையை ஒத்திருந்தது. அதைப் பார்த்ததும் அவனுக்கு வெட்கமாக இருந்தது.

அண்ணன் அகமெம்னானுக்கு மீசை முளைத்த விடயத்தை இரண்டு திங்களுக்கு முன் மெனிலாஸ் சுட்டிக்காட்டினான். அவனது மீசையைப் பிடித்து விரல்களுக்குக் கொடுத்தான். அப்பொழுது அவனுக்கு அப்படியான வெட்கமோ, வியப்போ, நாணமோ வந்திருக்கவில்லை. மீசை என்பது வெறும் மயிர். அதன் மீது அவனுக்கு அவ்வளவு ஈர்ப்பு வந்திருக்கவில்லை. மீசையை அவன் தேவையில்லாத ஒன்றாகவே பார்த்தான்.

மெனிலாஸ், அண்ணனை எப்படியேனும் குதூகலப்படுத்தி விட வேண்டும் என்கிற நோக்கில்தான் மீசையைச் சுட்டிக் காட்டினான். ஆனால், எந்தவொரு எதிர்வினையாற்றலுமில்லாமல் காதை வேறொரு பக்கமாகத் திருப்பிக் கொண்டான். அவனது செய்கை மெனிலாஸ்க்கு வியப்பைத் தந்திருந்தது.

'அண்ணா, உனக்கு மீசை முளைத்திருக்கிற செய்தியைச் சொல்கிறேன். ஆனால் நீ அதன் பொருட்டு எந்த வினையாற்றலுமில்லாமல் இருக்கிறாயே, உன்னைப் போல எனக்கு மீசை முளைத்திருந்தால் இந்நேரம் என்னென்னவோ செய்திருப்பேன்....' என்றான் மெனிலாஸ்.

'மீசைதானே முளைத்தது. என் கைகளில் என்னவோ இறக்கை முளைத்ததைப் போலக் குதிக்கிறாயே...'

'மீசை ஒரு வகையில் ஆடவனுக்கு இறக்கைதானே அண்ணா...'

'எப்படி சொல்கிறாய் தம்பி...?'

'புழுவிற்கு இறக்கை முளைத்தால் அது தன் ஜோடியைத் தேடத் தொடங்கிவிடும். அதே போன்றுதான் ஆடவனுக்கு மீசை....'

அகமெம்னான் முறுவலித்தான். 'அடேய் மெனிலாஸ், இந்த மீசையால் யாருக்கு என்ன பயன் சொல்லும். அதோ பாரும் தூரத்தில் ஒரு ஆட்டுக்கிடா மேய்கிறது..'. மெனிலாஸ் அண்ணனின் முகத்திலிருந்து பார்வையை எடுத்து அண்ணன் சுட்டிக்காட்டிய இடத்தைப் பார்த்தான். ஒரு கிடாவும், அதைச்சுற்றி நான்கு ஆடுகளும் மேய்ந்துகொண்டிருந்தன. 'ஆமாம், அதற்கு என்ன அண்ணா...?'

'கிடாவிற்குத் தாடி எப்படியோ, அப்படிதான் ஆடவனுக்கு மீசை'

அகமெம்னானின் பதில் மெனிலாஸ்க்குப் பிடித்திருக்கவில்லை. அண்ணனை அவன் வேடிக்கையாகப் பார்த்தான். பிறகு என்னவாம், கொம்பு முளைத்த காளைகள் தம் கொம்புகளைச் சிலுப்பிச் செல்கின்றன. பிடறி முளைத்த சிங்கம் தன் முன்னங்கால்களால் பிடறியை நீவிப் பார்க்கிறது. தந்தம் கொண்ட யானைகள் தம் தந்தங்களைக் கொண்டு மரங்களை உரசிப்பார்க்கின்றன. ஆனால் மீசை முளைத்த அண்ணன் இது ஏன் முளைத்தது என்றல்லவா பார்க்கிறான்...? எத்தகைய பிறப்பு இவன்...?. நான் கருவுற்றிருந்த அதே கருப்பைக்குள்தான் இவனும் பத்து மாதங்கள் இருந்தான். என் கூடவே வளர்ந்தான். எனக்கு மீசை மீது ஒரு வகை ஆசை. இவனுக்கு அதன் மீது ஒரு வகை வெறுப்பு...

‘அண்ணா, மீசையின் தேவை குறித்து நானொன்று சொல்லட்டுமா...?’

‘இம் சொல்லும்...’

‘அத்தைக்கு மீசை முளைத்தால் சித்தப்பா..’

அகமெம்னான் ‘சரிதான் தம்பி. மீசையை நான் மழித்துவிட்டால் அத்தையாகிவிடுவேனா என்ன..?’

அகமெம்னான் கேள்விக்கு மெனிலாஸிடம் பதில் இல்லை. அவன் தலையை கிடைமட்டமாக ஆட்ட மட்டும் செய்தான். ‘என்னதான் அண்ணா சொல்ல வருகிறாய்...?’

‘மீசைதான் மானுடப் பிறப்பை ஆடுஉ, மகடுஉ எனப் பிரிக்கிறது...’

‘எல்லா பிறப்பிலும் இரு பிறப்பு உண்டுதானே அண்ணா...’

‘கோழிக்குஞ்சுக்குக் கொண்டை முளைக்காத வரை எக்குஞ்சும் இன்னொரு குஞ்சின் மீது ஏறி விழுவதில்லை...’

‘சரிதான் அண்ணா, ஆண் மயிலுக்குத் தோகையென்று ஒன்று இல்லாவிட்டால் எப்படியிருக்குமென நினைத்துப் பாருங்கள்...’

‘பெண் மயிலைப்போல அழகாகத்தான் இருக்கும்...’

‘உன் வாதம் எனக்குச் சரியெனப் படவில்லை அண்ணா..’

‘இல்லை தம்பி, மீசைதான் ஆணுக்குப்பெண் இளைப்பென்று சொல்கிறது. ஒரு ஆண், மற்றொரு ஆணினை அடிமையாக்குவது மீசைதான். மீசை முளைக்காத ஆண், மீசை முளைத்த ஆணிற்கு அடிமை. அடர்த்தி மீசையின் பேச்சை அரும்பு மீசைகள் காது கொடுத்துக் கேட்க வேண்டும். ஒரு ஆண் எத்தனை பெரிய மீசைகள் வைத்திருந்தாலும் அவன் வெண் தறித்த மீசைக்காரருக்கு கீழ் பணிந்தே செல்ல வேண்டும்...’

மெனிலாஸ் கேட்டான் ‘அண்ணா, வேண்டாத மீசையை நீ என்ன செய்ய இருக்கிறாய்...?’

‘மழித்தெறிய இருக்கிறேன்...’ சொன்னதைப் போலவே மழித்தெறியவும் செய்தான்.

ஆனால் மெனிலாஸ் அப்படியன்று! ‘தம்பி, உன் முகத்தில் மீசை முளைத்திருக்கிறது...’ என்றதும் கொண்டை முளைத்த சேவலைப்போல தலையைச்சிலுப்பிக்கொண்டான். கையில் இறக்கை முளைத்தவனாய் கைகளைக் காற்றில் அளாவினான். கையைக் கொண்டு தலை முடியைக் கோதினான். மீசையைத் தடவினான். அவனுக்குள் நாளமில்லா சுரப்புகள் சுரந்தன.

மீசையை அவன் தடவியும், நீவியும், கோதியும் பார்த்தான். இதுநாள் வரையில் அவனது விரல்களில் தென்படாத ஒன்று அப்பொழுது தென்பட்டது. தொட்டு உணர்ந்த மீசையை அவன் கண்களால் பார்க்க எத்தனித்தான். மீசையைத் தொடுவதை விடவும், வளர்ப்பதை விடவும் அதைப் பார்ப்பதில்தான் ஆழ்மனம் பெரிதும் ஆட்கொண்டதாக இருந்தது. அண்ணனை நேராக நிற்க வைத்து அவனது விழியின் வழியே தன்னைப் பார்த்தான். முகம் தெரிந்த அளவிற்கு மீசை தெரிந்திருக்கவில்லை. கிழக்குப் பக்கமாகத் திரும்பி உடம்பை ஒரு பக்கமாகத் திருப்பி தன் நிழலில் மீசை விழுகிறதா எனப் பார்த்தான். மீசையின் பிசிறு நிழலாக விழுந்திருந்தது. அடுத்து என்ன செய்யலாம், என்கிற யோசனையில் ஆழ்ந்தான்.

'மெனிலாஸ், என்ன யோசனை...?'

'என் மீசையை நான் முழுவதுமாகப் பார்க்க வேண்டுமே அண்ணா...'

'என் மீசையை நீ பார்த்தாய் அல்லவா, அப்படியாகத்தான் உன் மீசையும் இருக்கிறது...'

'நீ சொல்வதைப் பார்த்தால் மீசை என்பது வெறும் மயிரிழை அப்படிதானே அண்ணா..?'

'அதைத்தாண்டி வேறென்ன இருக்கிறது...?'

'மீசைகளில் வகைகள் இருக்கிறதே அண்ணா..'

'என்ன வேடிக்கை பேசுகிறாய்...?'

'பின்னே இல்லையா! எலி மீசை, பூனை மீசை, புலி மீசை, குரங்கு மீசை, புளிச்சநார் மீசை, நுங்கு மீசை, சோளக்கூந்தல் மீசை, நேர் மீசை, வகிடு மீசை,அணில் வால் மீசை, நரிவால் மீசை இப்படியாக நிறைய இருக்கின்றனவே. இதில் எந்த மீசை என் மீசை என்பதை நான் தெரிந்து கொள்ள வேண்டாமா...?'

அகமெம்னானின் இமைகள் ஏறி இறங்கின. அவனது சுழித்த நெற்றி சுழித்த படியே இருந்தது. அவனையும் அறியாமல் அவனது விரல்கள் உதட்டிற்குச் சென்றன. மீசையில்லா உதட்டைத் தடவி, வருடிக் கொடுத்தான்.

'அண்ணா, உனக்குத் தெரிந்து இவ்விடத்தில் ஏதேனும் நீர்த்தடாகம் இருக்கிறதா...?'

'நீருக்கு என்ன பஞ்சம். எனக்குள்ளாகவே நீர் இருக்கிறதே...'

‘என் மீசையைக் காட்டும் படியாக கொஞ்சம் நீர் கேட்கிறேன்...’

‘இதோ தருகிறேன்...’ என்றவன் கீழே கிடந்த சருகில் ஒன்றை எடுத்து அதன் காம்பைக் கிள்ளி அதன் நரம்பை தன் கண்களில் உரசினான். கண்கள் பொங்கி கண்ணீர் வழிந்தது. வழிந்த கண்ணீரை உள்ளங்கையில் வாங்கி தம்பி முன் நீட்டினான்.

அண்ணனின் கையில் கொப்புளம் போல கண்ணீர்த்துளி. அண்ணனின் செய்கை மெனிலாஸிக்கு வியப்பைத் தந்தது. கண்ணீர் உடைவதற்குள் அவன் தன் மீசையைப் பார்த்துவிட வேண்டும் என்கிற ஏக்கத்தில் முகத்தை கண்ணீர் துளிக்குள் காட்டினான். மீசைத் தெரிவதை விடவும் முகம் விகாரமாகத் தெரிந்தது.

அகமெம்னான் சொன்னான் ‘நீ உன் மீசையை ஆசை தீரப் பார்க்க வேண்டும் அப்படித்தானே...?’

‘இல்லை, என் மீசையைப் பெரிதே பெரிதெனக் காட்டும் தடாகம் வேண்டுமண்ணா...’

‘எனக்குத் தெரிந்து அந்த வனத்திற்குள் ஒரு தடாகமிருக்கிறது...’

‘எங்கே அண்ணா..?’

‘இதே காட்டிற்குள், ஆனால் அதற்கு காத தூரம் நடக்க வேண்டும்...’

‘அதனால் என்ன, எத்திசை என்று சொல்லும் அண்ணா...’

‘கிழக்குப் பக்கமாக’ என்றதும் இருவரும் நடக்கத் தொடங்கினார்கள்.

ஓரிடத்தில் கொக்குகள் மரத்தின் கிளையில் நெருக்கமாக அமர்ந்திருந்தன. நாரைகள் தம் அலகால் தம் இறகுகளின் ஈறுகளைப் பொறுக்கின. மீன்கொத்திப் பறவைகளும், வான்கோழிகளும், வாத்துகளும் பறப்பதும், கீச்சிடுவதும், கரைவதும், கத்துவதுமாக இருந்தன. சுற்றிலும் அடர் மரங்கள். பூச்சொரிந்த கிளைகள், கொடிகள்.

மெனிலாஸ் கீழே குனிந்து பார்த்தான். கடலையொத்த அலையில்லா நீர்த்தடாகம், அவன் முன்னே விரிந்திருந்தது. கடலின் நீலத்திற்குப் பதிலாக பச்சை வண்ணம் மிதந்து கிடந்தது. ஆங்காங்கே அல்லிகளும், தாமரைகளும், ஆம்பலும், செங்காந்தளும் தலைநீட்டியிருந்தன.

எத்தனையோ வனச்சோலையை மெனிலாஸ் பார்த்திருக்கிறான்.

இப்பொழுது அவன் பார்ப்பது நீர்ச்சோலை. பூவும், பொட்டும், பறவைகளும் சூழ்ந்த நீளமான சோலை. தடாகத்தை அவன் நெருங்கியதும் நீர் பரப்பிலிருந்து மீன்கொத்திப் பறவைகளும், கொக்குகளும், வாத்துகளும் பறந்தன. சில பறவைகள் பின்வாங்கின. பல பறவைகள் நீரில் மூழ்கின.

மெனிலாஸ் தடாகத்தை நோக்கி நடந்தான். தடாகத்தின் கரைதனில் கால்களை மடக்கி அமர்ந்தான். புல் தரையில் முட்டிக் காலிட்டு தன் முகத்தைத் தடாகத்திற்குள் பார்த்தான். அடுத்தது காட்டுமாம் பளிங்கு. ஆனால் தடாகத்திற்குள் தெரிந்த முகம் வேறொரு முகமாக இருந்தது.

22

தடாகம்

அன்றைய தினம் பொய் சொல்லியிருந்தது. நீர் காட்டிய முகம் சற்று முன் உதித்த முழு நிலவையும், முழுதாய் மலர்ந்த மலரையும் ஒத்திருந்தது. ஒன்றின் மேல் ஒன்றென மிதக்கும் செம்பருத்தி இதழ்களைப்போல இரு உதடுகள் தெரிந்தன. வெங்காயத் தோல் புருவங்கள். மஞ்சள், சந்தனம், சவ்வாது கலந்து பூசிக் கழுவிய பளபளப்பு உதடுகள். உதடுகளா அவை. செந்தீயில் வெந்து எடுத்த தகடுகள்.

மெனிலாஸ் நீருக்குள் அவனது மீசையைத் தேடினான். மீசைக்குப் பதில் பலாச்சுளை உதடுகளே தெரிந்தன. நீரும் பொய் சொல்லுமோ, உதட்டைச் சுழித்தான். போல செய்வதே நீரின் வேலை. நீர், உதடு சுழிக்காமல் செம்பருத்தி பூவின் இதழைக் காட்டியது. அடுத்து நீருக்குள் தன் காதினைப் பார்த்தான். காதினில் அணிகலன்கள் நீந்தின. நீருக்குள் மீன், தன் அகன்ற வாயைத் திறப்பதைப் போலத் திறந்தது. மீன்தானோ அது...? வியப்பில் ஆழ்ந்தான். நீர்த் திவாலைகள் பற்களுக்கிடையில் பீச்சி அடித்ததும் திடுக்கிட்டான். கருப்பைக்குள் பனிக்குடம் உடைகையில் சிசுவிற்கு குழந்தைக்கு ஏற்படும் திடுக்கிடல் அப்போது அவனுக்கு.

நீருக்குள் விரவிக் கிடந்த கூந்தலை ஒரு கை கூட்டி அள்ளியது. மறு கை, கூந்தலை இறுகப் பிழிந்தது. அன்னப்பறவையாக தண்ணீருக்குள் அவள். மானையொத்த ஆணழகனாக இவன்.

நீர்க்காகம் ஆளரவம் கேட்டு தலையைத் தண்ணீருக்குள் ஆழ்த்திக்கொள்வதைப்போல தலையைத் தண்ணீருக்குள் ஆழ்த்தினாள். மீனைப்போல நீந்தினாள். இரு கால், கைகளையும் நேராகக் கிடத்தி அல்லி இலையோடு இலையாக நீராடினாள். அவளது இடுப்பில் ஒரு விரல் பட்டது. வீணையில் விரல்கள் பட சுதி சிணுங்குவதைப்போல சிணுங்கினாள். மிதப்பை நேராக நிமிர்த்தி மார்பளவு நீரில் நிமிர்ந்து நின்றாள்.

'ஏனடி என் நீராடலில் குறுக்கிடுகிறாய்...?'

'யாரோக்கா கரையில், பாரேன்...'

மார்பு வரைக்கும் இறுக உடுத்தியிருந்த ஆடையை அவிழ்த்து நீருக்குள் ஆழ்ந்து கூந்தலை வாரிப் பிழிந்து கொண்டையிட்டு

கரையைப் பார்த்தாள். கரையில், தாகம் தீர்த்துக் கொள்ள வந்த மான்களைப் போல இருவரும் நின்றிருந்தார்கள்.

‘யார் அவர்கள்?, இருவரா, ஒருவர்தான் இருவராகத் தெரிகிறார்களா...?, பார்க்க ஒருவர் போலவே தெரிகிறார்களே...?’

‘இருவர்தான். நம்மைப்போல ஒரு கரு இரட்டையர்கள் அவர்கள்...’

இளையவள் விழியேற்றிப் பார்த்தாள். ‘பெண்கள் குளிக்கும் தடாகத்தில் இவர்களுக்கு என்ன வேலை...?’

‘ஆமாம், அதுவும் இராஜாங்க குளத்தில், இளவரசிகள் நீராடும் படித்துறையில்...?’

இருவரும் ஆடைகளை அள்ளி தோளில் கிடத்திக் கொண்டு ஒரு படித்துறையிலிருந்து மறு படித்துறைக்கு நடந்தும், நீந்தியும், மிதந்தும் சென்றார்கள். ஓரிடத்தில் அவர்களின் கால்கள் தடுமாறின. அல்லிக்கொடிகள் கால்களில் பின்ன, நிலை குலைந்தார்கள்.

அகமெம்னான் கையில் வைத்திருந்த ஈட்டியைக் குளத்திற்குள் எறிந்தான். ஈட்டி அவர்களின் முன் பாய்ந்து நிமிர்ந்தது. ஈட்டியை யார் வீசினான், ஏன் வீசினான்,... என்பதை அவர்கள் அறிய விரும்பாதவர்களாய் அதைப் பிடித்து கழுத்தளவு தண்ணீரிலிருந்து மார்பு, இடுப்பு, முழங்கால், கணுக்கால் கடந்து கரையில் ஏறினார்கள். கரையில் ஏறி நின்ற அவர்களின் உடம்பு தோல் பையிலிருந்து வழியும் நீரைப் போல தண்ணீர் ஒழுகிக் கொண்டிருந்தது. இருவரும் ஆடையின் நீரைப் பிழிந்துகொண்டு அன்னநடை எடுத்து நடந்தார்கள்.

அகமெம்னான் முன்னவளைப் பார்த்தான். மெனிலாஸ் பின்னவளைப் பார்த்தான். நான்கு சீர் முன்னவள். முச்சீர் பின்னவள். அவர்களின் நடை ஒரு சேரப் பார்க்கையில் குறளடியை ஒத்திருந்தது. இரு கரைகளையும் ஆரத் தழுவிச் செல்லும் ஆற்றின் ஒழுங்கு முன்னவளின் உடையில் இருந்தது. கோடையில் ஓடும் கச்சிதமான நீரோடையாகப் பின்னவள் இருந்தாள். முன்னவள் நிதானம் என்றால் பின்னவள் துள்ளல். மண் அலுங்காமல், காடு குலையாமல், பஞ்சுப் பொதியென கால் தூக்கி நடந்துசெல்லும் காட்டு யானையின் நிறைவு முன்னவள். என்னைப் பார், நான் குலுங்கும் மேனியைப்பார் எனக் குதித்து நடக்கும் குதிரையின் இலாவகம் பின்னவள்.

அகமெம்னான் மனதிற்குள் கேட்டான். 'தம்பி, நடையை நீ பார்க்கிறாய் தானே...?'

'நான் பார்க்க வேண்டும் என்பதற்காகத் தானே அவள் அந்த நடை நடக்கிறாள்...'

மெனிலாஸ், அண்ணனிடம் கேட்க முடியாத கேள்வியை மனதிற்குள் கேட்டுக்கொண்டான் 'அண்ணே, அவளது மேனியைப் பாரும். அது உன்னை என்ன செய்கிறது...?'

'எனக்குளிருக்கும் ஆடவனைக் குழந்தையாக்குகிறது '

மெனிலாஸ் சொன்னான் 'இல்லை, என்னைக்காமுகனாக்குகிறது..'

'அவளது பின்னணி பிட்டங்கள்..?'

' சுமைதாங்கி'

'இல்லை, நிரலும் நிரையும்'

'பிட்டத்தின் தேவை என்ன அண்ணா..?'

'முதுமைக்கான இளமையின் சேமிப்பிடம்...'

'கிடையாது, என்னை மடியில் ஏந்துகையில் என் எடையைத் தாங்கும் தொட்டில் அது.'

'அவளது கூந்தலைப் பார்த்தாய்தானே...?'

'ஆம், உடுக்கை இழக்கையில் இடுக்கண் களையும் ஆடை அது'

'இல்லை, ஆடவனுக்கான பாய்'

அகமெம்னான் முன்னவளைப் பார்ப்பதற்கும், மெனிலாஸ் பின்னவளைப் பார்ப்பதற்குமான வித்தியாசத்தை அவர்களின் நளினங்கள் காட்டிக்கொண்டிருந்தன. நீரில் நனைந்த அன்னப்பட்சிகள் முன் நடக்க , இரட்டையர்கள் பின் நடந்தார்கள்.

மெனிலாஸ் அண்ணனைப் பார்த்துக் கேட்டான் 'அண்ணா, அவளை உன் தராசு பார்வையால் நிறுத்தும் பார்க்கலாம்...'

'ஆயிரம் குழந்தைகளுக்கு தாய் அவள்...'

'என் ஒருத்தனுக்கு அழகி இவள்...'

அவளைப் பார்க்க, அவனுக்குள் ஒரு துள்ளல். கன்றுக்குட்டியைத் துள்ளல் செய்வது எது..? அதன் புத்தம்புதிதான தன்மை. அதுவே அவனுக்குள் முளைவிட்டிருந்தது. அவள் அவனுக்குள் பிரபஞ்சமானாள். அவளது மேனி ஒரு பொதுக்கூட்டம், நடை ஊர்வலம், குலுங்கல் தேர்....

‘முன்னவளின் காலடி ஈரம் பளிங்குத் தரையில் பட்டு, தெறித்து, உள்ளுறை வெப்பத்தால் காணாமல் போயிற்று. பின்னவளின் ஈரம்தான் குளிர்கால துளியைப்போல குமிழிட்டிருந்தது. முன்னவளின் நடை தாண்டுதலாகவும், பின்னவளின் சுவடுகள் அளவொத்த நடையாகவும் இருந்தன. பயத்தின் நடை முன்னது. வெட்கத்தின் நடை பின்னது.

பின்னவளின் சுவடுகள் வெட்கமாக ஒழுகிக் கிடந்தன. சுற்றிலும் மஞ்சள் பூத்த தடாகம். உள்ளே கரைக்குள் ததும்பும் நீரோடை.

‘அண்ணா, என்னிடமிருந்து விலகிச் செல்லும் அவள், இக்காலடி ஈரத்தை விட்டுச் செல்வது ஏன்..?’

‘தம்பி, எல்லாக் கேள்விகளுக்கும் நான்தான் பதில் சொல்ல வேண்டுமா, இக்கேள்விக்குப் பதில் நீ சொல்லேன்?’

‘இத்துளியால் என் முகத்தைப் பார்க்க , முகத்தில் அரும்பிய மீசையை அளக்க, மீசையால் துளிர்க்கும் காதலை ஈர்க்க…’ இப்படியாக அடுக்கிக் கொண்டே சென்றவன், ஒரு காலடித் தடத்தில் குனிந்து ஈரடி முன் மண்டியிட்டான். ஈரம் சொட்ட, மெத்தென காலடிச் சுவடுகள். அதில் வெண் முத்துகளைப் போல ஐந்தைந்து விரல்கள்.

வெட்கம் போல ஆரத் தளும்பிய ஈரத்தில் தன் முகத்தைப் பார்த்தான். மீசையைப் பார்த்தான். மீசை தன் பால்ய வயதை நினைவூட்டியது. ஈரத்திலிருந்து தன் முகத்தை எடுத்து ஈரம் விட்டுச் சென்ற கோலத்தைப் பார்த்தான். சுவடுகளில் கால் ரேகைகள் வரிகளாக ஓடிக்கிடந்தன. காலடிகள் அவளது முகவரியைச் சொல்லி நின்றன.

23

மெனிலாஸ்

ஆயிரம் கால்களால் நடந்தான். கல்லும் மலையும் குதித்து பெரும் காடும், கரையும் கடந்தான். படித்துறையில் குளித்து கரையேறிய இளம் பெண்ணின் காலடிச் சுவடுகளைக் கண்டு அதன் போக்கில் நடந்தான். மஞ்சள் பூத்த தடாகச் சுவடுகளில், நீர்ப்பூக்களில் அவனது செந்தகடு நடையை எடுத்து வைத்து நடந்தான்.

பாம்பின் கால் பாம்பறியும். மகடுஉ காலை ஆடுஉ அறிந்தான். அவன் எடுத்து வைக்கும் ஒவ்வொரு அடியிலும் அவனது உள்ளங்கால்கள் சிலீரிட்டன. உச்சந்தலை பூத்தது. மஞ்சள் தடாகத்தில் அவனது செம்பாதங்கள் பட அந்தி வானம் தரையில் உடைந்து சிதறியது.

அவனது பயணத்தில் கோட்டைகளும், அகழிகளும், மதில்களும் குறுக்கிட்டன. இரவு நேரக் காவலர்கள் வழி மறித்தார்கள். வழிப்பறிக் கொள்ளையனெனப் போர்த்தொடுத்தார்கள். அவர்களின் வாள்கள் மெனிலாஸிடம் வால் சுருட்டின. தாண்ட வேண்டிய அகழிகளைத் தாவியும், தாவ வேண்டிய மதில்களில் ஏறிக் குதித்தும் மஞ்சள்காலடித்தடங்களில்கால் மீது கால் வைத்து அரண்மனைக்குள் நுழைந்தான்.

சிங்கத்தின் குகையையொத்திருந்தது அரண்மனை. பெரும் மலையைக் குடைந்தது போன்ற தோற்றம். யானையின் திமிலையொத்த சுவர்கள். முகப்பில் செந்நாய், புலி, சிறுத்தைகள் கூண்டிற்கு வெளியே சுதந்திரமாக உலாவின.

பூனையின் கண்ணில் அகப்படாமல் ஊர்ந்து செல்லும் எலியைப்போல அவன் அரண்மனைக்குள் நுழைந்தான். அவனை இத்தனை தூரம் அழைத்து வந்த பாதச் சுவடுகள் அவனை ஓர் அறைக்குள் அழைத்துச் சென்றன. அவன் நுழைந்த அறை இளவரசிகள் துயில் கொள்ளும் இடமாக இருந்தது. மயில் தோகை விரித்த பஞ்சுமெத்தை. பல்லக்குத் தொட்டில். அதற்குள் இருட்டை தூரிகையால் துடைக்கும் பொய்யா விளக்கு .

ஓர் அறைக்கு ஒரு விளக்கு போதுமானது. அவ்வறையில் மூன்று விளக்குகள் ஒளிர்ந்தன. ஒரு விளக்கு எண்ணெய்யாலும் இரண்டு விளக்குகள் நீராலும் ஒளிர்ந்தன. நீரால் விளக்கு எரியுமா..? அதிகாலை

கதிர் கடல் நீரால்தானே ஒளிர்கிறது....?. கதிர் வரவால் பொங்கும் கடலைப்போலப் பொங்கினாள். அவளது கண்கள் கனிந்திருந்தன.

அவன் அறைக்குள் கால் வைத்ததும் இரு எரி நட்சத்திரங்கள் அவனை நோக்கி வந்தன. நட்சத்திரச் சுவாலையின் நிறத்தைக் கவனித்தான் மெனிலாஸ். மிக வேகமாகத் தன்னை நெருங்கும் நட்சத்திரங்கள் நீலமாகவும், மெதுவாக நெருங்குபவை சிவப்பாகவும் சுடர்விட வேண்டும். அவனை நெருங்கிய இரு நட்சத்திரங்கள் கறுப்பும், வெள்ளையுமாக இருந்தன. அவை அணைவதும், ஒளிர்வதுமாக இருந்தன. அவனை நோக்கி வந்திருந்த இரு சுடர்களும் அவன் முன் நின்றன. கண்களைக் கூர்ந்து பார்த்தன.

மெனிலாஸ் இயல்பு நிலைக்குத் திரும்பினான். 'நான் இப்பொழுது எங்கே இருக்கிறேன்...? யாருடன் இருக்கிறேன்...? யாருக்காக வந்தேன்...? ஏன் வந்தேன்...?' கீழே குனிந்து தன் காலடியைத் தேடினான். அவனது காலடிக்கும் கீழே இரண்டு பெண் பாதச் சுவடுகள் விரவிக் கிடந்தன.

அவன் முன்னே ஒளிர்வது விளக்குதானா...? தன் விரலால் தொட்டான். விளக்கு என்றால் முன் வரும் விரலை விலக்க வேண்டும். தன் வெப்பத்தால் விரலின் வெப்பத்தைத் தகிக்க வேண்டும். ஆனால் விரல் தொட்ட பரிசம் தாமரை மடலை ஒத்திருந்தது. தவிக்கும் மின்னல் துண்டுகளைப்போல இரு கண்கள்.

கண்களாஇவை...! நான்விளக்குஎன்றல்லவாநினைத்துவிட்டேன்!

'நீ யார்...?'

'என் பட்சியைத் தேடி வந்திருக்கிறேன்...?'

'உன் பட்சி யார்?'

'இரு கை கால்கள் முளைத்த அன்னம்'

'அதன் அடையாளம்...?'

'அதன் காலடிச் சுவடுகள் மஞ்சள் பூ பூத்தவை...'

பகலில் பார்த்துப் பேச வேண்டும். இரவு அதுதானும் கூடாது. கண்கள் பேச முடியாததை நா கொண்டு பேச நினைத்தாள். கண் கயிறு கொண்டு அரண்மனையின் மேற்தளத்திற்கு அழைத்துச் சென்றாள்.

'நீ வந்து சேர்ந்திருக்கும் இடம் எதுவென்று உனக்குத் தெரியுமா...?' நா நடுங்கக் கேட்டாள்.

‘தெரியவில்லையே ’

‘சுபார்ட்டா அரண்மனை இது...’

மெனிலாஸ் திகைத்தான். அரிவாள்மணையில் கால் பட்டதைப்போல திடுக்கிட்டான். அரண்மனையின் அபாய மணி ஒலித்தது. காவலர்கள் கூக்குரலிட்டார்கள். ‘கள்வன்...கள்வன்...’எனக் கொக்கரித்தார்கள். அரண்மனைக்கு வெளியே, உள்ளே, வளாகத்தில், முற்றத்தில், மாடியில், படிகளில் தீப்பந்தம் முளைத்து பந்தல் கட்டின.

இரவுக் காவலர்கள் அவரவர் ஆயுதங்களை எடுத்துக்கொண்டு அரண்மனையை வட்டம் கட்டினார்கள். உள்ளே , வெளியே, மையத்தில், திசைகளில், விளம்புகளில் சிறுத்தை தன் இரையைத் தேடுவதை போலத் தேடினார்கள். அவர்களின் தேடல், மரம், செடி, பதுங்கல், முற்றம், வெளிகளைக் கடந்து மேற்தளம் நோக்கியதாக இருந்தது. அவர்களின் நடையும், ஆயுதங்களின் சலசலப்பும், உரசல்களும், மேற்தளத்தில் நின்று கொண்டிருக்கும் இருவரையும் நடுங்கச் செய்தது.

விளக்கு அவர்களை நெருங்க நெருங்க பட்சியாக நின்றுகொண்டிருந்தவள் எட்டுக்கால் பூச்சியாக தரையோடு படிந்தாள். கற்பின் பெயரால் தனக்கு உண்டாகப்போகும் களங்கத்தை நினைத்துப் பயந்தாள். எண்ணெயில்லாமல் அணையும் விளக்கு போல அவளது கண்கள் இருண்டு வந்தன.

‘நீ தேடி வந்த பாதச்சுவடுகள் இவையா...?’ கணுக்கால் வரை தழுவிக் கிடந்த தன் ஆடையைச் சற்று உயர்த்தி தன் பாதத்தைக் காட்டினாள்.

‘ஆம், இதேதான்..’ அவனது இமைகள் ஏறின. ஏறிய இமைகள் இறங்குவதற்குள் தீப்பந்தங்கள் அவனை வட்டம் கட்டின. ஆயுத முனைகள் அவனது முதுகை குறி வைத்தன.

மெனிலாஸ், தன் பரந்த மார்பை விரித்தான். பறவை தன் குஞ்சுகளை இறக்கைக்குள் மறைப்பதைப்போல அவளை மறைத்தான்.

அவள் பயத்தால் அலற வாயைத் திறந்தாள். தன் வாயைக் கொண்டு அவள் வாயைக் கவ்வினான். அவனது மூச்சு அவளுக்குள். அவளது வெப்பம் இவனுக்குள். அவள் மொத்தமாக அவனது உதட்டிற்குள் அடங்கிப்போயிருந்தாள். பனிக்குளிரை விடவும்

பயக்குளிர் கொடுமையானது. பனிக்கரடி மாரி காலத்தில் குளிரொடுக்கத்தில் படிவதைப்போல படிந்தாள்.

'இவன் தான்! இவனேதான். நம் மதிலையும், சுவரையும் குலைத்தவன். நம் சிப்பாய்களின் கரங்களை முறித்தவன். இவனை விடாதீர்கள். இவன் பாதகன். இவ்ன் மீது தாக்குதல் நடத்துங்கள். ஆயுதங்களை எறியுங்கள்... கொல்லுங்கள்....'

ஆயுதங்கள் அவன் மீது எறியப்பட்டன. காந்தம் தன் மீது எறியப்படும் இரும்புகளைக் கவசமாக்கிக் கொள்வதைப்போல அவன் அத்தனை ஆயுதங்களையும் ஏந்தினான். முதுகில், இடுப்பில், தலையில் வாங்கினான்

நடுச்சாமத்தில் தொடங்கியிருந்த ஆயுதமெறிதல் வெள்ளி முளைக்கும் வரைக்குமாக நீண்டது. காவலர்களின் கையிலிருந்த ஆயுதங்கள் தீர்ந்துவிட அவர்கள் மூச்சடக்கி , மயக்கமுற்று அதே இடத்தில் வீழ்ந்தார்கள்.

முதல் சேவல் கூவியது.

மெனிலாஸ் அவளது உதட்டிலிருந்து உதட்டை எடுத்தான். அவளை தன் பிடியிலிருந்து விலக்கினான். அவளிடமிருந்து தன்னை விடுவித்துக் கொண்டு மெல்ல நகர்ந்தான். தாவிக் குதித்து மறைந்தான்.

பொழுது புலர்ந்தது.

மன்னன் சுபார்ட்டன் மேற்தளத்திற்கு ஓடி வந்தான். 'எங்கே என் இளைய மகள், எங்கே என் பதுமை, என் செல்லம், என் தங்கப்பெட்டகம் எங்கே....?' தேடினான்.

போர் புரிந்த மயக்கத்தில் ஆழ்ந்திருந்த காவலர்கள் மயக்கம் களைந்து எழுந்தார்கள். கண்களைத் தேய்த்துக்கொண்டு பார்த்தார்கள். 'இப்படியும் நடக்குமா...?' அத்தனைப் பேரும் விதிர்விதிர்த்து நின்றார்கள்.

24

மெனிலாஸ்

மேனி முழுக்கவும் தீப்புண்கள், வடுக்கள், காயங்கள், கொப்புளங்கள். அவனது மேனியில் சீழ் வடிந்து நாற்றமெடுத்தது. ஈக்களும், கொசுக்களும் மொய்த்தன.

தெட்டிஸ், மெனிலாஸை மருத்துவன் முன் நீட்ட , மருத்துவன் அவனை கை நீட்டி ஏந்தினான். அவளுக்கும், அவனுக்கும் பிறந்த குழந்தை அவன். இருவரின் இரத்தங்களும் இரண்டறக் கலந்த கைகால்கள் முளைத்த குருளையாக இருந்தனர்.

அவிக்கப்பட்ட விதையின் முத்து என்றுதான் இவனைச் சொல்ல வேண்டும். கறந்த பால் மடி புகுந்து விருட்சமான வித்து. இனி மருத்துவக்குடியில் வாரிசே கிடையாது என அழித்தொழிக்கப்பட்ட குடியிலிருந்து பிறந்த சந்ததி அவன். இரட்டையர்களில் இளையவன். இக்குழந்தை இரு தலைமுறைக் கனவு. மருத்துவனின் உள்ளத் தடாகத்தில் பூத்த அரும்பு.

மருத்துவன் கை நீட்டி ஏந்துகையில் தெட்டிஸ் சொன்னாள். 'நம் இருவருக்குமிடையில் ஓர் ஒப்பந்தமிருக்கிறது. உனக்கு நினைவில் இருக்கிறது தானே...?'

எவ்விடத்தில் வெற்றிலையை மடிக்க வேண்டும். எவ்விடத்தில் புகையிலையை விரிக்க வேண்டும் எனத் தேர்ந்தவர்கள் பெண்கள். திடுக்கிட்டான் மருத்துவன். வெற்று வாய்வழி ஒப்பம் அவன் முன் ஒப்பந்தமாகக் கைகட்டி நின்றது.

'பிறக்கும் குழந்தை உன் குழந்தையென நீ உரிமை கொண்டாடக் கூடாது....'

பழைய ஒப்பந்தம் அவனுக்குள் இடியாய் இறங்கியது. ஆடிப்போனான் அவன். அவனது கைகள் நடுங்கின. அடி வயிற்றிலிருந்து எழுந்த கூக்குரல் நெஞ்சைஅடைத்தது. குழந்தையின் முகத்தைப் பார்த்தான். குழந்தை அவனது முகத்தை அப்படியே உரித்து வைத்திருந்தது. அவனுக்குப் போன்றே கண்கள், காதுகள், செவி மடல்கள். தலைமயிர், நெஞ்சு, கால்கள், கைகள். அது மட்டுமா, அவனுக்கு இருப்பதைப்போன்றே மேனியெங்கும் புண்கள், வடுக்கள், தீப்புண்கள், சுவடுகள்....

'ஒரு முறை குழந்தையை நான் கொஞ்சிக் கொள்ளட்டுமா....?' மருத்துவனின் உதடுகள் கெஞ்சின.

'வைத்தியத்திற்காகக் கொண்டு வரும் குழந்தையை மருத்துவர்கள் கொஞ்சத்தான் செய்வார்களா...?'

'ஒரே ஒரு முறை....'

'ஒப்பந்தத்தை மீறுவது எக்குலத்திற்கும் ஆகாது...'

'என் இரத்தம் அல்லவா இவன்...'

தெட்டிஸ் கோபமுற்றாள். 'மருத்துவனே, உன்னிடம் நான் குழந்தையைக் கொடுத்தது குழந்தைக்கு வைத்தியம் பார்க்க. உன் முத்தமும், அதன் சத்தமும் குழந்தை வைத்தியம் ஆகாது...'

மருத்துவன் திகைத்தான். அவனிட்ட கையெழுத்து. அதுவே அவனது தலையெழுத்து. அவனது கைகள் நடுங்கின. உள்ளக்கிடக்கை குமுறியது. உடலெங்கும் வெப்பக்கனல். மரண தண்டனை நிறைவேறுவதற்கு முன் உடம்பில் நிகழும் திடீர் மாற்றம். இந்திரியம் சுரப்பு. உடம்பு விடைப்பு. அதிகக் குளிரை உடம்பு தாங்கும். ஏக்கத்தை, வெப்பத்தை, காமத்தை...?

தன் உயிரணுக்களால் இரு குழந்தைகள் பிறந்த செய்தியை ஒரு மூதாட்டி மூலம் தெரிந்துகொண்டான் மருத்துவன். அந்நாளைக் கொண்டே அவனது மனதிற்குள் கூடு கட்டி, வீடு எழுப்பினான். முதல் குழந்தையை அவனால் பார்க்க முடிந்திருக்கவில்லை. அவன் அகமெம்னான். தாயை ஒத்தவன். இரண்டாவது குழந்தைதான் அவனது கரங்களில் தவழ்வதாக இருந்தது. என் குழந்தை! எனக்கொரு குழந்தை! எனக்கான குழந்தை...! அவனது மனதிற்குள் ஒரு குதிப்பு, குதூகலிப்பு. இக்குழந்தை உன் குழந்தை அல்ல.

குற்றவுணர்வு அவனது உடம்பை அரித்து தன் மனக்குடத்தை உடைத்தது. உடம்பின் தட்பத்தைக் குறைத்து வெப்பத்தைக் கூட்டியது. யாரையேனும் கொஞ்ச வேண்டும் போலிருந்தது. யாரைக் கொஞ்சுவது...? யாரிடம் இதற்காகப் போய்க் கெஞ்சுவது...?

மருத்துவன் கேட்டான் 'ஆம் பெண்ணே, உன் குழந்தைக்கு நான் வைத்தியம் பார்க்கிறேன். பார்த்தால் கூலியாக என்ன தருவாய்....?'

'அதான் கேட்டாயே, வெட்கத்தை விட்டு. நானும் தருகிறேன் என்றேனே நாணத்தை விட்டு...'

மருத்துவன் திடுக்கிட்டான். ' நானா கேட்டேன், என்ன கேட்டேன்....?'

'உன் வெப்பத்தைத் தணிக்க , என்னை கேட்டாயே....'

‘நீ அதற்கு என்ன சொன்னாய்...?’

‘ம்... எடுத்துக்கொள் என்றேனே...’!

வெட்குவதா, விலகுவதா, நாணுவதா அவனுக்குத் தெரியவில்லை. அவனது மனையாள் அவள். ஆனால் அவளிடம் மாதுவைப் போலவே நெருங்கினான். நெருங்குவதும், அணைவதும், அணைப்பதும் அவனுக்குத் தேவையென இருந்தது. அவளது பின்னழகை அணைத்தான். கச்சையை விலக்கி முன்னழகை அள்ளினான். அவர்கள் கலவியாடுவது இது இரண்டாவது முறை. களவு முடிந்ததும் தெட்டிஸ் கேட்டாள் ‘குழந்தைக்கு வைத்தியம் பார்க்க, தாயின் கற்புதான் கூலியா...?’

‘இல்லை பெண்ணே, உன் நோயைத் தணித்தால் தானே குழந்தையின் நோய் தணியும்...’

‘எனக்கு நோயா, என்ன சொல்கிறீர்...?’

‘ஆமாம், குழந்தைக்கு உடலால் நோய், உனக்கு மனதால் நோய்..’

தெட்டிஸ் திகைத்தாள்.

‘பெண்ணே, தாயின் நோயைத் தணித்தால் மட்டுமே, குழந்தையின் நோய் தணியும். உன் நோயைத் தணிக்கவே வைத்தியத்திற்கு மருந்தாக என் உடலைக் கொடுத்தேன்...’

‘என் நோய் நோயென்றால் என்னை வதைத்த உன் நோய் என்னவாம்...?’

‘குழந்தைக்கு வைத்தியம் பார்க்கையில் மருத்துவன் ஒரு நோயுமில்லாமல் இருக்க வேண்டும். உனக்கிருந்த அதே நோய்தான் எனக்குமிருந்தது. என் நோய்க்கான மருந்து உன்னிடம்தானே இருக்கிறது... அதற்காகவே என் நோயைத் தணிக்கும் மருந்தாக உன் உடம்பைக் கேட்டேன்....’

தெட்டிஸ் எழுந்தாள். தன் ஆடைகளைச் சரி செய்துகொண்டு எத்தடாகத்தில் தான் குளித்து, தன் கூந்தலால் மருத்துவனைக் கவர்ந்து ஊடலும், கூடலும் கொண்டு அவனை வசீகரித்து தன் பையில் அவனது சந்ததிகளை ஏற்றாளோ அதே குளத்தில் அவள் இரண்டாம் முறையாகக் குளித்தாள்.

தெட்டிஸ் குளித்து , கரையேறி ஆல விழுதுத் தொட்டிலில் உறங்கிய மெனிலாஸ் உடலின் மீது கையை வைத்துப் பார்த்தான். அவனது உடம்பு கொதிப்பு அடங்கி மிதமென இருந்தது.

‘ஆம், வெப்பம் அடங்கியிருக்கிறது...’

‘உன் வெப்பம் அடங்கினால் குழந்தையின் வெப்பம் அடங்கதானே செய்யும்...’ மருத்துவன் சிரித்தான். தெட்டிஸ் குழந்தையை அள்ளி மார்போடு அணைத்து உள்ளத்தால் குதித்தாள்.

மருத்துவன் மூலிகை பறித்து வர வனம் புகுந்தான். அவனது வனம் முன்பு போலிருக்கவில்லை. சரி பாதியாகக் குறைந்து விட்டிருந்தது. ஒரு தேசம் அளவிற்குப் பரந்து விரிந்த தேசத்தின் பாதியை அவன் தெட்டிஸ்க்கு எழுதி கொடுத்திருந்தான். அத்தேசத்திற்கு அவன் மைசின் என்று பெயர் சூட்டியிருந்தான். தேசத்தின் மையத்தில் அவள் குழந்தையுடன் வசிப்பதற்கு பெரிய அரண்மனையை எழுப்பியிருந்தான். அதற்குள் ராணியாக அவள். இளவரசன்களாக குழந்தைகள். அவள் ஆட்சி செய்ய ஆயிரம் குடிகள்,...

முன்பு அவன் மருத்துவன் இவள் உயர் குடிப் பெண். இன்று இவள் ஒரு தேசத்தின் இராணி. இவன் அவளது அரண்மனை மருத்துவன்.

மருத்துவன் , அரை நாளுக்குள் மொத்த வனத்தையும் சுற்றி வனத்தின் ஆகச் சிறந்த மூலிகைகளைப் பறித்து வந்தான். அதைப் பத்து வகையின் கீழ் பிரித்தான். மூலிகைகளைச் சுட்டு வறுத்தான். பொசுக்கி பிழிந்து எண்ணெய் எடுத்தான், நீவி கசக்கினான். வனத்திலிருந்து நூறு கல் தூரத்தில் கடல் இருந்தது. அதிலிருந்து இரண்டு குடம் தண்ணீர் முகர்ந்து வந்தான்.

உலகின் ஆகச்சிறந்த நிவாரணி கடல். கடலின் நீருடன் மருந்துகளைக் கரைத்தான். தொட்டிலில் உறங்கிக் கொண்டிருந்த குழந்தையை ஏந்திக் கிடைமட்டமாக தூக்கி நிறுத்தி இரண்டு கன்னங்களையும் தட்டிக்கொடுத்து தூக்கத்திலிருந்து எழுப்பினான். அவனது இரண்டு கால்களையும் பிடித்து தலைகீழாகக் கடல் நீரில் கரைத்திட்ட மூலிகைக்குள் குளிர்ப்பாட்டி எடுத்தான். சற்றுமுன் பிறந்த குழந்தையைப்போல மெனிலாஸ் அலறிட்டான். கால்,கைகளை உதறிட்டான்.

என்னே அதிசயம்! மெனிலாஸின் மேனியில் பொட்டிட்டிருந்த வடுக்கள், புண்கள், காயங்கள், சுவடுகள் சட்டென மறைந்தன. மேனியில் பளபளப்புக் கூடியது. தெட்டிஸ் மருத்துவனின் காலடியில் வீழ்ந்தாள். ‘என்னே கர்மம்! என் குழந்தையைப் பழைய நிலைக்கு மீட்டுக் கொடுத்து விட்டாயே...’

‘பெண்ணே, இந்நொடி முதல் மெனிலாஸ் அசாதாரணமானவனாகிறான்....’

‘என்ன சொல்கிறீர்...?’

‘ஆமாம், எனது வைத்தியத்தால் அவனது மேனி புத்துயிர் பெறுகிறது. இவனது உடம்பின் மீது எவ்வகை ஆயுதம் எறிந்தாலும் மேனித் திரை அவனைக் காக்கும். அவன் மீது விட்டெறியும் ஆயுதங்கள் பூவாகும், சருகாகும்,

இத்தரணியில் இவன் நிகருக்கு எவருமில்லை. இவன் மீது விழும் பழிச்சொற்கள் அத்தனையும் அவனது வளர்ச்சிக்கு துணை நிற்கும். இவன் நடனமாடினால் உலகம் கை தட்டும். இவன் சுற்றும் திசையில் உலகம் சுற்றும். உலகம் சுற்றும் வாலிபன் இவன். இவன் கை நீட்டும் நபர் எதிலும் வெற்றி பெறுவார்கள். வெற்றி பெற்று அவனது மார்பில் உதைப்பார்கள். எதையும் பொறுப்பவன் இவன். யாருக்கும் கட்டுப்பட்டவன் அல்ல. பெரும் தேசமொன்றை இவன் கட்டமைத்து ஆள்வான். இவனுக்குப் பிறகு இவனது பெயரில் இன்னொருவன் ஆள்வான். அவனது பெயரைச் சொல்லிக் கொண்டு அடுத்தடுத்தவர்கள் ஆள்வார்கள். மெனிலாஸை வீழ்த்த ஆயுதங்கள் இல்லை. பாம்பின் பலம் பற்களில், யானையின் பலம் தும்பிக்கையில், சிறுத்தைக்கு அதன் கழுத்தில், மெனிலாஸ்க்கு கால்களில்..... ’

தெட்டிஸ் கையெடுத்துக் கும்பிட்டாள். ‘மருத்துவனே, என்னை மன்னியும், உன்னை நான் கடும் சொற்களால் தீய்த்துவிட்டேன். கூடாத செய்கையால் உன் மனம் நோகக் குற்றம் புரிந்துவிட்டேன்....’

‘பெண்ணே, என் வாரிசை சுமந்தவள் நீ, என் தலைமுறைகளால் வணங்கத் தக்கவள் நீ, போய் வா பெண்ணே, குழந்தைகளை வாலிபவனாக்கு. ஆய கலைகளைக் கற்றுக் கொடு. ஒரு கரு இரட்டையர்களுக்கு அத்தகையவர்களே மணப்பெண்ணாக அமைவார்கள்...’

தெட்டிஸ் குழந்தையை மடியில் ஏந்திக்கொண்டாள். மருத்துவனிடமிருந்து விடைபெற்றுக் கொண்டு இரண்டொரு அடிகள் நடந்தாள்.

‘கடைசியாக ஒரு செய்தி பெண்ணே...’

தெட்டிஸ் நின்றாள்.

‘மெனிலாஸ்க்கு கால்களே பிரதானம். தேசத்தை இவன் கால்களைக் கொண்டே ஆள்வான். இவனது கால்களைத் தொழுது உயர் பதவியை அடைவார்கள். கால்கள் என்பது இவனைப் பொறுத்தவரைக்கும் வரம். அதுவே சாபம். இக்கால்களைக் கொண்டு இவன் நல்லாட்சி புரிய வேண்டும். அதிலிருந்து சற்றும் விலகினாலும் அதே கால்களால் அவனுக்கு மரணம் உண்டாகும்...’

விடை கொடுத்தான் மருத்துவன். கேள்விக் குறியை முகத்தில் தாங்கி தெட்டிஸ் விடைபெறலானாள்.

சுபார்டன்

தன் இரட்டை மகள்களுக்கு சுயம்வரத் தேதி குறித்தான். மெனிஸ்ட்ரா,ஹெலன். இரட்டையர்களுக்கு இரட்டையர்களே மணவாளன்களாகக் கிடைத்திருந்தார்கள்.

மூத்தவள் மெனிஸ்ட்ரா, அறிவுச் சுரப்பின் விரிகுடா. நீரின் ஆழத்தில் முட்டையிடும் நீர்க்குமிழியை நுணுகிப்பார்க்கும் நுண்ணறிவு கொண்டவள். அதற்கொரு உதாரணம்தான் முந்தைய நாள் நிகழ்வு.

மேற்தளத்திலிருந்து ஹெலன் அவளது தந்தையரால் அறைக்கு அழைத்து வரப்பட்டாள். அவள், அறைக்குள் நுழைவதற்கும், மெனிஸ்ட்ரா படுக்கையிலிருந்து எழுவதற்கும் சரியென இருந்தது. அவளைப் பார்த்து மெனிஸ்ட்ரா கேட்டாள் 'அவனது பெயரைக் கேட்டாயா....?'

ஹெலன் ஆடிப்போனாள். 'இம்,இம்...யாருடைய பெயர்...?'

மெனிஸ்ட்ரா சிரித்தாள். ஹெலனின் நரம்பில் பயமும், வெட்கமும் கலந்து ஓடின. அவளது இமை நரம்புகள் துடித்தன. புருவங்கள் அடித்துக்கொண்டன. 'அவன்தான் உன் காதில் பூ சொருகியவன்...'

'என்ன சொல்கிறாய் அக்கா, என் காதில் பூவா...?' காதிடத்தில் கையைக் கொண்டு சென்றாள்.ஆம், அவளது காதினில் நொச்சிப்பூ வெற்றுக் காம்புடன் இருந்தது. வெட்கினாள் அவள்.

அவளுக்கு அருகில் சென்றாள் மெனிஸ்ட்ரா. அவளது தலையில், கழுத்தில், இடுப்பில் சொருகியிருந்த பூக்களை எடுத்து அவளை மெத்தையில் படுக்க வைத்து மயில் தோகையால் விசிறி விட்டாள்.

'பெயரென்ன தங்காய்...?'

'தெரியவில்லையே அக்கா,...'

' மெனிலாஸ்...'

ஹெலனுக்கு வியப்பாக இருந்தது. அவனது பெயரை மனதிற்குள் சொல்லிப் பார்த்தாள். 'ஆம், உனக்கு எப்படித் தெரியும்...?'

'அவனது உதடுகள் சொல்கின்றனவே....'

'என்னே! அவனது உதடுகளா...?'

‘ஆமாம், உன் உதட்டில் பதிந்த அவனது உதடுகள்...’

அவளால் அக்காவின் முகத்தை நேராக ஏறிட்டுப் பார்க்க முடியவில்லை. தலையைத் தலையணைக்குள் புதைத்துக் கொண்டு சுருண்டாள். வெட்கத்தின் மொத்த உருவமாக அவளது யாழ் உடம்பு இருந்தது.

‘கள்வன், கள்வன் என அரண்மனைக் காவலர்கள் கத்தியதும் என் உயிர் என்னிடமில்லை அக்கா’

‘ஏன்...?’

‘அவன் கொலையானால் நான் என்னாவதாம்...?’

‘எனக்குத் தெரியும். அவனைக் கொலை புரிய இதுநாள் வரைக்கும் எந்த ஆயுதமும் கண்டுபிடிக்கப்படவில்லை...’

‘எப்படி சொல்கிறாய்...?’

‘சிப்பி வாய்க்குள் விழும் மழைத்துளி முத்து ஆகிவிடுவதைப்போல அவனது உடம்பில் பாயும் அம்புகள் பூக்களாகி விடுமே...’

‘ஆமாம் அக்கா, அதைப் பார்த்ததும் ஒரு கணம் நான் விதிர்விதிர்த்துப் போனேன்...’

‘விரைத்துப் போனேன் என்று சொல்லாதே, அவனுள் உறைந்துபோனேன் என்று சொல்லும்...’

இளையவள் சிரித்தாள். வெட்கத்தால் சிவந்தாள்.

‘அவனைக் குறித்து உனக்கு எப்படித் தெரியுமக்கா...?’

‘என் காதலன் சொன்னான்.’

‘என்னக்கா சொல்கிறாய்! நீ காதலிக்கிறாயா...? யார் உன் காதலன்....?’

‘உன்னவனின் அண்ணன்...’

ஹெலன், வாயில் கை வைத்து திகைத்தாள். ‘எனக்குத் தெரியாமல் எப்படி நீ காதல் செய்தாய்...?’

‘இதயம் காதல் புரிவது கண்களுக்குத் தெரியக்கூடாதடி பெண்ணே...’

‘அப்படியும் காதல் செய்ய முடியுமா...?’

‘அப்படி செய்தால்தான் அது காதல்....’

ஹெலன் தன் அக்காவைப் புதிராகப் பார்த்தாள்.

ஹெலன் பேரழகி. குளிர்விழி. இளநகைப் பூங்குழலி. தளிருடல். தெள்ளந்தெளிந்த நீர் போல் பற்களையும், வண்டுகள் மொய்க்கும் மலரின் வாசனையையும் கூந்தலாகக் கொண்டவள். அன்ன நடையாள். தோகை விரித்தாடும் பட்சி.

அகமெம்னான் - மெனிஸ்ட்ரா இருமணம் இணையும் விழா எளிமையாக நடந்தேறியது. ஆண் மயில் தோகை விரிக்கையில் அத்தோகைக்குள் தலையை நுழைக்கும் பெண் மயில் எதுவோ அதுவே அதன் துணை. அப்படியாகவே மெனிஸ்ட்ரா அகமெம்னான் மனதிற்குள் நுழைந்திருந்தாள்.

ஒரு பூவை எடுத்து அகமெம்னான் மெனிஸ்ட்ரா கூந்தலில் சொருகினான். ஒரு பொன் வளையலை அவளது கையில் அணிவித்தான். அவ்வளவேதான்! திருமணம் நடந்து முடிந்தது. பொன் வண்டுகளும், பறவைப் பட்சிகளும், மணமக்கள் மீது பூக்களைத் தூவி வாழ்த்தி மகிழ்ந்தன. ஆனால், மெனிலாஸ் - ஹெலன் திருமணம் அப்படியானதன்று. அதே நாளில்தான் அத்திருமணம். ஆனால் இரவுத் திருமணம்.

திருமணம் நடந்தேறிய இடம் ஆழ்கடல். திருமண மேடை கப்பலின் மேற்தளம். கடலெங்கும் இசை. ஆடும் கூத்து. பாட்டில், பண்ணில் மணமக்களின் களிப்பு. உலகிலுள்ள அரசர்கள், அரசவைப் புலவர்கள் விழாவிற்கு அழைக்கப்பட்டார்கள். மேளதாளங்கள். விண்ணை முட்டும் வாண வேடிக்கைகள். சுறா மீனின் விலா எலும்புகளில் செய்த இருக்கையில் மணமகள் வீற்றிருந்தாள். மணமகனுக்கு இளைய யானையின் தந்தங்கள். புலியின் தோலினாலான மெத்தை விரிப்புகள்,..

திருமணம் நடந்தேறிய அன்று ஆயிரம் கல்தூரத்திற்கு மீன் கூட்டங்கள் நடமாட்டமில்லாமல் பார்த்துக்கொள்ளப்பட்டன. கடலுக்கு மேல் தன் துடுப்பைத் தூக்கித் தண்ணீரை வாரியடிக்கும் மீனின் துடுப்புகள் வெட்டிச் சாய்க்கப்பட்டன. ஆழ்கடல் பொங்காமல் இருக்க அதன் மீது நீண்டு பரந்த விரிந்த விரிப்புகள் விரிக்கப்பட்டன. விழாவிற்கு வந்தவர்கள் மணமக்களின் காலடிகளில் பொற்காசுகளைக் கொட்டினார்கள். முத்து, பவளங்களை அவர்களின் மீது வாரி இறைத்தார்கள்.

ஒரு மலையைக் குடைந்து அதில் கிடைத்த தங்கங்களை ஒரே நகையாகச் செய்து ஹெலன் உடம்பில் சாத்தினான் மன்னன்.

மெனிலாஸ் காதில், கழுத்தில், கைகளில், விரல்களில், பற்களில், தலையில், இடுப்பில்,... என எங்கும் தங்கங்கள்.

பந்தியில் தழைத்த வாழைத் தளிரிலை, நறுநீர், இதமான சூட்டு உணவு. சீதனமென்று தனக்கென்று எதுவும் வேண்டாம் எனத் துறந்து விட்டிருந்தான் அகமெம்னான். ஆனால் மெனிலாஸ் அப்படியன்று.

புன்னை இலை போல் தங்கப் புதையடிச் செருப்புகள், இரவு பந்தி முடிந்து உட்கொள்ள வெற்றிலை தோட்டம், நீலத்திமிங்கில முதுகெலும்பில் செய்த ஒட்டடைக் கோல், சிலந்தி வலைப்பின்ன தனியே அதற்கொரு சிலந்திக்கூடு, அனைத்து வகை மரச்சாமான்கள், யானை கபாலம் குடைந்து செய்திட்ட கூசா, மஞ்சள், குங்குமம், கண்ணாடி, கண் மை வைக்க தனியே ஒரு பெட்டி, தேக்குமரச் சீசா, சொம்பு, பாக்குமர வெற்றிலைச் சீவல் பெட்டி, ஒரு இஞ்சித்தோட்டம். எலுமிச்சை, வெற்றிலைக் கொடி தோட்டங்கள். மூன்று, தலையணை, மெத்தை கட்டில், சல்லடை, புது தங்கக் காசுகளைப் புடைக்க புது முறங்கள், எலிப்பொறி கூடவே கள்வர்களைப் பிடிக்க தனிப்பொறி, தாழம்பாய்கள், இலுப்பெண்ணெய், மீனெண்ணெய், கலப்படமில்லாத நல்லெண்ணெய், சமைக்க நூறு பெண்கள், வடிக்க ஐம்பது பெண்கள், மருமகனுக்கு எண்ணெய்த் தேய்க்க, சேர்ந்து குளிக்க முப்பது பேரழகு கன்னிகள், கைத்தடி, செந்தாழம்பூ, செம்மரத்தினில் செய்த முக்காலி, இரண்டு கப்பல் பச்சரிசி, மாங்காய், முருங்கை, பாதாளச் சரடு, குடை, பல்லக்கு, தேர்,..

மெனிலாஸ், ஹெலனின் தந்தையை மேடைக்கு விரைந்து அழைத்தான். சீதனப் பொருட்களைப் பார்த்தான். 'இதெல்லாம் வேண்டாம் ' என்றான்.

மணப்பந்தலில் கூடியிருந்தவர்கள் கைக்கொட்டினார்கள். எழுந்து நின்று தன் இரு கைகளால் ஆசிர்வதித்தார்கள். மெனிலாஸ் 'பலே' என்று சிரித்தான்.

'சுபார்டன் தேசத்து மன்னரே, இத்தகைய சீதனங்களைச் சுமந்து செல்ல நானொன்றும் யானை அல்ல. நானொரு பறவை. எனக்கு ஒரே ஒரு சீதனத்தை மட்டும் கொடுங்கள். அது போதும்....'

'மருமகனாரே, அந்த ஒன்று என்ன...?'

'உன் நாடு'

உட்கார்ந்திருந்தவர்கள் திகைத்து எழுந்தார்கள். எழுந்து நின்றவர்கள் நெஞ்சைப் பிடித்துக்கொண்டு உட்கார்ந்தார்கள். மன்னன் சுபார்டன் கிளையென முறிந்தான். முறிந்தவன் வேரோடு சரிந்தான். உயிரிழந்து கப்பலின் மேற்த்தளத்தில் மிதந்தான். திருமண கொண்டாட்டத்தின் போது சடலத்திற்கு இங்கே என்ன வேலை, மன்னனைத் தூக்கிக் கடலுக்குள் எறிந்தான்.

மைசின் - சுபார்டன்

இரு தேசமும் ஒன்றிணைந்து ஒற்றைத் தேசமானது. அத்தேசத்தை மூத்தவன் அகமெம்னான் ஆட்சி செய்தான். தந்தையின் துக்கத்தால் தேனிலவை காலம் கடத்தியிருந்த ஹெலன் தேனிலவிற்குச் சம்மதம் தெரிவித்தாள். இருவரும் வெளி தேசம் சென்று தேனிநிலவு முடிந்து நாடு திரும்பினார்கள்.

திருமண விழாவிற்கு வந்த தங்கம், வைரம், நினைவுப் பரிசுகளை அள்ளித் தன் மனைவியின் ஆகப்பெரிய பெட்டிக்குள் வைத்தான் மெனிலாஸ். திருமணத்திற்கான செலவைக் குறைவில்லாமல் எழுதித் தேசத்தின் நிதிநிலை அறிக்கைக்குள் வைத்தான். திருமண விழாவிற்கு வருகை தராத மன்னர்களின் மீது போர்தொடுக்க தூது விடுத்தான்.

அகமெம்னான் - மெனிலாஸ் பனிப்போர் வெடித்தது.

'தம்பி மெனிலாஸ், இத்தனை பொருட்செலவில் திருமணம் நடத்தியது பெருங்குற்றம்'

'மன்னனின் திருமணத்தை இப்படியாகத்தான் நடத்த வேண்டும் என்பதே மைசின் தேசத்து சட்டம்'

'உன் செலவினத்தைத் தேசத்தின் மீது கட்டுகிறாயே...?'

'மன்னனுக்கான செலவினம், தேசத்திற்கு வெகுமானம்...'

'நீ மக்களின் விரோதி'

'நீ நம்பிக்கைத் துரோகி'

'என்ன சொல்கிறாய்...?'

'உன்னைப் பரந்த தேசத்தின் மன்னனாக உட்கார வைத்தவன் நான்...'

'மன்னன் என்பவன் மக்களின் பிரதிநிதி. அவனை உட்கார வைப்பவர்கள் மக்கள்தானே தவிர, தனி நபர் அல்ல'

'மன்னன் என்பவன் பிரதிநிதி அல்ல. மக்களின் அதிபதி'

இருவருக்குமிடையில் சொற்போர் வெடித்தது. நீர், நீங்கள் நான் நீயில் வந்து நின்றது. அவரவர் கையிலிருந்த ஆயுதங்களால் எறிந்துகொண்டார்கள். கடைசியில் அகமெம்னான் அவரது அதிகாரத்தைப் பயன்படுத்தினார். 'நீ என் உடன்பிறப்பு என்று பாராமல் உன்னை நான் ஐந்து வருடங்கள் சிறைப் பிடிக்கிறேன்'

மெனிலாஸை கைது செய்து விலங்கிட்டு சிறைக்கு இழுத்துச் சென்றார்கள். அவர் அடைக்கப்பட்ட சிறை பாலைவனவெளியாக இருந்தது. கண்ணுக்கு எட்டிய மட்டும் கானல் நீர்.

பாலைவன சிறையில் மேற்கூரையில்லை. மணலின் தகிப்பும், இரவு குளிரின் நடுக்கமும் அவனைப் பெரிதும் வருத்தின. அகமெம்னான் தேசத்தை ஐந்து ஆண்டுகள் முழுமையாக ஆட்சி செய்திருந்தான். அவனது ஆட்சியின் போது மெனிலாஸ் சிறையிலிருந்து வெளியில் வந்துவிட முடியாதளவிற்கு அரண் அமைத்தான். சிறை ஆண்டுகள் மெனிலாஸ்க்கு ஐந்து யுகம் போல் கழிந்தன. ஆனால் அகமெம்னானுக்கு ஐந்து ஆண்டுகளும் ஐந்து நாழிகையைப்போல கடந்திருந்தது.

மெனிலாஸ் தென்னையென சிறைக்குள் நுழைந்து பனையென வெளியில் வந்தார். அகமெம்னான் அன்றைய தினம் அந்நிய மன்னர்கள், பண்டிதர்கள், பாவலர்கள் சூழ்ந்த பொதுஅவையில் உரையாடிக் கொண்டிருந்தார். அவைக்குள் நுழைந்த மெனிலாஸ் நுழைந்ததும் தேசத்தின் நிதிநிலை அறிக்கையைக் கேட்டார்.

‘நிதிநிலை அறிக்கை கேட்கும் இடம் இதுவல்ல...’

‘நான் கேட்கும் கேள்விக்குப் பதில் இதுவல்ல...’

‘என்ன சொல்ல வருகிறாய்...?’

‘எனக்கு இப்பொழுதே, இக்கணமே வரவு செலவு அறிக்கை வேண்டும்...’

‘உன் அவரசத்திற்குச் செலவு அறிக்கை வேண்டுமானாலும் வரலாம். வரவு அறிக்கை வரப்போவதில்லை..’

‘தேசத்தின் சரிபாதிப் பங்கை எனக்குப் பிரித்துக் கொடு...’

‘என்ன வார்த்தை சொல்கிறாய்....!’ அகமெம்னான் எழுந்தார். அவை எழுந்தது. மெனிலாஸ் கையில் கூராயுதமிருந்தது. அதைக்கொண்டு அரண்மனைக்குள் ஒரு கோட்டை வரைந்தார்.

‘இது என்னது...?’

‘ஆமாம், அது உன்னது, இது என்னது...’

அரண்மனை பிரிந்தது. அவை பிரிந்தது, கோட்டைகள் பிரிந்தன. மக்கள் பிரிந்தார்கள். மைசின் என்கிற ஒற்றைத் தேசம் இரு தேசங்களாகியது. அவை, மைசின் , ஆர்கோ.

27

உழவன்

குற்றவாளிக் கூண்டில் நின்று கொண்டிருந்தான். 'அடேய் உழவனே, என் அரண்மனைக்குள் நுழைந்து பழங்களைத் திருடியிருக்கிறாயடா நீ....?' கண்களில் தணலைக் காட்டி கேட்டிருந்தான் டிரோஜன் மன்னன் பாரிஸ். உறைக்குள்ளிருந்து வெளிவரும் வாளினைப்போல அவனது கேள்வி இருந்தது.

உழவன், பொந்துக் கிளியாக இருக்க வேண்டியவன். கூண்டுக் கிளியாக கையறு நிலையில் நின்று கொண்டிருந்தான். அவனது கால்கள் ஆட்டம் கண்டன.

'பாரிஸ் அரண்மனைக்குள் நுழைய உனக்கு யாரடா தைரியம் கொடுத்தது, எத்தனை நாட்களாக இந்த திருட்டு நடக்கிறது, உன் திருட்டு துணைக்கு வந்தவன்கள் யாரடா....?'

ஒவ்வொரு கேள்வியும் சாட்டையாக, உதையாக, அடியாக விழுந்துகொண்டிருந்தது. உழவன் வாயைத் திறக்கவில்லை. பாரிஸ் மன்னனுக்கு அரண்மனைத் திருட்டு பெருத்த அவமானமாக இருந்தது. நாசிக்குள் பாம்பு நுழைந்து விட்டதைப்போல குறுகுறுத்தது. ஆட்சிக்கு எதிராக கலகம் தூண்டி விட்டதைப்போலிருந்தது. அவன் நியமித்திருந்த ஒற்றர், படைக் காவலர், நீதிபதிகளின் மீதும் நம்பிக்கையற்ற வெறுப்பு வந்தது.

மன்னன் பாரிஸ்க்கு நீண்ட நாட்களாகவே ஓர் ஆசை இருந்தது. அவன் பேரரசன் என அழைக்கப்பட வேண்டும். அத்தேசத்தைச் சுற்றியுள்ள மொத்த தேசமும் ஒரே தேசமாக , ஒரே சிந்தனையாக, ஒரே ஆட்சியின் கீழ் கொண்டுவரப் பட வேண்டும்...

பாரிஸ் அதற்காக சில சீர்த்திருத்தங்கள் செய்தான். முதல் சீர்த்திருத்தம் சிறு குற்றம் முதல் பெரிய குற்றம் வரை ஒரே தண்டனை. குற்றவாளியை மரத்தினில் கட்டிவைத்து குண்டர்களை விட்டு அடித்தே கொள்ளும் தண்டனை.

அரண்மனைத் திருட்டு விசாரணையை முதலில் ஏதேனும் ஒரு நீதிபதியை வைத்து விசாரிக்க வேண்டும் என நினைத்தான். நீதிபதிகள் மீதும் அவனுக்கு அவ்வளவாக நம்பிக்கை இல்லாததால் அவனே நீதியரசராக மாறினான்.

நகரத்தில் பனி கொட்டிக்கொண்டிருந்தது. அவனது பற்கள் கிட்டிற்றன. தோல்கள் சுருங்கிச்சில்லிட்டன. உடல் வெடவெடத்தது. உழவன் செய்கையைப் பார்த்து பாரிஸ் சிரித்தான். மன்னன் சிரித்தால் அவையினர் சிரிக்க வேண்டும். மனைவிகள் சிரித்தார்கள்.

'அடேய் உழவனே, திருடும் போது இல்லாத பயம் விசாரணையில் ஏனடா வரவேண்டும்.....?' பாரிஸ் இக்கேள்விக்கு உழவனிடம் பதில் இருந்தது. பதில் சொல்ல வேண்டுமென்றால் தலையை நிமிர்த்த வேண்டுமே. கழுத்தில், இரும்புச் சங்கிலியால் பிணைக்கப்பட்ட ஒரு பெரிய உலோகக் குண்டு தொங்கிக் கிடந்தது.

'என் நடுக்கம் பயத்தினாலானது அன்று...'

' பிறகென்ன பனியினாலானது என்கிறாயா....?'

'அதுவும் அன்று. பசியினாலானது....'

பாரிஸ் வெடியெனச் சிரித்தான். 'அடேய், பசி கெஞ்சச் செய்யும். இப்படி நடுங்கச் செய்யாதேடா.....'

'பேரரசரே, இளம்பசி நடுங்க செய்யும். கொடும்பசி சூறையாடச் செய்யும்...'

'என்னடா பேசுகிறாய், யாரிடம் நீ பேசுகிறாய்....?' பாரிஸ் கடைக்கண்களை அங்கேயிங்கே ஓடவிட்டான். அவனது பார்வைக்கேற்ப ஒரு காவலன் உழவன் முகத்தில் குத்தினான். இன்னொருத்தன் நீண்ட சாட்டையால் முதுகில் விளாசினான்.

நரம்பிற்குள் ஓடிய இரத்தம் தோலிற்கு வெளியில் ஓடிக்கிடந்தது.

நீதிமன்றம் மக்கட்திரளால் நிரம்பி வழிந்தது. பாரிஸ் கீழ் இயங்கும் அத்தனை அதிகார சக்கரங்களும் அவனது பிடிக்கு வந்திருந்தன. இவ்வழக்கு அரண்மனை வழக்கு. மன்னனே விசாரித்து கைதிக்கு தீர்ப்பளிக்கப் போகிறார். இது எப்பொழுதாவது நடந்தேறும் அரிதினும் அரிதான பிரகடனம்.

மன்னன் அகோரமாக எழுந்தான். நாவை மடக்கிக் கண்களை உருட்டிக் கேட்டான். 'அடேய்.. உன் மேல் நான் சுமத்தியிருக்கும் குற்றத்திற்கு நீ சொல்லவரும் பதில் என்ன...?' மொத்த அமைதியையும் அவனது கேள்வி முறித்திருந்தது. பலரும் திடுக்கிட்டிருந்தார்கள்.

'உன்னைத்தானடா கேட்கிறேன். என் அரண்மனைக்குள் நுழைந்து திருடியிருக்கிறாய், இதற்கு நீ சொல்லவரும் விளக்கம் என்ன....?'

உழவன் தலையை மெல்ல உயர்த்தினான். தடதடக்கும் நடுக்கத்துடன் சொன்னான்'மாட்சிமை தாங்கிய பேரரசே, நான் ஒரு குற்றமும் செய்யவில்லை. சிறு தவறுதான் செய்திருக்கிறேன்....'

சூழ்ந்திருந்த மக்களின் முகம் சட்டென இருண்டது. எப்படியேனும் இவன் விடுதலை பெற வேண்டும் என தவித்துக் கொண்டிருந்தவர்களின் துடிப்பு இறுக்கம் கொண்டது.

'என்னடா சொல்கிறாய்,. குற்றம் செய்யவில்லை, தவறுதான் செய்திருக்கிறாயா..? இரண்டிற்கும் ஆகப்பெரிய வித்தியாசமாக என்னடா வைத்திருக்கிறாய்..?' மன்னனால் ஒரே இடத்தில் இருப்புக்கொள்ள முடியவில்லை.

'உழவன்தானா நீ....?' ஓர் அலட்சியமான உச்சரிப்பில் அக்கேள்வி இருந்தது.

'ஆமாம் அரசே...'

'என் அரண்மனைக்குள் திருடியிருக்கிறாய்.....?'

'ஆம் அரசே...'

'ஒப்புக்கொள்கிறாயா...?'

'ஆம், ஒப்புக்கொள்கிறேன். அரசே....'

'அப்படியானால் நீ குற்றம் புரிந்தவன் அப்படித்தானே...?'

'அரசே, பசிக்காக உணவைத் தேடுவதும் கிடைக்கையில் அதைப்பறிப்பதும் எப்படி அரசே குற்றமாக முடியும்...?'

'இவ்வுலகின் மிகப்பெரிய தேசத்தை ஆளும் என் அரண்மனைக்குள் நுழைந்து பழங்களைத் திருடியவன் குற்றம் புரிந்தவன் இல்லாமல் வேறு யாராம்...?'

'நான் அரண்மனைக்குள் நுழைந்தேன். ஒப்புக்கொள்கிறேன். ஓர் அறையில் தங்க குவியல்கள் இருந்தன. நான் நினைத்திருந்தால் அதை வாரி அள்ளி முடிந்திருக்க முடியும். ஆனால் நான் அப்படி செய்தவனில்லை. இன்னொரு அறைக்குள் நுழைந்தேன். அறை முழுவதும் ஆபரணங்களாக இருந்தன. அதையும் நான் சீண்டவில்லை. மற்றொரு அறையில் பொற்காசுகள் குவிந்திருந்தன. அதையும் நான் தொட்டவனில்லை. மற்றொரு அறையில் தங்கத்தால் உம் பெயர் பதிக்கப்பட்ட நீர் உடுத்தும் விலை மதிப்பு மிக்க ஆடைகளும், மற்றொன்றில் போர் குறித்த ரகசிய ஆவணங்களும் இருந்தன. இவற்றில் ஏதேனும் ஒன்றை திருடியிருந்தால் உம் கேள்வி

சரியென இருக்கும். நான் எடுத்தது ஒன்றிரண்டு பழங்கள்தான் அரசே...! அதையும் நான் என் பசிக்காகத்தான் எடுத்தேன். பசி தணிந்த பிறகு மேலும் ஒரு பழத்தைத் தின்றிருந்தால் நீவிர் சொல்வதைப்போல நான் குற்றம் புரிந்தவனாகியிருப்பேன். மறைத்து வைக்கப்பட்டிருக்கும் பழங்கள் அடுத்தவருக்கான பழங்கள் அரசே...! பழங்களை நான் எனக்காகவே எடுத்தேன். தின்றேன். பசி அடைந்த பின் அரண்மனைக்கு வெளியே ஒரு மரத்தடியில் உண்ட மயக்கத்தில் உறங்கினேன். உம் போர்ப்படை காவலர்கள் வேறு யார் யாரையோ பிடித்துவைத்துக்கொண்டு அடித்து உதைத்து வதைத்தார்கள். என் மனம் பொறுக்கவில்லை. நானாக முன் வந்து நான் செய்ததை ஒப்புக்கொண்டேன். இது எப்படி அரசே குற்றமாக முடியும்...?'

'அடேய், நீ செய்தது பெருங்குற்றம்...'

'இல்லை அரசே, அது குற்றமல்ல, தவறுதான்....'

'குற்றத்திற்கும் தவறுக்குமிடையில் நீ காணும் வித்தியாசம் என்ன...?'

'இரண்டுக்கும் இடையில் மலைக்கும் மடுவுக்குமான வித்தியாசத்தைப் பார்க்கிறேன்.....'

'அதைத்தான் கேட்கிறேன்....'

'சொல்கிறேன் அரசே, தாகமெடுக்கிறது... நா வறண்டு தவிக்கிறது. கண்கள் இமைகளுக்குள் கனக்கிறது. ஒரு மிடற்று தண்ணீர் வேண்டும். தாருங்கள், தாகம் தணித்துக்கொண்டு இரண்டிற்குமான வித்தியாசத்தைச் சொல்கிறேன்....'

ஒரு காவலன் கையில் வேலுடன் தண்ணீர் கொண்டு வர ஓடினான். பாரிஸ் அவனைத் தடுத்தான். 'அவனுக்குத் தண்ணீர் கொடுக்காதே. அவன் செய்திருக்கும் குற்றத்திற்கு ஒரு மாத காலம் தாகம் தணியாமல் இருக்க வேண்டும் என்பதும் ஒரு தண்டனை....'

தண்டனையைக் கேட்டதும் மக்கள் காதினைப் பொத்தினார்கள்.

'என் அரண்மனைக்குள் நுழைந்தது ஒரு குற்றம். அரண்மனை ரகசியங்களை கண்டது இன்னொரு குற்றம். பழங்களைத் திருடியது இன்னொரு குற்றம். குற்றத்தின் மேல் குற்றம் செய்திருக்கிறாயடா நீ.....'

'எனக்கு ஒரு மிடற்று தண்ணீர் மட்டும் தாருங்கள் அரசே....'

‘தருகிறேன், என் இன்னொரு கேள்விக்கு பதில் சொல். நான் கேள்விப்பட்டிருக்கும் பதிலை நீ சொல்வாயேயானால் உன்னை விடுதலை செய்கிறேன்.

‘உன்னுடன் சேர்ந்து திருடியவர்கள் யார் யார்....?’

‘என்னுடன் சேர்ந்து மூன்று பேர் திருடினார்கள்....’

பாரிஸ் ‘விருட்...’டென்று எழுந்தான். அவனுடன் சேர்ந்து நீதிபதிகள் எழுந்தார்கள். அதிகாரிகள்,ஊழியர்கள் எழுந்தார்கள். விவசாயக் குடிகள் தேச விரோதிகள். அவர்கள் கருவறுக்கப்பட வேண்டியவர்கள்...’

டிரோஜன் தேசத்து படை வீரர்கள் ஒரு சேர எழுந்தார்கள். ‘மாட்சிமை தாங்கிய மாமன்னர் வாழ்க, பாரிஸ் புகழ் ஓங்குக...’

மன்னன் ஒரு கணம் அமைதியாக வீற்றிருந்தான். பிறகு, ‘உழவனே, நீ மிக விரைவில் விடுதலையாகப் போகிறாய். தாமதிக்காதே. உன்னுடன் சேர்ந்து திருடியவர்கள் யார் யாரெனச் சொல்லி முடி...’

‘அந்த மூவருமே என் நண்பர்கள் அரசே....!’

மன்னனின் முகம் இருண்டது. பற்களைக் கடித்தான். கண்களை உருட்டி விழித்தான். ‘அவர்கள் யார் யார்....?’

‘சொல்கிறேன் அரசே, அதற்கு முன் பசியாற எனக்கு இரண்டு பழங்கள் வேண்டும்....’

ஒரு காவலன் ஓடினான். ஒரு தட்டில் இரண்டு பழங்கள் எடுத்து வந்தான். அதை ஒவ்வொன்றாக எடுத்து உழவன் வாயினில் திணித்தான்.

‘வேறு என்ன வேணும், கேளும் தருகிறேன்....?’

‘போதும் பேரரசே.....’ தலை குனிந்து நன்றி நல்கினான்.

‘சொல். அவர்கள் யார் யார்....?’

நீதிமன்றம் நிசப்தமானது. ‘இவன் தொலைகிறான் என்றில்லாமல் யார் யாரையோ காட்டிகொடுக்கப் போகிறான். இவன் படுபாவி.! இவனுக்காக நாம் இரக்கமுற்றோமே, இவன் கல்லால் அடித்து கொல்லப்பட வேண்டியவன். துரோகி....’ மக்கள் தொண்டைக்குள் பேசிக்கொண்டார்கள். உழவன் மெல்ல எழுந்தான். மக்களைப் பார்த்து ‘என்னை மன்னித்து கொள்ளுங்கள்’ என்றவாறு கெஞ்சி

நின்றான். 'அரசே, என்னுடன் சேர்ந்து திருடியவர்கள் மூன்று நண்பர்கள்....'

'ஆம், சொல். அவர்கள் யார் யார்....?'

'முதல் நண்பன் பசி .'

'இரண்டாவது நண்பன் கொடும்பசி..'

'மூன்றாவது நண்பன் கொடுமையிலும் கொடும்பசி '

மன்னன் 'விரீட்...' டென்று எழுந்தான். 'அடேய் உழவனே , நீ நன்றாகப் பேசுகிறாயடா. என் மாமன்றத்தில் இதற்கு முன் எவனும் இப்படி பேசியதில்லையடா. உன் பேச்சுத் திறமையைப் பாராட்டுகிறேன். அத்துடன் உனக்கு நான் மூன்று பரிசுகள் தருகிறேன். முதல் பரிசு, நீ ஆண்டி- டிரோஜன். உன் வாழ்நாட்கள் முழுவதும் நீ 'வணங்குகிறேன் பாரிஸ்!' எனச் சொல்லிக்கொண்டிருக்க வேண்டும். இரண்டாவது பரிசு, சொல்ல மறுத்தால் நீ டிராய் நகரத்தின் மையத்தில் என் குண்டர் காவலர்களால் கட்டப்பட வேண்டும். மூன்றாவது பரிசு, உருட்டுக் கட்டையால் ஆண்டி - டிரோஜன் என்கிற பெயரில் அடித்தே கொல்லப்பட வேண்டும்.'

ஹெலன்

பெண்பால் பேரழகி. கறள் நிறத்தவள். அவளது அழகில் சொக்கிப்போயிருந்தான் பாரிஸ். சுயம்வரத்தில் கலந்துகொண்ட நாள் முதலே அவன் மந்திரித்து விட்ட கோழியைப்போல ஆகிவிட்டிருந்தான்.

மயில் தோகையொத்த கூந்தல். மணிக்கழுத்து, முறுக்குண்ட செஞ்சடை,..அவளைப் பார்த்த நாட்கொண்டே அவனுக்குள் நிலவெடிப்புகள். கிளர்ந்தெழுந்த பூகம்பம். மனக்கடலில் பேரலை. நெல்மணிகள் பொரிந்து பொரி பொரியாகப் போகும் படியான வெம்மை.

என் கண்ணில் படாமல் இப்பேரழகி எப்படி இத்தனை நாட்கள் இருந்தாள், வாழ்ந்தாள், உலாவினாள், ஒரு நிலவின் முகம் ஒரு நட்சத்திரத்திற்கு தெரியாமல் போனதன் பின்னணி என்ன? அவளது முகம் என் கண்ணில் படாமல் மறைத்தது யார்..? அவனுக்குள் கேள்விக்குமிழிகள் எழுவதும், வெடிப்பதுமாக இருந்தன.

உள்ளீடாகப் பரல் வைத்ததைப் போன்ற உடல்வாகு. மழை வளம் போன்று வரையாது வழங்கிடும் முகத்தோற்றம். அவளை உள் துளையுடைய வள்ளைக்கொடி என்றுதான் சொல்ல வேண்டும். அவள் எனக்கானவள். எனக்கே உரித்தானவள். என் திமிலொத்த தோளுக்கும் எதிரிகளின் சங்கறுக்கும் வாளுக்கும் அருகில் இருக்க வேண்டியவள். அவள் எப்படி மெனிலாஸின் மனையானாள், இணையானாள்...?

இரும்பைக் கவரும் காந்தம் போல அவளை நான் கவர்வேன், மனதிற்குள் சபதம் முடிந்தான். எப்படி கவர்வது....? பேச்சால், காதல் மூச்சால், வாள் வீச்சால்,...? மெனிலாஸின் தலையைக் கொய்து அப்பூவைச் சூடலாமா...? வேண்டாம், காம்பை அறுக்காமல் பூவை பறிக்க வேணும், மனதிற்குள் கூர்தீட்டிக் கொண்டான்.

ஆம், பசுவைக் கவரலாம். ஆநிரை கவர்தல் ஆடவனுக்கு அழகல்லவா! வெட்சி நான். பூ அவள். பலே! அவனுக்குள் ஆலங்கட்டி மழை. பந்து போல் எழுந்தான். எழுந்த வேகத்தில் அவனது மனைவிகள் ஓடி வந்தார்கள். 'ஏன் இப்படி பரிதவித்து எழுந்தீர்கள், என்ன நடந்தது...?' தம் முந்தானையால் அவனது

முகத்தில் பொரிந்திருந்த வியர்வைத் துளிகளைத் தொட்டு எடுத்தார்கள்.

மனைவிகளைப் பார்த்தான். மனைவிகள் அவனுக்கு பேய் போலத் தெரிந்தார்கள். 'இந்திரியம் தீர்ந்துவிட்டால் சுந்தரியும் பேயாகத் தெரிவாள்' என்பது சொலவடை. இந்திரியம் சுரக்கையிலும் இவர்கள் ஏன் பேயெனத் தெரிய வேண்டும். இவர்களைப் பார்க்கையில் ஏன் மனம் திரியென எரிய வேண்டும்....?

வாத்து அழகுதான். அதன் கழுத்தும், வளைந்த அலகும் அழகுதான். அவ்வாத்துடன் அன்னத்தை ஒப்பிட்டால்,...? ஹெலன் அன்னம். மனைவிகள் வாத்துகள்...

மனைவியை அவன் இளக்காரமாகப் பார்த்தான். அவனைத் தொட்டிருந்த மனைவிகளின் கையைத் தட்டிவிட்டான். ஹெலனின் பேரழகுக்கு முன் இவர்கள் எம்மாத்திரம்...?. அரும்பு இல்லாத இலவம் பூ அவள். தலையில் சூடா ஊமத்தம் பூ இவர்கள்.

'என்னவரே, எங்கே கிளம்பி விட்டீர்கள்...?' மனைவிகள் கேட்டார்கள்.

'இலவம் பூ பறித்து வர கிளம்பிவிட்டேன்..'

'வெளியில் செல்லும் நீங்கள் வாளோடும், சேனையோடும் செல்வதுதானே மரபு. வெறும் கையோடு செல்கிறீர்களே'

'பைத்தியக்காரி, அரும்பு இல்லாத இலவம் பூ பறிக்க ஆயுதம் எதற்கு...? '

'அரண்மனையில் இத்தனை பூக்களிருக்க மேலும் ஒரு பூ தேவைதானா...?'

'பெண்ணே, பூக்கள் தேன் சுரக்கும். எல்லா பூவின் தேனும் ஒன்றுபோலிருப்பதில்லை. நான் பறித்து வர இருக்கும் பூ, தேனை விடவும் தித்திப்பைத் தரவல்ல தேன் சுரக்கும் பூ...'

மனைவிகள் கணவனைப் பார்த்தார்கள். பாரிஸ் பட்டாடை உடுத்தியிருந்தான். ஆடை பகட்டாக இருந்தது. ஆடையில் வைரங்கள், வைடூரியங்கள் பதிந்திருந்தன. தோளிடத்தில் தங்கத்தால் எழுதப்பட்ட அவனது பெயர். அவன் துள்ளலுடன் அரண்மனையிலிருந்து வெளியேறினான்.

அரண்மனைக்கு வெளியே மக்கட் திரள். ஏழைகள், பஞ்சத்தில் ஆட்கொண்ட பஞ்சமர்கள். அவர்களின் இடுப்பில், மடியில்,

வயிற்றில், தோளில் என குழந்தைகள். குழந்தைகள் பாலுக்கு அழுதுக்கொண்டு, முகம் வீங்கிப்போய், கண்கள் இடுங்கி, வயிறு ஒட்டிப்போயிருந்தனர். அத்தனை பேரின் வயிற்றிலும் இறக்கி வைக்க முடியாத பசி. மக்கள் ஈயத்தட்டோடும், பசியோடும், கவலை தேய்ந்த உடலோடும் கவிழ்ந்துகிடந்தார்கள்.

அவர்களைப் பார்த்தான் பாரிஸ். அவர்களைப் பார்த்து கை நீட்டி ஆவேசமாக உரையாற்றினான். டிரோஜன் நம் தேசம் என்றான். அதற்காக நாம் உயிரையும் கொடுக்க வேண்டும் என்றான். ஒற்றைத் தேசம், ஒற்றை மொழி , ஒற்றை இனம் என்றான். மக்கள் மன்னன் முன் தன் ஈயத்தட்டுகளைத் தூக்கிக் காட்டினார்கள். அவர்களால் எழுந்து நிற்க முடியவில்லை. பசிக்கிறதென வாய்த்திறக்க முடியவில்லை. எழுந்த வேகத்தில் அவர்களின் உடைகள் அவிழ்ந்து கீழே விழுந்தன. ஒரு கையில் குழந்தை. மற்றொரு கையில் தட்டு. அவர்களால் குனிந்து ஆடையை எடுக்க முடியவில்லை. நிர்வாணமாக நின்றார்கள்.

பாரிஸ் சுற்றுமுற்றும் பார்த்தான். அங்கு குழுமியிருந்த அத்தனை பேரும் தன்னைப் பார்க்கவும், தன் பேச்சைக் கேட்கவும் வந்திருப்பதாக நினைத்தான். அவர்களை நோக்கி கை அசைத்தான். குதிரையை மெல்லத் திருப்பி ஆங்காங்கே தெரிந்த வழியினூடே செலுத்தினான். அவனை ஓர் அசரீரி உருவமொத்த ஒரு மூதாட்டி மறித்தார்.

தாய்

ஓர் அன்னப்பறவை சிறகுகளை உதிர்த்துவிட்டு வந்தால் எப்படி இருக்குமோ அப்படியாக இருந்தார். அவளைப் பார்க்கவே கண்கள் கூசின. அவன் கனவு காணும் ஒற்றைத் தேசத்தின் தாய் அவள். அவளது கையில் டிரோஜன் தேசத்தின் கொடி இருந்தது.

பாரிஸ் அவளது காதினைப் பார்த்தான். ஓர் அணிகலனேனும் அணிந்திருக்கவில்லை. கைகள்,இடுப்பு,கழுத்து, மூக்கு, காதுகள், அத்தனையும் மூளியாக இருந்தன. அள்ளி முடியாத சிகை அலங்காரம்,..

'என் தேசத்தின் தாயே, உன்னைத் தானே என் தாயாகவும், நான் கனவு காணும் ஒற்றை இன, மொழி தேசத்தின் உருவகமாகப் பார்க்கிறேன். நீயே இப்படியா, என்ன கோலம் தாயே இது...?'

அத்தாய் சொன்னாள். 'இத்தேசம் எக்கோலமோ அக்கோலம் நான்..!'

'தாயே, என்ன பேசுகிறாய்...?'

'உண்மையைப் பேசுகிறேன்...'

அவன் இரு புறமும் திரும்பிப் பார்த்தான். அந்தப்புரத்து அழகிகள், வாயிற்காப்போன்கள் எனப் பலரும் தெறித்து விலகினார்கள். அவனுக்கு அருகில் ஒரு புரவி நின்றுகொண்டிருந்தது.

'என்ன சொல்கிறாய் நீ...?'

'என் பெயரைச் சொல்லி மக்களின் தலையில் வரி மேல் வரி சுமத்தி, அவர்களை பட்டினியில் கிடத்துகிறாயே...'

'தேசத்தின் நலன் வரி சுமத்துவதில் இருக்கிறது தாயே...'

'பண்டமாற்று முறை செல்லாது என அறிவித்திருப்பதன் பின்னணி...?'

'ஓரிடத்தில் குவியும் செல்வங்கள் பரவலாக்க அப்படி செய்திருக்கிறேன் தாயே...'

'பதுக்கலிலிருந்து மீட்ட காசுகள் அரசின் கஜானாவில் சேர்ந்திருக்க வேண்டாமா...?'

'எல்லா காசுகளும் கஜானாவில் சேர்த்துவிட்டால் என் சுக, போக வாழ்க்கை என்னாவது தாயே'

‘மக்கள் அன்றாடங்காய்ச்சியாக இருக்க உனக்கு ஏன் இந்த சுக போகம்...?’

பாரிஸின் முகம் இருண்டது. கோபத்தால் கண்கள் சிவந்தன. ‘உனக்கு இப்படி பேசக் கற்றுக்கொடுத்தவள் யார் தாயே...?’

‘அரண்மனைக்கு வெளியே கேட்கும் அழுகையும் ஓலமும்தான்...’

‘என்ன சொல்ல வருகிறாய் நீ...?’ வார்த்தைச் சரம் ஒருமையில் வந்து நின்றது.

‘மக்கள் மீது வரிச்சுமை வேண்டாம் என்கிறேன்...’

பாரிஸ் பெருமூச்சு வாங்கினான். ‘மன்னனை விடவும் மக்கள் உனக்குப் பெரிதாக தெரிகிறார்கள் இல்லையா...?’

‘அவர்களுக்கு நீ அந்நியர்களாகத் தெரிகிறாயே பரவாயில்லையா...?’

‘அவர்களுக்காக நீ எதையும் செய்வாய் அப்படித்தானே...?’

‘நிச்சயமாக...’

‘அப்படியானால் நான் என்ன செய்ய வேண்டும்...?’

‘விவசாயிகளிடம், வறியவர்களிடம் வசூலித்த அத்தனை வரிகளையும் அவர்களிடமே திருப்பிக் கொடுக்க வேண்டும்...’

‘கொடுக்கிறேன், கொடுத்துவிடுகிறேன், அதற்காக நீ ஒன்று செய்ய வேண்டும்....’

‘என்ன செய்ய வேண்டும்...?’

‘மக்களைப் போலவே நீ மாற வேண்டும்...’

‘எப்படி...?’

‘அணிகலன்களை துறந்த நீ இந்த ஆடையையும் துறக்க வேண்டும்....’

‘துறந்து...?’

‘இத்தேசத்தை நீ நிர்வாணமாகச் சுற்றி வலம் வர வேண்டும்.....’

‘வந்தால்....?’

‘இத்தனை நாட்கள் வசூலித்த தானியங்கள், செப்புக்காசுகள் யாவற்றையும் நான் திருப்பிக்கொடுத்து விடுகிறேன்....’

அத்தாய், அவனை நிமிர்ந்து பார்த்தாள். தானொரு டிரோஜன் தேசத்து தாய் என்பதை மறந்தாள். மொத்த மேனியையும் ஒற்றை ஆடையில் மறைத்திருந்த அந்த ஆடையின் முடிச்சுகள் தோளிடத்தில்

இருந்தன. அதை அவிழ்த்தாள். ஆடை அவிழ்ந்துகொண்டு அவளது கால்களிடத்தில் சுருண்டு கிடந்தது. பிறந்த மேனியாக நின்றாள்.

அவன் சொன்னான் 'எத்தனை வேகத்தில் நீ திரும்பி வருகிறாயோ, அத்தனை வேகத்தில் மக்கள் தலையில் ஏறிய வரிச்சுமைகள் குறையும்...'

மக்களுக்காக அவள் ஓடத் தொடங்கினாள்.

30

தெட்டிஸ்

மெனிலாஸை மடியில் ஏந்திக்கொண்டு காததூரம் நடந்திருந்தாள். இரத்த சொந்தம், சொந்தத்தை விட்டுப் பிரிகையில் ஒரு முறை திரும்பிப் பார்க்க வைக்கும். தெட்டிஸ் அப்படியாகவே அவளது கணவனைத் திரும்பிப் பார்த்தாள். மருத்துவனின் முகமும், அவனது கண்களிலிருந்த ஈரமும் அவளது கன்னத்தைக் கரைய வைத்தது. மருத்துவனை நோக்கித் திரும்பி வந்தாள். அவன் அதே இடத்தில் நின்றிருந்தான்.

என்னை அழைக்க வருகிறாளா, அணைக்க வருகிறாளா...? அவளது கைகள் பரபரத்தன. அவளை அணைக்கும் படியாக நெஞ்சுக்கூடு பரந்து கைகள் வானத்தைக் கூட்டி அள்ளும்படியாக விரிந்தது.

தெட்டிஸ், அவனது அருகினில் வந்தாள். அவளது மடியில் குழந்தை . குழந்தையின் இரு பாதங்களும் வெளியே தெரிந்தன. குழந்தையின் மேனியைப் போர்த்தியிருந்த ஆடையை விலக்கிக் குழந்தையைக் காட்டினாள். குழந்தையின் மேனியிலிருந்த மொத்த புண்களும், சிரங்குகளும், வடுக்களும், காயங்களும் மறைந்திருந்தன.

மருத்துவன் பூரித்தான். மடிக்கு கையைக் கொண்டு சென்று குழந்தையின் மேனியை விரல்களால் வருடிக் கொடுத்தான். *'அதற்காக நன்றி சொல்ல வந்தாயா...?'*

'அதை விடவும் முக்கியமான ஒன்றைக் கேட்டறிய வந்தேன்....'

'என்ன...?' அவனது இமை குருத்துகள் ஏறி இறங்கின.

'குழந்தையைப் பீடித்திருந்த நோய் என்ன..? அதன் பெயர் என்ன...? இரு குழந்தைகளை இரட்டையர்களாகப் பெற்றெடுத்தேன். இரண்டில் ஒரு குழந்தை மட்டும் இந்நோய் பீடிக்கக் காரணம் என்ன..?'

மருத்துவனால் ஒன்றும் சொல்ல முடியவில்லை. *'நோய்...'* என்ற பதம் அவனைத் தைத்தது. அதைக் கேட்டுக்கொண்டு அவ்விடத்தில் அவனால் நிற்க முடியவில்லை. கேட்கக் கூடாத கேள்வியைக் கேட்டுவிட்டேனென்கிற பதைப்பில் அவள் பின்னோடினாள். அவனது நடை குன்றுகளில் ஏறி, ஒற்றையடிப் பாதையைத் தொட்டு , ஒரு ஏரி, இரண்டு குளத்தங்கரை, ஒரு ஓடையைக் கடந்து, புழுதியும்,

சாம்பலும் இரண்டற மலைபோல குவிந்திருக்கும் ஓர் இடத்திற்கு வந்து நின்றது.

புழுதி மலையையொட்டி ஒரு குடிசை இருந்தது. அக்குடிசையின் வெளிக்கதவு இறுக அடைக்கப்பட்டு, தீய்க்கு இரையாகி கறுகி, வெந்து, மடிந்து போயிருந்தது. அக்குடிசை பார்க்க, கூந்தல் பனையில் இடி விழுந்து மொத்தத்தையும் எரித்து அடித்தண்டை மட்டும் காட்சிக்கும், சாட்சிக்கும் விட்டுச்சென்ற அலங்கோலத்தில் இருந்தது.

குடிசைக்கு முன் மருத்துவன் மண்டியிட்டான். கீழே எரிந்து சாம்பலாகக் குவிந்து போயிருந்த புழுதியை அள்ளிப் பார்த்தான். அவனது கண்கள் பொங்கின. உதடுகள் துடித்தன. முகம் வெட்டுண்ட தசையைப் போல பரிதவித்தது.

தெட்டிஸ் மருத்துவன் தோளில் கை வைத்தாள். அவனது தலைமுடியைக் கோதிக் கொடுத்தாள். குழந்தையை மரத்தடி நிழலில் படுக்க வைத்து தலைப்பால் முகத்தைத் துடைத்து குடிசைக்குள் எட்டிப் பார்த்தாள். அவளுக்கு அதிர்ச்சியாக இருந்தது. நெஞ்சு கனத்தது.

குடிசைக்குள்ளாக எலும்புக்கூடுகள். அவளையும் அறியாமல் அவளது கை நெஞ்சிற்குச் சென்றது. ஒவ்வொரு கூடாகப் பார்த்தாள். அத்தனையும் மண்டை ஓடுகள். கீழ்த்தாடைகள் தனியே கிடந்தன. காரையெலும்புகள், மார்பு எலும்புகள், விலா எலும்புகள்,.. ஆங்காங்கே விரவிக் கிடந்தன. கூடுகள் ஒன்றையொன்று போர்த்திக்கொண்டு, ஒன்றின் மேல் ஒன்றெனக் கிடந்தன.

ஓர் எலும்புக்கூடு பார்க்க தாயின் எலும்புக் கூட்டைப் போலிருந்தது. அதற்கும் அருகில் கிடந்த எலும்புக்கூடு குழந்தையாகத்தான் இருக்க வேணும். மற்றொரு எலும்புக்கூடு கூரையில் தொங்கிக் கிடந்தது. குழந்தை தீயிலிருந்து தப்பிக்க முயற்சி செய்து எரிந்து கூடாகியிருக்க வேணும். மற்றொன்று கதவின் ஒரு சட்டத்தைப் பிடித்தபடி தொங்கிக்கிடந்தது.

அவளால் அக்காட்சியைப் பார்க்க முடியவில்லை. பார்த்ததை மனதிற்குள் இறக்க முடியவில்லை. அவளுக்கு படபடப்பு வந்தது. அவள் பார்த்த கணத்தில் எலும்புக்கூடுகளும், அதன் மேல் போர்த்தியிருந்த புழுதிகளும் அசைய அவளுக்குத் திடுக்கென இருந்தது. அவள் பயந்தாள். வாயிற்குள் துணியைத் திணித்துக்கொண்டு அலறினாள். மண்டைக்குள் பைத்தியம் பிடித்து, நூலறுந்த பட்டமாக ஓடினாள்.

மருத்துவன், கீழே கிடத்தியிருந்த மெனிலாஸை எடுத்து மார்போடு அணைத்துக்கொண்டு அவளை எப்படியேனும் பிடித்துவிட வேண்டும் என்கிற வேகத்தில் விரட்டினான். அவளது கூந்தல் களைந்து, ஆடை களைந்து, கிழிந்து தன் மனம் போன போக்கில் ஓடியவளாக இருந்தாள். அவளது ஓட்டம் ஒரு பெரும் புதருக்குள் நுழைந்து, தீயில் எரிந்து குச்சியாக , விறகாக நின்றுகொண்டிருக்கும் ஆலமரத்தை நோக்கியதாக இருந்தது.

மருத்துவன் சத்தமிட்டான் 'தெட்டிஸ், அதற்குள் நுழையாதே. நான் சொல்வதைக் கேள். உன் குழந்தைக்காக வேணும் நீ அதற்குள் நுழையாமல்தான் இருக்க வேண்டும்' அவள் பின்னே அவன் ஓடிக்கொண்டிருந்தான்.

அவள் நிற்கவில்லை. எதையும் காது கொடுத்துக் கேட்கவில்லை. எரிந்து வெறும் விறகாக மட்டும் நின்றுகொண்டிருக்கும் ஆல வேரிடத்தில் நுழைந்து வேர் தடுக்கிட வீழ்ந்தாள். அவள் வீழ்ந்த வேகத்தில் தரையில் கருகிய இலைகள் பறந்தன. புழுதி எழுந்தது. கீழே விழுந்தவள் எழுந்து கையைத் தட்டிக்கொண்டு மறுபடியும் ஓடினாள். எப்பக்கமாக ஓடுவது, திசையைப் பார்த்தாள். அவள் கண்ட காட்சி அவளை மேலும் நடுங்க வைத்தது.

சுற்றிலும் கழுவேற்றும் தூண்கள். வேல்கள், சூலங்கள். தரையில் ஊன்றப்பட்ட ஈட்டிகள். கழுவேற்றும் தூண்களில் எலும்புக்கூடுகள் சொருகியபடி இருந்தன. கழுவின் முனை மலப்புழையில் நுழைந்து உச்சந்தலைக்கும் வெளியே வந்திருந்தது. கழுவேற்றிருந்த அத்தனை எலும்பு கூடுகளும் வாயை 'ஆ...'வெனத் திறந்தபடி இருந்தன.

தலைவிரி கோலமாக, கையை விரித்துக்கொண்டு, மெல்ல, மெல்ல கால்களை எடுத்து வைத்து ஒரு சுற்று வந்தாள். ஒவ்வொன்றாகப் பார்த்தாள். அங்கே, இங்கேயெனத் துருவினாள். எங்கு பார்த்தாலும் எலும்புக்கூடுகளும், மண்டை ஓடுகளுமாகவே இருந்தன. மண்டை ஓடுகளை எண்ணத் தொடங்கினாள். 'ஒன்று, இரண்டு, மூன்று, நான்கு,..

அறுபது, எழுபது,....

நூற்றி ஒன்று'

அதற்கு மேல் அவளால் எண்ண முடியவில்லை. தலையை விரித்துக்கொண்டு வானத்தைப் பார்த்தவாறு கத்தினாள். பம்பரமாகச் சுற்றினாள். சுருண்டாள். வீழ்ந்தாள்.

‘தெட்டிஸ்...’

மருத்துவன் ஓடிச்சென்று அவளைத் தூக்கினான். ஒரு கையில் மெனிலாஸ். மற்றொரு கையில் அவள். நாண் அறுந்த வில்லைப் போல கையில் தொங்கிக் கிடந்தாள்.

மருத்துவன் ஒரு ஓடையை நோக்கி ஓடி வந்தான். தண்ணீர் அள்ளி அவளது முகத்தில் தெளித்தான். பனை மட்டையைப் பறித்து விசிறி விட்டான். அவனது இடுப்பில் சுற்றியிருந்த ஆடையை அவிழ்த்துப் பந்து போல் சுருட்டி தண்ணீரில் நனைத்து அவளது நெற்றியில் பூத்திருந்த வியர்வைத் தொட்டு எடுத்தான். பாதங்களைத் தேய்த்து விட்டான். கூந்தலை அள்ளி கொண்டையிட்டான்.

அவள் மெல்ல விழித்தாள். முகம் தெளிந்திருந்தது. விழித்தவள் திடுக்கிட்டு எழுந்து உட்கார்ந்தாள். குழந்தையைத் தேடினாள். தான் எங்கே இருக்கிறேன், எப்படி இவ்ளோ தூரம் ஓடி வந்தேன். ஏன் வந்தேன்,... என்பதைப் போலப் பார்த்தாள். குழந்தையை வாங்கித் தன் மடியில் கிடத்திக் கொண்டு உடலெங்கும் முத்தம் கொடுத்தாள். அவளுக்குக் கண்கள் இருண்டு வந்தன. குடலுக்குளிருந்து உருவமற்ற ஒன்று வாய் வழியே வெளியே வருவதைப் போலிருந்தது. உதடுகள் துடித்தன. உதடுகளுடன் சேர்ந்து இமைகளும் துடித்தன. விழிகளின் வெண்திரை துடிப்பது கரு விழிக்குத் தெரிந்தது. இதயம் நெஞ்சுக் கூட்டை விடுத்து ஓடி விடுவதைப்போல அத்தனை வேகமாகத் துடித்தது.

நான் எப்படி இங்கே, அவளுக்குள் கேட்டுக்கொண்டாள். குழந்தைக்கு வைத்தியம் பார்க்க வந்தேன். அவளுக்கு நினைவு வந்தது. ‘வைத்தியம் பார்த்துக்கொண்டு இல்லம் திரும்பினேனே, எப்படி திரும்பவும் இங்கே வந்தேன், ஆம், குழந்தையைப் பீடித்திருந்த நோய் என்னவென்று தெரிந்துகொள்ள வந்தேன்...’ அவளே தொண்டைக்குள் பேசினாள். வாயை மெல்லத் திறந்தாள். அவளால் திறக்க முடியவில்லை. திறந்தால் உதடுகளில் ஓலம். நாசிகளில் பெருமூச்சு. ‘ஏ...ஏ... குழந்தையைப் பீடித்திருந்த நோய் என்ன...?’

மருத்துவன் அவளைத் தூக்கினான். ‘தாயே, அது நோய் அல்ல’

அவள் குழந்தையை வாங்கிக் கொண்டாள். குழந்தையின் மேனியை உற்றுப் பார்த்தாள். ‘நோயில்லையென்றால் இத்தனை நாட்கள் பீடித்திருந்த புண்கள், வடுக்கள், சீழ்ப்பிடிப்புகள் எல்லாம்...?’

மருத்துவன் கண்களால் அவளைப் பனித்தான். 'இவை யாவும் நோயால் வந்தல்ல. என் முன்னோர் சந்தித்த அழித்தொழிப்புகள். ஈட்டி, வாள், சூலம், அம்பெனப் பாய்ந்த ஆயுதச் சுவடுகள்.....'

தெட்டிஸ் மிரண்டாள். மனதால் அதிர்ந்தாள். '*அழித்தொழிப்பா...! யார்...? ஏன்...?*' அதற்கு மேல் அவளால் ஒரு கேள்வியும் கேட்க முடியவில்லை. மருத்துவன், தீக்கனல் போல் அடி வயிற்றிலிருந்து எழுந்த குமுறலைத் தொண்டைக்குள் விழுங்கி தன் குடி அழித்தொழிப்பைச் சொல்லத் துவங்கினான்.

31

வரதநாட்டு மன்னன்

முதுகு சொறிய ஆளெடுத்தான். இளைஞர், இளைஞிகள் நான், நீயெனப் போட்டிபோட்டுக்கொண்டு கோட்டையில் கூடினார்கள். சொறிந்து விடுதல் கீழான வேலை என்றாலும் மன்னனுக்கு அல்லவா சொறிந்து விடுகிறோம். கீழ்ச்செய்கை செய்யினும் மேன் மக்கள் மேன் மக்களே...

மூன் மன்னனுக்கு நீண்ட நாட்கொண்டு அரிப்பு நோய் இருந்து வந்தது. அரிப்பு என்றால் சாதா அரிப்பு அல்ல. செவிக்குள் கட்டெறும்பு ஊரும் அரிப்பு. முதுகின் உட்தசைக்கும் தோலுக்குமிடையே தேள் ஊர்வதைப்போன்ற அரிப்பு. சில நேரம் ரம்பம் ஊர்வதைப்போன்று அரிக்கும். அவன் தன் முதுகைத் தேய்த்துக் கொள்ளாத மரங்களில்லை, மலையில்லை. பூ விரித்த மெத்தையிருந்தும் வெறுந்தரையில் படுப்பான். புரளுவான். தேய்ப்பான், தேய்வான்.

அவனது மனைவி வரதநாட்டு பட்டத்துராணி. அதை மறந்து அவள் தன் கணவனுக்கு முதுகு சொறிந்துகொண்டிருந்தாள். பட்டத்து ராணி, செய்யும் வேலையால் பட்டை உரிக்கும் ராணியாகியிருந்தாள். வரதநாட்டு அரண்மனை பக்கம் யாரேனும் சென்றால் அங்கு கேட்பது ஒரே 'பரட்,...பரட்...' சத்தம்தான்.

இராணி சுக்கான் கல்லை எடுத்து மன்னனின் முதுகில் தேய்ப்பாள். அவனது முகுகிலிருந்து ஊநீர் வழியும். முதுகு பட்டையாக உரியும். அடுத்து விளக்குமாற்றின் அடிக்கட்டையால் சொறிவாள். மெல்லிய தோல் முதுகிலிருந்து உரிபடும். அதன்பிறகு மஞ்சளையும், சந்தனத்தையும் கலந்து மயிலிறகால் வருடிக் கொடுப்பாள். ஒரு நாளைக்கு மூன்று முறை இதையே செய்வதால் காலப்போக்கில் அவன் மூன் அரசன் என அழைக்கப்படலானான்.

எத்தனை நாட்களுக்குத்தான், படை நிர்வகிக்க வேண்டிய அவள் கணவனின் முதுகுப்படையை உரித்துக்கொண்டிருப்பாள்....? அவளுக்கும் சுயமரியாதை இருக்கிறதல்லவா! அவளை வழிநடத்தும் இராஜகுரு, ஆலோசனைக்குழு , வழிகாட்டும் குழுவினர் ராணியை இயக்கத் தொடங்கினார்கள். ராணி என்பவள் பட்டத்து ரகசியங்களை அறிந்திருக்க வேண்டியவள். ஆனால் நீர் சொறிந்துகொண்டல்லவா இருக்கிறீர்...? ராணியின் மூளையைச் சலவைச் செய்தனர்.

ஒருநாள் ராஜகுரு ராணியை அழைத்து கண்டித்து விட்டான் 'மாட்சிமை தாங்கிய பட்டத்துராணி அவர்களே, முதுகு சொறியும் வேலை உம் வேலை அல்ல. ராணி, நாட்டை ஆள வேண்டியவள். முதுகு தேய்த்துத் தேய வேண்டியவள் அல்ல. ஆகவே, இவ்வேலையிலிருந்து நீர் விடுபட நானொரு யோசனை வைத்திருக்கிறேன்...' என்றான் . அவனது பேச்சு அவளது முதுகை யாரோ சொறிந்து விடுவதைப் போலிருந்தது.

'என்ன யோசனை ராஜகுரு...?'

'மன்னனின் முதுகைச் சொறிந்து விடுவதற்கென்று ஆட்களை நியமித்து விட்டால் என்ன...?'

'சபாஷ் '

'இன்றே, இப்பொழுதே அதற்கான அறிவிப்பைச் செய்துவிடுங்கள்...'

முரசறைந்து செய்தி அறிவிக்கப்பட்டது.

அரண்மனையில் ஆண்களும், பெண்களும், கையில் துடைப்பக்கட்டை, சிராய்ப்புக்கற்கள், முள்ளெலித் தோல், சப்பாத்தித் தண்டு,...என வரிசைகட்டி நின்றார்கள். பல பெண்கள் நீண்ட நகங்களை வளர்த்துக்கொண்டு வரிசையில் நின்றார்கள். ஒரு பெண் ஊவாமணையைக் குடைந்து சூரை முட்களில் தைத்து கையொடு கொண்டு வந்திருந்தாள். மற்றொரு பெண், கையில் செந்தட்டி இருந்தது. செந்தட்டியுடன் வந்திருந்த பெண்ணுக்கு அரண்மனையில் முதுகு சொறியும் வேலை கிடைத்திருந்தது.

அரிக்கும் முதுகிற்கு , தொட்டால் அரிக்கும் செந்தட்டியே மருந்தாகிப்போனது. அரண்மனை சுற்றியுள்ள வனத்தில் செந்தட்டிக்கெனத் தோட்டம் அமைக்கப்பட்டது. செந்தட்டி நட, தண்ணீர் பாய்ச்ச, பூச்சியிடமிருந்து செடியைக் காக்க, வேலி அமைக்க, அறுவடை செய்ய,..என நாட்டில் வேலைவாய்ப்பு அதிகரித்தது. தினை விளையும் தரிசு, முப்போக நிலம், ... அனைத்திலும் செந்தட்டி பணப்பயிராகிப் போனது.

தோட்டத்தில் விளையும் பயிரின் விலை அரண்மனையில் நிர்ணயிக்கப்பட்டது. அதுநாள் வரைக்கும் தேசத்தின் பயிரென இருந்த வரகு பட்டியலிலிருந்து அதிரடியாக நீக்கப்பட்டு செந்தட்டி தேசியப் பயிரென அறிவிக்கப்பட்டது. செந்தட்டி, அரண்மனை அனுமதியில்லாமல் விளைவிப்பதும், விலை நிர்ணயிப்பதும்

குற்றம். ஒருவர் மட்டுமே எப்படி முதுகைச் சொறிந்துகொண்டிருக்க முடியும். முதுகு சொறியும் வேலை ஒருவருக்கு இருவரென விரிவுசெய்யப்பட்டது. பிறகு அதுவே பத்து, இருபது, முப்பது பேர்களின் கைக்கு அவரது முதுகு சென்றது. வரத நாட்டுத் தேசத்தில் உயர்வான வேலை என்பது முதுகு சொறியும் வேலையே. இவ்வேலைக்கு முதலில் பெண்களை மட்டுமே தேர்வு செய்தார்கள். பிறகு ஆண்களும் தேர்வானார்கள். குறைந்த நேர வேலை. நிறைய ஊதியம். சலுகை இத்யாதிகள்...

முகுது சொறிதலில் பல கிரமங்கள் கடைப்பிடிக்கப்பட்டன. மேலிருந்து கீழ், கீழிருந்து மேல்.பக்கவாட்டில், குறுக்கு நெடுக்கில். முதுகு சொறியச்சொறிய மன்னனுக்கு இதமாக இருந்தது. அதைவிடவும் இதமாகச் சொறிந்து விடுபவர்களுக்கு பரிசுகள் வழங்கப்பட்டன. ஒற்றை முதுகு, அதைச் சொறிய எத்தனையோ கரங்கள், விரல்கள், நகங்கள்....

மன்னன் சுகபோக சுகத்தில் ஆழ்வதாக இருந்தான். காதிற்குள் கோழி இறகால் நீவி விட ஒருவர். பாதங்களில் விரல்களால் வருட இருவரென இருந்தார்கள். இடுப்பில் கிச்சுக்கீச்சு மூட்ட மூவர், அக்குள்குள் மயிலிறகால் வருடிக்கொடுக்க ஒன்றிரண்டு பேர், ... என அரண்மனையில் முதுகு சொறியும் வேலை வாய்ப்பு கூடிக்கொண்டே சென்றது.

மூன் மன்னனை நலம் விசாரிக்க அந்நிய நாட்டிலிருந்து தினம் நான்கைந்து மன்னர்கள் வருவதாக இருந்தார்கள். அவர்கள் மன்னனேயானாலும் மூன் மன்னனின் முதுகு சொறிந்து காரியங்களைச் சாதித்துக் கொள்பவராக இருந்தார்கள்.

ஒரு மன்னன் ஆற்று நீர் பங்கீட்டிற்காக வந்தான். அவன் மன்னன் முதுகு சொறிந்து பங்கீட்டு ஒப்பந்தத்தில் கைரேகை இட்டான். இன்னொரு மன்னன் என் நாட்டிற்கு அந்நிய நாட்டிலிருந்து போர் மிரட்டல் வருகிறது என்று முதுகு சொறிந்து அவனது ஆதரவைப் பெற்றான். ‘என் தேசத்தின் ஆட்சி நீடிக்க உங்கள் ஆதரவு வேண்டும்...’ பரட் பரட்...

‘என் தேசத்திற்கான பஞ்சத்தை நீயே போக்க வேண்டும்..’ பரட் பரட்..

மூன் மன்னனைச் சந்திக்க வரும் அண்டைத் தேசத்து மன்னர்கள் நகங்களை வளர்த்துக்கொண்டு வர வேண்டும். முதுகு சொறிந்து

நகம் தேய்ந்து நாடு திரும்ப வேண்டும். முதுகு சொறிதல் வரத தேசத்தின் தேசத் தொழிலானது. மன்னன் பெற்ற இன்பம் பெருக இவ்வையகம். மன்னன் எவ்வலி. மக்களுக்கும் அதே வலி. மன்னனின் பட்டை பணியாளர்களின் வழியே மக்களுக்குப் பரவியது.

மக்கள் எந்நேரமும் சொறிந்து கொள்வதே வேலையென்று இருந்தார்கள். பற்களைக் கடித்துக்கொண்டு பாறையில், மரத்தின் தண்டில், முள்ளில் முதுகைத் தேய்த்துக் கொள்வதும், அதன் சுகத்தால் கண் மூடி ஆழ்வதும், பிறகு எடுக்கும் வலியால் கால், கைகளை உதறிக் கொண்டு குதிப்பதும், தவிப்பதுமாக இருந்தார்கள்.

மக்களின் இரண்டு கைகளில் ஒரு கை சொறிந்து சொறிந்து கடுத்துப் போனது. உனக்கு நான் சொறிந்து விடுகிறேன். எனக்கு நீ சொறிந்து விடு. சண்டை எழுந்தது. என்ன சண்டை, ஏன் சண்டை....?

'முதலில் இவனுக்கு சொறிந்து விட்டேன். இவன் எனக்குச் சொறிந்து விடவில்லை...'

அந்தி, சந்தி எப்பொழுதும் மரம் அறுபடுவதைப்போல 'பரட்... பரட்...' சத்தம்தான்.

மன்னன் ஒருநாள் தேசத்தின் வரவு செலவு அறிக்கையைப் பார்த்தான். அவனது உணவு கிடங்கு, போர்க் கிடங்கு, தானியக் கிடங்குகளில் செந்தட்டியைத் தவிர வேறொன்றும் எஞ்சியிருக்கவில்லை.

மன்னனுக்கு மட்டும் அரிப்பு நோய் இருக்கையில் மன்னன் பெருமையாக நினைத்தான். எதுவானாலும் ஒருவருக்கு மட்டுமே என்றால் அது பேசும் பொருள்தானே. அந்நோய் மக்களுக்குப் பரவியதன் பிறகு அதை அவனால் பெருமையாக எடுத்துக்கொள்ள முடியவில்லை. தானும் மக்களும் ஒன்றா...? பசுவும் கன்றும் ஒன்றெனத் தெரிவது நாட்டிற்கு நன்றா...?

அரிப்புக்கு முடிவு கட்ட விரும்பினான் மன்னன். அவசரமாக மந்திரி சபையைக் கூட்டினான். அவரவர் சொறிந்துகொள்வதை நிறுத்தச்சொல்லி ஆணையிட்டான். அத்தனை பேரின் கைளும் அவரவர் முதுகில் இருந்தன.

'அவசரக் கூடுகை ஏன் மன்னா..?'

'அரிப்பு என்பது மன்னனுக்கு மட்டுமே உரித்தான நோய். அது மக்களிடம் வேர் விடுவதை ஏற்க முடியாது....'

‘அதனால் மன்னா...?’

‘அரிப்பு நோய்க்கு ஒரு முடிவுகட்ட வேண்டும். அரிப்பு நோய்க்கு மருந்து கொண்டு வருபவர்களுக்கு அவர்கள் விரும்பும் ஒன்றையே பரிசாக வழங்க ஆணை பிறப்பிக்கிறேன்....’

செய்தி நாட்டிற்குள்ளும், வெளியேயும் சொறி படையை விடவும் வேகமாகப் பரவத் தொடங்கியது.

மூன்

மன்னனைப் பார்க்க பலரும் படையெடுத்து வந்தார்கள். படையை ஒழிக்க உலகின் முதல் படையெடுப்பு இது. மூன் மன்னனுக்கான சிகிச்சை விழாக்கோலம் கண்டது. மன்னனைப் படுக்கையில் படுக்க வைத்து ஒவ்வொருவராக மருத்துவம் பார்த்தார்கள்.

ஒருவர் கொடுத்த மூலிகையால் மன்னனின் உடம்பு கனத்தது. அடுத்தொருவர் மருந்தால் மரத்துப் போனது. வாழைத் தண்டென இருந்த அவனது உடம்பு வாகை மரமானது. உடம்பு அரிக்கிறதா, யாரேனும் சொறிந்து விடுவார்களா, எதுவும் அவனுக்குத் தெரியவில்லை.

இன்னொரு வைத்தியர் ஒரு மருந்து கொடுத்தார். அம்மருந்தால் மன்னனின் முதுகில் உரோமம் வளர்ந்தது. புள்ளிமான் மேனி கவரிமான் என்றானது. உரோமத்தின் சிறப்பு என்ன...? வெளி நுண்ணுயிரியிலிருந்து மேனியைக் காக்கும். அதனால் அரிப்புக்குறையும், என்றார் வைத்தியர். அவ்வைத்தியம் மன்னனுக்குத் திருப்தியைத் தந்திருக்கவில்லை. மற்றொரு வைத்தியர் ஒரு வாரகாலம் எடுத்துக்கொண்டார். அவர் கொடுத்த மருந்தால் மன்னனின் நகங்கள் வளர்ந்தன. நகங்கள் ஏன் வளர வேண்டும்...? அரித்தால் சொறிந்துகொள்ள வேண்டாமா...?

ஒருவர் ஒரு வித்தியாசமான மருந்தைக் கொண்டுவந்தார். மன்னனின் உள்ளங்கையில் வைத்தார். நாவால் நக்கச் சொன்னார். நக்கிய வேகத்தில் மன்னன் தூங்கிப்போனார். சொறிந்து விடுவதற்கான தேவை அப்போதைக்கு இருந்திருக்கவில்லை. மன்னன் கண் விழித்ததும் மருந்து கொடுத்த வைத்தியர் சொறிந்து விட்டுக்கொண்டிருந்தார்.

வரத நாட்டைச் சுற்றியுள்ள தேசத்திலிருந்து ஒவ்வொரு வைத்தியராக வந்தார்கள். தங்கினார்கள். அவர்களுக்குத் தெரிந்த வைத்தியத்தைக் கொடுத்தார்கள். அரிப்பிற்கான மருந்து சுற்றுவட்டத் தேசத்திலிருந்து கிடைக்கப் போவதில்லை என்கிற முடிவிற்கு மன்னனும் அவனது சுற்றமும் வருகையில்தான் அரண்மனைக்கு ஒரு கிழவர் வந்திருந்தார்.

மூன் அவரை நிமிர்ந்து பார்த்தார். அவரது உருவமும், முகமும் பார்க்க அனுபவத்தால் கற்றறிந்த பண்டிதனைப் போலிருந்தது. ஒடிந்த தேகம். தள்ளாடும் நடை. உடம்பிலுள்ள மொத்த மயிர்களும் மழிக்கப்பட்ட தேகம். எப்படி பார்த்தாலும் வயதைச் சட்டென கணித்துவிட முடியாத கூன் விழுந்த முதுகு. நெற்றியில் விழுந்த சுருக்கம் கன்னத்தில் விழுந்திடாத பளபளப்பு. மொத்தத்தில் அவர் ஒரு பரதேசியைப் போல தெரிந்தார்.

மன்னன் கேட்டான் 'யார் நீ...?'

முதுகை சற்று நிமிர்த்தினார் கிழவர். கழுத்தை சற்று உயர்த்தி நெற்றியைச் சுருக்கி சொன்னார். 'மன்னா, நான் மருத்துவக்குடியைச் சேர்ந்தவன். இருபது தலைமுறையாக மருத்துவம் பார்க்கும் குடி என் குடி. வனத்திற்குள் நூறு குடிகளாக குடியிருக்கிறோம். நோய் நாடி, முதல் நாடி மருத்துவம் பார்ப்பதே என் தொழில். காலில் வரும் புண்ணுக்கும் நாவுக்கும் தொடர்பு இருக்கிறது. வயிற்றின் நோய் நெற்றியில் தெரியும். உமக்கு நீண்ட நாட்கொண்டு அரிப்பு நோய் இருப்பதாகக் கேள்விப்பட்டேன். அந்நோய் முதுகின் நோயாக இருக்க வாய்ப்பில்லை. முதுகிற்கும் தலைக்கும் தொடர்பு இருப்பதை நான் அறிவேன்... உன் பிணியை போக்குவது ஒன்றே என் வேலை. மன்னனே, என் கூட வாரும். இழந்த மேனியுடன் திரும்பி வாரும்....' கிழவர் சொல்லி நிறுத்தினார்.

மன்னன், அவரை ஒரு முறை ஏற இறங்கப் பார்த்தான். நான் மன்னன். நீயோ ஒரு குடி. நீ இங்கு வந்துதான் மருத்துவம் பார்க்க வேண்டும். என்னை அங்கே அழைப்பது என் பரம்பரைக்கு உகந்ததில்லை...'

'மன்னா, மருத்துவனின் முன் மன்னனேயானாலும் அவன் பருவக் கீரைதான். மருத்துவன் முன் ஒரு மன்னன் மன்னனாக இருக்க முடியாது. என்னைப் பொறுத்தவரைக்கும் நீரொரு நோயாளி அவ்வளவேதான். மன்னன் அலங்காரம் இப்போதைக்குத் தேவையில்லை, மன்னன் என்பதை மறந்து என் உடன் வாரும்....'

மன்னன் ஓரிரு நிமிடம் அமைதியாக இருந்தான். பிறகு சொன்னான் 'ஏன் அம்மருத்துவத்தை அரண்மனையில் வைத்து கொடுத்தால் என்ன...?'

'மன்னா, ஒரு மாத காலம் வைத்தியம் பார்க்க வேண்டி வரும். ஒவ்வொரு நாளும் ஒவ்வொரு மூலிகை. அவ்வளவு மூலிகைகளையும்

எடுக்க, பறிக்க, அரைக்க, வதக்க, தேய்க்க, கரைக்க,... எனத் தொடர்ச்சியான மூலிகைக் கலப்புகள் இருக்கும். இங்கு உங்களை வைத்துக் கொண்டு வைத்தியம் பார்ப்பது நீர் சொல்வதைப் போல வைத்தியத்திற்கு உகந்ததில்லை. நீர் என்னுடன் வருவதே உம் உடம்பிற்கு உகந்தது. உம் மகுடத்தைப் பாராமல் இன்றே, இப்பொழுதே வாரும். இன்றே உமக்கான மருத்துவத்தைத் துவங்குகிறேன்...'

மன்னனின் மனம் அவன் பின்னே செல்ல விரும்பினாலும் கால்கள் ஒன்றோடொன்று பின்னி நின்றன.

'அங்கு வருவது , எனக்கு உகந்ததல்ல...'

'அங்கு வருவது ஒன்றே, உமக்கு நல்லது...'

'எப்படி சொல்கிறீர்...?'

மருத்துவக்குடியைச் சேர்ந்தவன் சுற்றி நின்றவர்களைப் பார்த்தான். அவன் அப்படிப் பார்த்ததும் மன்னனின் காவலர்கள், சேனைகள் நாலடி விலகி நின்றார்கள்.

'இம்,சொல்லும். அம்மருத்துவத்தை இங்குப் பார்ப்பதில் உனக்கு ஏற்படும் இடையூறு என்ன..?'

மருத்துவன் சொன்னான் 'ஒரு மாத காலம் நீர் நிர்வாணமாக இருக்க வேண்டும்...'

மன்னன் திடுக்கிட்டான். 'என்ன சொல்கிறாய்...?'

'ஆமாம் மன்னா, அது மட்டுமன்று, உம் மேனியில் என் விரல்களைத் தவிர வேறு யாருடைய விரல்களும், நகங்களும், கைகளும் படுதல் கூடாது...'

'நீ விதிக்கும் கட்டுப்பாடு , என்னை அச்சுறுத்தும் படியாக இருக்கிறதே...'

'அதுமட்டுமன்று, உன்கண்புருவ மயிற்றைத்தவிர மேனியிலுள்ள அத்தனை மயிர்களும் மழிக்கப்பட வேண்டும்...'

'என்னே..?'

'மருத்துவத்தின் முதல் சிகிச்சை என்பது மயிர்களை மழிப்பதுதான்...'

'யார் மழிப்பது...?'

'நானே அதைச் செய்வேன்...'

'மயிர் மழிக்கும் நீ மருத்துவம் எப்படிப் பார்ப்பாய்...?'

'நான்தான் சொன்னேனே, மருத்துவக்குடிகள் நூறுக்கும் மேலிருக்கிறோமென்று...'

மன்னன் மேலும் கீழுமாகத் தலையை ஆட்டினான்.

'மன்னா, உமக்கு நான் மருத்துவம் பார்ப்பதன் வழியே வரத நாட்டு மக்களை வதைத்துக் கொண்டிருக்கும் அரிப்பு நோயிலிருந்து மக்களை மீட்பேன்.'

மன்னனின் இமைகள் ஏறி இறங்கின. தன் ஆட்சி , அதிகாரத்திற்குட்பட்ட அங்கத்தினர்களை ஏறிட்டுப் பார்த்தான்.

'பூர்ண குணமடைய எத்தனை நாட்களாகும்...?'

'நீர் ஒத்துழைத்தால் ஒரு திங்கள்...'

மன்னன் மூன், ஒரு கணம் யோசித்தான். 'ஒரு வேளை உன் மருத்துவம் தோற்றுவிட்டால்...'

'தோல்விக்குக் காரணம் நானோ, என் குடியோ, நான் தரும் மருந்தோ இருக்கலாகாது. அதற்குக் காரணம் நீராகவே இருப்பீர்...'

மருத்துவனின் நம்பிக்கை பேச்சும் அவன் எடுத்து வைக்கும் அக்கறை வாதமும் மன்னனுக்குப் பிடித்திருந்தது. மன்னன் எழுந்தான். தன் சேனையைக் கிளப்பினான்.

'மன்னா, படையோடு வரும் உனக்கு வழித்துணைக்குப் படை தேவையில்லை...'

'என் உதவிக்கு...?'

'நாங்களிருக்கிறோம்...'

'என் துணைக்கு...?'

'உன் துணைவியாரை மட்டும் அழைத்து வாரும்...'

மன்னன் அதற்கு மேல் எதையும் யோசிக்கவில்லை. படை சடுதியில் கிளம்பச் சொல்லி அவனை அரித்துக்கொண்டிருந்தது.

மூன் குதிரையில் ஏறினான். தன் மனைவியைப் பல்லக்கில் ஏற்றினான். சேனைகள் மன்னனை வழியனுப்ப அரண்மனைக்குளிலிருந்து வாசலுக்கு வந்தார்கள். அவர்களின் பயணத்தை ஒரு கை தடுத்தது. தடுத்தவனின் முகத்தைப் பார்த்தான் மன்னன். இதற்கும் முன் எங்கும் பார்த்திடாத அந்நிய முகமாக இருந்தது.

பூபூம்பா

அவனைச் சுற்றி அவனது சகாக்கள் நின்றுகொண்டிருந்தார்கள். அழுக்குத் தொய்ந்த உடை. சாம்பல் நிறத்தினலான உடையில் பசு, குதிரை, ஆடுகளின் சாணங்கள் தெறித்திருந்தன. அழுகிய எலியின் துர்நாற்றம் அவர்களின் உடம்பிலிருந்து சன்னமாக வீசிக்கொண்டிருந்தது.

மன்னன் மூன் அவர்களை நுகர்ந்து பார்த்தான். நெற்றியையும், நாசியையும் சேர்த்து ஒரு சேர சுழித்தான். தலையைக் குனித்து நெற்றியைச் சுருக்கி குவிந்த பார்வையால் எதிரில் நின்றவர்களைப் பார்த்தான். அவர்கள், தலை மயிற்றை அள்ளி உச்சியில் கொண்டையிட்டிருந்தார்கள். மீசை , தாடிகள் கொச,கொசவென மண்டியிருந்தன. காதுகளில், மடல்களில், நாசிக்குள், அக்குள், மார்பகம், கால், கை, தொடையெங்கும் புழுதி படிந்த மயிர்கள். கையில் அவர்கள் மேய்த்து வந்த கால்நடைகளை தன் வழிக்கு கொண்டுவருவதற்கு உகந்ததாக ஒரு பிரம்பு இருந்தது. பிரம்பின் உச்சியில் ஒரு சாம்பல் நிறத் துணி முடிச்சிடப்பட்டிருந்தது.

'யார் நீங்கள்...?'

அவர்கள் ஒருவரையொருவர் பார்த்துக்கொண்டார்கள். சிரித்துக்கொண்டார்கள். அவர்கள் சிரிக்கையில் பறக்களிலிருந்து எழுந்த வாடை மன்னன் குடலைப் புரட்டுவதாக இருந்தது. அவர்கள் பேசிக்கொள்ளும் எதுவும் மன்னனுக்குப் புரியவில்லை. அவர்களின் மொழியும், பேசும் தொனியும், வரதநாட்டுக்கு அந்நியத் தன்மையாகவும், இதனால் இந்நாட்டிற்கு எதிர்காலத்தில் ஏதேனும் ஒரு அச்சுறுத்தல் வரும்படியாகவும் இருந்தது. அவர்களின் வார்த்தைப் பிரயோகம் நுனி நாவில் உச்சரிப்பதாக இருந்தது.

ஒருவன் முன் வந்தான். 'என் பெயர் பூபூம்பா. பில்லி, சூனியம், ஏவல், கெட்ட ஆவி இத்தனையையும் மந்திரத்தால் அடைத்து நோயில் ஆட்கொண்டவனின் ஆயுளை நீட்டிக்க செய்பவன் நான்...'.

மன்னன் அவர்களை ஒரு கணம் நிமிர்ந்து பார்த்தான். அவன் குதிரை உயரத்திற்கு ஏறக்குறைய இருந்தான். மெலிந்த வாட்டச் சாட்டான உடல்வாகு. உயரத்தில் துரத்தி நின்ற அந்நியத் தன்மை. தேம்பல் நிறத்தினலான மேனி. வாயை மறைக்கும் படியான வைக்கோல் மீசை.

‘உன் மீது கெட்ட ஆவிகள் சூழ்ந்திருக்கின்றன. உன் மீது சூழ்ந்த ஆவிக்கு நீ ஆட்சியாளனாகவே இருக்க வேணும். நீயொரு மன்னன் தானே, என் கணிப்பு சரிதானே...?’ இரண்டு மூன்று மொழிகளைக் கலந்து மன்னனுக்குப் புரியும் படியாகப் பேசினான்.

மன்னனுக்கு வியப்பாக இருந்தது. மெல்லத் திரும்பி மருத்துவக்கிழவரைப் பார்த்தான். இராணியைப் பார்த்தான். சூழ நின்ற அமைச்சர்களைப் பார்த்தான்.

‘ஆமாம், வரதநாட்டு மன்னன் மூன் நான்....’ தலையை மேலும் கீழுமாக ஆட்டினான்.

‘முப்படை இருக்க வேண்டிய உன் அரண்மனையில் நாற்படை அல்லவா இருக்கிறது...’

‘நான்காவது படையென்று எதைச் சொல்கிறீர்...?’

‘செல்வத்தைத் தேய்க்கும் படையைச் சொல்கிறேன்...’

மன்னன் வெட்கினான். உடம்பு கூசினான்.

‘ஒற்றைப் படையுடன் எங்கே செல்கிறீர்...?’

‘வைத்தியம் எடுத்துக் கொள்வதற்காக வனாந்தரம் செல்கிறேன்..’

பூபூம்பா சிரித்தான். அவனது சிரிப்பைப் பார்த்து சகாக்கள் சிரித்தார்கள். பற்கள் விழுந்து விடும் படியான சிரிப்பு அது.

‘ஏன் சிரிக்கிறீர்கள்..?’

‘மன்னன் செய்யும் காரியமா இது...? மன்னன் என்பவன் எவ்வைத்தியனையும் அரண்மனைக்கு கொண்டு வர வேண்டாமா...?’

மன்னன் மருத்துவக் கிழவரைப் பார்த்தான். இதற்கு நீ என்ன சொல்கிறாய்..? எனக் கேட்பதைப்போல மன்னனின் பார்வை இருந்தது. கிழவர் கண்களால் மன்னனைச் சாந்தப்படுத்தினார். பூபூம்பா பக்கமாகத் திரும்பிக் கேட்டார். ‘உன் வருகை குறித்து சொல்லும்...’

பூபூம்பா மருத்துவக்கிழவரைப் பார்த்தான். ‘மன்னனுக்கு அரிப்பு நோய் இருப்பது குறித்து கேள்விப்பட்டேன். அந்நோயிலிருந்து அவரைக் குணப்படுத்த வந்திருக்கிறேன்..’

‘அதற்காக நீ கொண்டு வந்திருக்கும் அருமருந்து என்ன...?’

‘மருந்து அல்ல...’

‘பிறகு..?’

‘மந்திரம்...’

மருத்துவக்கிழவர் சிரித்தார். சிரிப்போடு சேர்ந்து அவருக்கு இருமல் வந்தது.

மன்னன் இருவரையும் மாறி மாறிப் பார்த்தான். தலையைச் சிலுப்பி கைக்கொட்டி சிரித்தான். ஒரு நோய் இரண்டு தீர்வுகள். ஒரு பக்கம் மருத்துவன், இன்னொரு பக்கம் மந்திரன். சரியான போட்டி... என்பதைப்போல மனதிற்குள் குதித்தான்.

மருத்துவக்கிழவர் கேட்டார் ‘என்ன வேடிக்கைத் தனம் இது...? மந்திரத்தால் மாங்காய் பழுக்காது’

‘பழுக்கும்...’

‘எங்கே பழுக்க வைத்துக் காட்டும்...’

மந்திரவாதி பூபூம்பா, தன் முடிச்சிலிருந்து ஒரு காயை எடுத்தான். அதைத் தன் உள்ளங்கையில் வைத்தான். காய் பார்க்க பச்சையாக இருந்தது. அதன் மீது ஒரு பசையைத் தடவி புகையில் காட்டி இரண்டு மந்திர சுலோகங்களைச் சொன்னான். மாங்காய் பழுத்துவிட்டது.

‘பலே!’ என்றான் மன்னன்.

மருத்துவக்கிழவர் சிரித்தார். அவர் சிரித்த சிரிப்பில் அவருக்கு வயிறு வலித்துவிட்டது. சிரித்து முடித்த மருத்துவக்கிழவர் மந்திரவாதியைப் பார்த்து ‘பாதகன் நீ’ என்றார்.

‘பார்த்தாய் தானே, பழம் பழுத்ததை...’

‘பழம் பழுக்கவில்லை, வெம்பிப்போயிருக்கிறது...’

‘ பழுப்பதற்கும் வெம்புவதற்கும் என்ன வித்தியாசத்தை நீ கண்டாய்..?’

‘உள்ளிருந்து வெளிநோக்கி இளகினால் பழம் பழுக்கிறது . அதுவே வெளியிலிருந்து உள் நோக்கி இளகினால் வெம்புகிறது. உன் கையிலிருப்பது பழுத்த பழம் அல்ல. வெம்பிய பழம்..’

‘என் மந்திரத்தைச் சந்தேகப்படுகிறாய் நீ...?’

‘ என் சந்தேகம் ஒன்றுதான். காய் மீது தடைசெய்யப்பட்ட ஒரு மூலிகையைத் தடவியிருக்கிறாய். பிறகு அதை ஒரு இரசாயன புகையில் காட்டியிருக்கிறாய். இரண்டும், இத்தேசத்தால் தடை செய்யப்பட்டவை. இவ்விரண்டும் உனக்கு எங்கேயிருந்து கிடைத்தன...?’

மன்னன் மருத்துவக் கிழவரை வியப்போடு பார்த்தான். அடுத்து பூபூம்பா சொன்னான் 'வாய்க்குளிருந்து மோதிரம் எடுக்கட்டுமா...?'

'ஆம் எடும், பார்க்கலாம்...' மந்திரவாதி நிகழ்த்தப்போகும் சாகசத்தைப் பார்க்க மன்னன் குதித்தான்.

மந்திரவாதி தரையில் உட்கார்ந்தான். இரண்டொரு மந்திரங்களைச் சொன்னான். அடி வயிற்றில் கையைக் கொடுத்து அழுத்தினான். அவனது வாயிலிருந்து ஒரு மோதிரம் வெளியில் வந்தது.

'பலே பலே' என்றான் மன்னன்.

'இதற்கு என்ன சொல்கிறாய்...?'

இதற்கும் அவர் சிரிக்க வேண்டும் போலதான் இருந்தது. எல்லாவற்றிருக்கும் சிரித்துக்கொண்டு நிற்க முடியுமா..? 'வாழைப் பழத்தை வெறும் வயிற்றில் திகட்டத் தின்று கடைசியாக மோதிரத்தை விழுங்கி இப்பொழுது அதை உமட்டி வெளியில் எடுத்திருக்கிறாய்...'

மந்திரவாதியின் முகம் இருண்டது. 'மருத்துவனே, என் செய்கை உனக்குப் பொறாமை தருகிறது போலும். அதனால்தான் இப்படியாகப் பேசுகிறாய், பிதற்றுகிறாய். நான் நிகழ்த்தியது மீது உனக்குச் சந்தேகமென்றால் கடைசியாக இன்னொன்றை என் மந்திரத்தால் செய்து காட்டட்டுமா...?'

'ஆம், காட்டும்...?'

'என் மந்திரத்தால் இராணியின் மொத்த ஆடையையும் அவிழ்த்துக் காட்டுகிறேன்..'

மந்திரவாதி சொன்னதும், இராணி பல்லக்கிலிருந்து குதித்தாள். குதித்த வேகத்தில் அரண்மனைக்குள் ஓடினாள். மந்திரவாதி தனக்குள் சிரித்துக்கொண்டான். தன் சூழ்ச்சியை மெச்சிக் கொண்டான். அரண்மனைக்குளிலிருந்தவாறு இராணி மன்னனுக்கு ஓர் உத்தரவு பிறப்பித்தாள். 'அவர்களுக்கொரு வாய்ப்புக் கொடுத்து விடுங்களேன்...'

குதிரையிலிருந்த மன்னன் கீழே இறங்கினான். மந்திரவாதிகளை ஒரு கணம் ஆழ்ந்து பார்த்தான்.

' மன்னனே, என்னையும் என் மந்திரத்தையும் நீ நம்ப வேண்டும். எனக்கு ஒரு மாதகாலம் அவகாசம் கொடும். குழல் போலும் கொல்லும் படையை என் மந்திர வாளால் உரித்துக் காட்டுகிறேன்...'

'சம்மதிக்கிறேன்...' என்றான் மன்னன்.

மன்னனின் சம்மதிப்பு மருத்துவக் கிழவருக்கு வேடிக்கையாக இருந்தது. வேடிக்கை என்பது பார்ப்பதற்கு மட்டுமா, மக்கள் முன் அதன் வேடத்தைக் கலைப்பதற்காகவும்தான்.... மருத்துவர் ஓர் இருக்கையில் அமர்ந்து அரங்கேறப் போகும் கூத்துகளை வேடிக்கைப் பார்த்தார். மந்திரவாதி பூபூம்பா, அரண்மனையிலிருந்து வெளியேறி மேலும் சில சகாக்களைக் கூட்டிகொண்டு வந்தான்.

அரண்மனை வாசமும், அதன் நிழலும் அவர்களுக்கு ஒரு விதமான போதையைக் கொடுத்திருந்தது. இப்படியான ஒரு நிழலையும், அதலிருந்து கிடைக்கும் சுகத்தையும் இதற்கு முன் அவர்கள் எங்கும் கண்டிருக்கவில்லை. கால்நடைகளை ஓட்டிக்கொண்டு ஒவ்வொரு மலையாக, குன்றுகளாக, பாலைவனம், சமவெளியெனக் கடந்து வந்த அவர்களுக்கு அரண்மனையின் சுவாசம் நெஞ்சுப்பையை நிரப்புவதாக இருந்தது.

அரண்மனை முழுக்கவும் மந்திரவாதிகள் நிரவி உட்கார்ந்தார்கள். கற்களை வட்டமாக அடுக்கி சுள்ளிகளால் தீ மூட்டினார்கள். சாம்பலாடை தரித்தார்கள். எண்ணெய், வெண்ணெய், நெய்யால் தீயை நன்கு எரியவிட்டார்கள். அதற்குள் தானியங்களையும், மாமிசத் துண்டுகளையும் கிடத்தி எரித்து, பொசுக்கினார்கள். அரண்மனை சற்று நேரத்திற்குள் புகை மண்டலமானது.

நூற்று எட்டு மந்திரங்கள். ஒரு நாளுக்கு ஒரு மந்திரமென மந்திரம் படித்தார்கள். அவர்களின் மந்திரம் மன்னனுக்குப் புரிந்திருக்கவில்லை. மந்திரம் சொல்லும் பொருள் என்ன என்று கேட்டத்திற்கு தாங்கள் பேசுவது தெய்வீக மொழியென்றும், தெய்வத்திற்கு இது புரியுமென்றும் சொன்னார்கள்.

மன்னன் ஒரு நாள் முழுவதும் ஒற்றைக் காலில் நிற்க வைக்கப்பட்டான். இன்னொரு நாள் , தலை கீழாக நின்றான், அடுத்தடுத்த நாட்களில் படுக்க, குந்த, கால்களை நீட்ட, முட்டிக்காலிட, குனிய, நிமிர,.....என இருந்தான்.

மருத்துவக் கிழவருக்குச் சிரிப்பு வந்தது.

மந்திரங்கள் படித்த நூற்று எட்டு நாட்களும் அவர்கள் அண்டைநாட்டு மன்னன் அளவிற்கு விருந்தால் கவனிக்கப்பட்டார்கள். அன்னம் என்ன, ஆகாரம் என்ன, தண்ணீர் கேட்டால் இளநீர், வெற்றிலை கேட்டால் தேனில் தொட்டு எடுத்த கொழுந்து, குருத்து வாழை இலையில் உணவு, தெளிக்க, புசிக்க தேநீர்,....

அவர்கள் விரும்பிய ஈசல் கேட்கும் நேரத்திற்கு வறுத்து வந்தன. மான்கறியும், உடும்புக்கறியும் நெருப்பில் சுட்டு, முதுகெலும்பில்லா பாம்புகளும், துடுப்பில்லா மீன்களும் பந்திக்கு வந்தன.

நூற்று எட்டு நாட்கள் கழிந்தன.

'இப்பொழுது எப்படி இருக்கிறது மன்னா, அரிப்பு நோய்...?' தலைமை மந்திரவாதி கேட்டான்.

'முன்னே விடவும் மிகுதியாக அரிக்கிறது...'

'பலே! எம் மந்திரங்கள் பலித்துவிட்டன....' மந்திரவாதிகள் குதித்தார்கள்.

'என்ன சொல்கிறீர்கள்..?'

'விடியும் முன் இருட்டு அதிகமாக இருக்குமல்லவா..?'

'ஆமாம், '

'அரிப்பு கூடுகிறது என்றால், நிற்கப்போகிறது என்றே பொருளாகும்....'

மன்னன் மந்திரவாதிகளை அரண்மனையிலிருந்து பெருக்கினான். சிறையில் நிரப்பினான். 'நூற்று எட்டு நாட்கள், நூற்று எட்டு மந்திரங்கள். என் காலத்தையும், பயணத்தையும் விரயம் செய்திருக்கிறீர்கள். ஏமாற்றுப் பேர்வழி நீங்கள் '

'மந்திரத்தின் மகிமை மேலும் நூறு நாட்கள். என் மந்திரம் பலித்ததா , இல்லையா என்பதை மேலும் நூறு நாட்கள் காத்திருந்துதான் அதன் வினையைச் சொல்ல வேண்டும்...'

'அத்தனை நாட்கள் நான் பொறுத்தாலும், என் முதுகு பொறுக்காது. உங்களை நான் சிறையில் அடைக்கிறேன். மருத்துவம் எடுத்துக் கொள்ள வனத்திற்குச் செல்லும் நான் திரும்பி வந்ததும் உங்களைத் திறந்து விடுகிறேன்...' என்ற மன்னன் தான் குதிரையில் ஏறிக்கொண்டு மனைவியைப் பல்லக்கில் ஏற்றினான்.

பூபூம்பா முகம் சிவந்தான். அரண்மனையின் நிழலும், அதன் சுகமும் கால்களுக்கு எட்டி தலைக்கு எட்டாமல் போய்விடுமோ எனப் பயந்தான். 'மூன் மன்னனே, வியர்வை காய்வதற்குள் எங்களுக்கான கூலியைத் தர வேண்டும். இல்லையேல்....' கண்களை உருட்டி முழித்தான். பற்களைக் காட்டி எண் திசைகளும் முழங்கும் படியாகச் சிரித்தான்.

‘என் பிணி நீங்காமல் உனக்கு நான் கூலி தர மாட்டேன்...’

‘மன்னனே, பிணி நீங்கினால் தருவதாகச் சொன்னது பரிசு. நான் கேட்பது கூலி...’

‘மாட்டேன். நீங்கள் ஏமாற்றுப் பேர்வழிகள்...’

‘யாரை அப்படிச் சொன்னீர்கள். நீங்கள் எங்களுக்கான கூலியைத் தர மறுத்தால் நடக்கக் கூடாததையெல்லாம் நடத்திக் காட்டுவேன்...’

‘என்ன செய்வீர்கள்...?’

அவனது கண்களிலிருந்து கண்ணீரைச் சிவப்பாக வடியவிட்டான். வாயிலிருந்து புகையைக் கக்கி எதிரிலிருந்த ஒரு பட்டமரத்திற்குத் தீ மூட்டினான். மன்னன் கொத்தளத்திலிருந்து கட்டிக்கிடந்த ஒரு குதிரையொன்று கீழே சரிந்து உயிரை விட்டது. அரண்மனைக்குளிலிருந்த ஒரு வேட்டை நாய் நாக்கு வெளியே தள்ள, நான்கு கால்களையும் உதைத்துக் கொண்டிருந்தது. இராணி அக்கணம் ஆடித்தான் போனாள். குதிரை சரிந்ததைப்போல அவளும் சரிந்தாள். அவளுக்குத் தலை சுற்றியது.

‘இதைப்பார்த்து நான் பயந்து விடுபவன் அல்ல...’

மந்திரவாதி ஒரு பெண்ணைப் பார்த்தான். அவளை நோக்கி இரண்டு விரல்களையும் நீட்டி மந்திரம் வாசித்தான். அப்பெண் பாதி நிர்வாணமானாள். ஓ...என ஓலமிட்டவாறு அவனை நோக்கி ஓடி வந்தாள். வந்தவள் மந்திரவாதியின் கால்களில் விழுந்து புரண்டாள்.

மந்திரவாதி மன்னன் பக்கமாகத் திரும்பினான். ‘பார்த்தாய் தானே, என் மந்திரத்தின் வீரியத்தை. இதே போன்று உம்மையும், உம் மனைவியையும் நிர்வாணமாக்குவேன்...’

மயக்கமுற்றுக்கிடந்த இராணி திடுக்கென விழித்து எழுந்தாள். மந்திரவாதியின் முன், கை கட்டி நின்று நடுங்கினாள். அவனைக் கையெடுத்துக் கும்பிட்டாள். என் உயிர் உன் கையில் இருக்கிறது என்பதைப்போலக் கெஞ்சினாள். தன் கையால் தன் மேனியைப் போர்த்திக் கொண்டு மன்னன் முன் ஓடி வந்தாள். ‘அவர்களுக்கான கூலியைக் கொடுத்து விடுங்கள்...’ என்றாள்.

‘அவனது வித்தைகளைக் கண்டு நீ அச்சப்படாதே. அதோ, அவனது கால்களில் விழுந்து கிடக்கும் அவள் அவனது மனையாள்...’

இராணி இரு காதுகளையும் பொத்திக்கொண்டு அலறிட்டாள். ‘என் மானத்தை இவனிடம் விற்றுவிடாதீர்கள். இவனுக்கு என்ன தேவையோ, அதைக் கொடுத்து விடுங்கள்...’

மன்னன் சொன்னான் 'சரி, போனால் போகிறதென்று ஆயிரம் பொற்காசுகள் கூலியாகத் தருகிறேன்...'

'போதாது...' என்றான் பூபூம்பா.

'ஒவ்வொருவருக்கும் ஆயிரம் பொற்காசுகள் தந்து விடுகிறேன்...'

' எம் மூளைக்கு இப்பரிசுகள் எம்மூலைக்கு...?'

'வேறென்ன வேண்டும்...?'

'நீர் மருத்துவம் பெற்றுத் திரும்பும் வரைக்கும் உன் தேசத்தை என் மந்திரங்கள் ஆள வேண்டும். நீர் திரும்பியதும் என் மந்திரத்தையும் சேர்த்து உம் அதிகாரம் ஆள வேண்டும்....'

மந்திரவாதி கேட்டு நிமிர்ந்து நின்றான். மன்னன் அதைக் காதினில் வாங்கி குனிந்து நின்றான். அவனுக்குள் யாரோ உதைப்பதைப் போலிருந்தது. உடம்பு அரிப்பதை விடவும் மூளை அரித்தது.

'இதற்குள் சூழ்ச்சி இருப்பதைப் போலிருக்கிறது...'

'இதற்குள் என் கூலி இருக்கிறது...'

மன்னனின் உதடுகள் துடித்தன. கைகள் நடுங்கின. தலைக்குள் அம்பும், ஈட்டியும் ஒன்றாகச் சேர்ந்து பாய்ந்த உக்கிரமாக இருந்தது. நெஞ்சுக்குள் ஒரு குன்றைப் பெயர்த்து மார்பில் நிறுத்தியதைப் போன்ற கனம். இதயம் நிற்பதைப் போலிருக்கிறதே, நின்றுதான் விட்டதோ! வலிதான் அப்படியாகத் தெரிகிறதோ! உயிர் தலைக்கும் கால்களுக்குமிடையே அத்தனை வேகமாக ஓடியது. கண்களுக்குள்ளே இதுநாள் வரைக்கும் காணாத இருட்டு.

நீள்வாக்கில் தலையாட்டினான் மன்னன் மூன். அக்கணம் முதல் சாமானியனானான். மந்திரவாதி பூபூம்பா மாண்புமிகு மன்னனானான்.

மருத்துவக்குடிகள்

பரந்து விரிந்த குட்டையில் பனம்பழங்கள் மிதப்பதைப்போல கருங்குடில்களாக இருந்தன. கம்பு, கேழ்வரகு, கோதுமை கூலத்தினால் கூரைகள் வேயப்பட்டிருந்தன. ஒவ்வொரு குடிலைச் சுற்றிலும் பரந்து விரிந்து தோட்டம். தோட்டத்தில் கொடி வகை, பூ வகை, வேர் வகை, மரம் வகை மூலிகைப் புதர்கள். எங்கும் பச்சைப்பசேல். பூவாக, காயாக, கனியாக,...செடிகள் பூத்துக் காய்த்திருந்தன. தோட்டத்தில் வண்ணத்துப்பூச்சிகளும், தட்டான்களும் ஆலவட்டமடித்தன.

ஒவ்வொரு குடிலுக்குமிடையே மெல்லிய ஒற்றையடிப் பாதை ஓடிக்கிடந்தது. பாதையின் விளிம்புகளில் மருந்து வகை புற்கள். பனை, பாக்கு மரங்கள். ஆடவர்கள் மூலிகை பறிக்கவும், எடுக்கவும், தொடுக்கவும் பெண்கள் களையெடுப்பதுமாக இருந்தார்கள். வீட்டுக்கு வீடு நன்பால் தரும் மடிபால் பசுக்கள். ஆடுகள், நாய்கள், கோழி, புறாக்கள். வாசலில் கொடப்பு, பட்டி, அச்சுகள்.

மருத்துவக்குடியின் குடியிருப்பு கிழக்கு மேற்காக இருந்தது. குடிகள் கிழக்கு, மேற்கு, எனப் பிரிக்கும்படியாக வடக்குத் தெற்காக ஓர் ஒற்றையடிப் பாதை ஓடிக்கிடந்தது. தெருவிற்கு வெளியே ஒரு அழகான குன்று. அக்குன்றில் சிறுவர்கள் விதைபொறுக்க, வேர் எடுக்கவென இருந்தார்கள். பார்த்தால் சட்டென சொல்லி விடும்படியாக சிறுவர்கள் இருந்தார்கள். தலையோடு தலையாக முடியை நன்கு ஒட்டக் கத்தரித்து எண்ணெய் தேய்த்திருந்தார்கள். அவர்களின் நகங்கள் ஒட்ட வெட்டப்பட்டிருந்தன.

குடிலுக்கு குடில் மூலிகைகள் சேகரிக்க, இடிக்க, வறுக்க, வதைக்க, அரைக்க, தேய்க்க... என இருந்தார்கள். ஒரு தாய் கடுக்காய், தான்றிக்காய், நெல்லிக்காய் சேர்த்து திரிபலா செய்து வெயிலில் காய வைத்தாள். மற்றொரு தாய் திரிகடுகம் செய்து பிள்ளைகளுக்கு ஊட்டிக்கொண்டிருந்தாள். சந்தனம், அகில்கட்டை, தேவதாரு சேர்த்து வறுத்து இடித்து உருண்டையாக உருட்டி தன் வீட்டிற்கு வந்திருந்த விருந்தாளியிடம் இதுதான் திரிகந்தம் என்றாள்.

அவர்களின் காலை சுற்றுண்டி திரிபழுகமாக இருந்தது. பால், நெய், தேன் முக்கூட்டுகளின் கூட்டு அது. யாரேனும் வீட்டிற்கு

வந்தால் இருக்கவே இருக்கிறது பஞ்சஅமிர்தம். பால் , சர்க்கரை, நெய், தேன் , வாழைப்பழம் கலந்து பிழிந்த சாறு.

மருத்துவக்குடியில் எப்பொழுதேனும் நிகழும் ஒரு மரணம் வயோதிக மரணமாக மட்டுமே இருந்தது. வாதம், பித்தம், சிலேத்துமம் அற்ற பெருவாழ்வு வாழக்கூடிய வாழ்க்கையை அவர்கள் வாழ்ந்து கொண்டிருந்தார்கள். அண்டை ஊர்,சேரி, நாட்டிலிருந்து மக்கள் வண்டி கட்டிக்கொண்டும், நடையாகவும் வந்து இருந்து தங்கி வைத்தியம் பார்த்துச் செல்லும் குடிலாகவே மருத்துவக்குடி இருந்தது. ஒவ்வொரு குடியும் ஒவ்வொரு வியாதிக்கென வைத்தியம் பார்க்கும் குடியாக இருந்தது.

இரைப்பைக்கு ஒரு குடி. கருப்பைக்கு இன்னொரு குடி. குடற்புண், நெஞ்சுப்புண், சிறுநீரக நோய் மருந்து, செவிடு , காது இரைச்சல், தாம்பத்திய உறவு, தாய்ப்பால், நரை, வழுக்கை, புற்று, பொடுகு, மலச்சிக்கல், மாதவிடாய், முடி உதிர்தல், பல் விழுதல், முதுமை நோய், குழந்தை நோய், மூட்டு வலி, மூச்சு இறைப்பு,...என ஒவ்வொரு வியாதிக்கும் ஒவ்வொரு குடி. ஒவ்வொரு மருந்து, ஒவ்வொரு வைத்தியம். சிலர் ஒரு நோய்க்கு வைத்தியம் பார்த்துக்கொள்ள வந்து ஒன்றிரண்டு வியாதிக்கும் சேர்த்து பார்த்துச் செல்வது உண்டு.

வரதநாட்டு மூன் மன்னன் வைத்தியம் பார்க்க மருத்துவக்குடிக்கு வந்ததும் தெருவும், ஊரும் கால்களில் சக்கரங்கள் கட்டிக்கொண்டன. அந்தந்த குடிக்கு அவரவர் வைத்தியம் என்பதை மறந்து அத்தனைப் பேரும் ஒன்று திரண்டார்கள். மன்னனை நோயாளியாகப் பாவிக்காமல் விருந்தாளியாகவே உபசரிப்பு செய்தார்கள். வழக்கமான அமைதியும், நீரோட்டமான நாட்கழிதலுமற்று அவர்களின் அன்றாட இத்யாதிகளில் வேகமெடுத்தன. மன்னன் சிகிச்சை முடிந்து நாடு திரும்புகையில் ஒரு நோயுமற்று பூரண நலத்துடன் திரும்ப வேண்டும் என உறுதியெடுத்தார்கள். அதற்காக அவரவர் பார்க்கும் வைத்தியத்தில் அதீத கவனம் செலுத்தி மன்னன் தன் குடிலுக்கு வந்தால், அவரை வரவேற்று உபசரிக்க வீடு, வாசல்களை மெழுகி, வெள்ளையடித்து சுத்தமாக வைத்திருந்தார்கள்.

மன்னனுக்கான சிகிச்சை துவங்கியது. வைத்தியம் பார்ப்பதற்கு முன் வைத்தியத்திற்கான மூலிகைகளைச் சேகரித்து வைத்துக்கொள்வது மருத்துவக்குடியின் முதன்மை வேலையாக இருந்தது. அவர்களின் கைவசம் அனைத்து நோய்க்குமான

மூலிகைகள் இருந்தாலும் மன்னனுக்காக அவர்கள் புதிதாக மருந்துகளைச் சேகரிக்கத் துவங்கினார்கள். எப்படி சேகரிப்பதாம்...? எப்படி மருந்து பறிப்பதாம், ஒருவர் பறிக்கும் இலையை இன்னொருவர் பறித்தல் கூடாதே. அதைப் பறிப்பவரும் பற்றாக்குறையாக பறித்தால் ஆகாதே...'

'ஆமாம்...என்ன செய்யலாம். எப்படியாகச் செய்யலாம்..?'

'யார், யார் என்னென்ன இலையைப் பறிக்க வேண்டும் என்பதை பட்டியலிட்டுக்கொள்ளலாம்...' 'ஆம்,அப்படியே செய்யலாம்....' 'கொடிவகை மருந்து நான்...' 'பூ வகை மருந்து நான்...' 'இலை வகை நான்' 'வேர் வகை' 'நான் தண்டு வகை' மருத்துவச்சிகள் வரிசைகட்டி நின்றார்கள். இப்படியாக சேகரித்தால் இரண்டொரு நாட்களாகும். நீர் வகை, நில வகை, மலை வகை மூலிகைகளாகச் சேகரிக்கலாம் என்கிற முடிவிற்கு வந்தார்கள். எத்தனை மூலிகை, எத்தனை வகை மருந்து,... இப்படியெல்லாம் சேகரித்தால் மன்னனின் அரிப்பு நோயை எப்பொழுது தணிப்பது...? அவருக்கு சிகிச்சை அளித்து எப்பொழுது அரண்மனைக்கு அனுப்பி வைப்பது...? வேகமாக மூலிகைகளைச் சேகரிக்க வேண்டும். அதற்கான ஒரே வழி அகர வரிசைப்படி சேகரிப்பதுதான், என்கிற முடிவிற்கு வந்தார்கள்.

'ஆம், இதுவும் சரிதான்...அப்படியே செய்திடலாம்...'

'நான் அ' 'நான் ஆ வகை மருந்துகள்' 'இ, ஈ,............வ'

'ஆம், இக்கணமே கிளம்புவோம். ஒரு நாழிகைக்குள் அத்தனை பேரும் பறித்துவரும் மருந்துகளுடன் ஒன்றுசேருவோம்...' அவர்கள் மருந்துகள் பறித்துவர நாலாபுறமும் ஓடினார்கள். அத்தனை பேரும் சற்று நேரத்திற்குள் திரும்பி வந்தார்கள்.

'அ வகை மருந்துகளைப் பறித்து வரச் சென்ற மருத்துவச்சி முதல் ஆளாக அரண்மனைக்கு ஓடி வந்தார். மூலிகைகள் இலை, அரும்பு, காய், கனி, விதை, பட்டை, சருகுகளை மருத்துவக்குடியின் மைய கொட்டகைக்குள் கொட்டினார்கள். அதற்குள் உரல், கலப்பை, அம்மி, திருகை,...இருந்தன. தனித்தனியே பெரிய அடுப்புகள். வறுக்க, எண்ணெயில் சுட்டு எடுக்க, தாழிக்க, சுட....பாத்திரங்கள் இருந்தன.

மருத்துவக்குடியின் பெரிய மருத்துவக் கொட்டகை அதுதான். அதற்குள் ஒரே நேரத்தில் ஆயிரம் பேருக்கு வைத்தியம் பார்க்கலாம். தனித்தனியாக அறைகள். திரை மறைப்புகள். அவ்வளவு பெரிய

பரந்த கொட்டகைக்குள் மன்னன் மட்டும் கிடத்தப்பட்டிருந்தார். மருத்துவக்குடி வைத்தியர்கள் மூலிகைகளை அரைக்க, வறுக்க, ஒன்று சேர்க்க,கசாயம் வடிக்கவென இருந்தார்கள்.

மன்னன் படுக்கையில் நிர்வாணமாகப் படுக்க வைக்கப்பட்டிருந்தான். உடம்பிலுள்ள மொத்த மயிர்களும் மழிக்கப்பட்டான். உச்சி குளிர்ந்தால் உள்ளம் குளிருமென எண்ணெய் தேய்த்து நமது பிணிகளுக்கு நாமேதான் காரணம். நம் உடலுக்கு மிகச்சிறந்த மருத்துவர் நம் உடலே. தலைமை மருத்துவர் மன்னனிடம் பேசிக் கொண்டே தலையில் சீயக்காய் தூள் தேய்த்து குளிப்பாட்டினார்கள். எண்ணெய் குளியலுக்குப் பிறகு மன்னனைப் பீடித்திருக்கும் நோய் முற்றிய தேமலையொத்த பூஞ்சை என்று கண்டறிந்தார்கள். வெட்ட வெட்ட துளிர்க்கும் வேர் நோய் இதுவென முடிவிற்கு வந்தார்கள்.

பூவரசு, ஆவாரை, பற்படாகம், வேப்பங்கொழுந்து, இலுப்பை, அரப்பு, இவ்வளவையும் உடலில் தேய்த்து முதல் நாள் குளிப்பாட்டினார்கள். ஒதியம் பட்டையைச் சிதைத்து, நீர்விட்டுக் காய்ச்சி வடிகட்டி, உடல் முழுவதும் தடவி மறுநாள் குளியலை நிகழ்த்தினார்கள். புற்று மண் குளியல் இன்னொரு நாள். நொச்சியிலை, தும்பை, ஆடுதின்னாப்பாளை, சிறியாநங்கை, துளசி, வேம்பு,ஊமத்தை இவைகளைச் சேர்த்து நீர் விட்டு அரைத்து, உடலில் பூசி ஒரு நாள். வெப்பாலை தைலக்குளியில், வேப்பெண்ணெய் குளியல்,...இப்படியாக பதினைந்து நாட்கள். பிறகு அதையே இறங்கு கிரமமாக மறு குளியல்.

நாளொன்றுக்கு மூன்று முறை மலம் கழிக்கணும், ஆறு முறை சிறுநீர் கழியணும். தேனுடன் பலாப்பழம் சேர்த்து முதல் வேளை உணவு. வெல்லத்துடன் நிலக்கடலை மறு வேளை உணவு. கீரையுடன் பெருங்காயம் , மிளகு. பழங்களுடன் காய்கறிகள். முளைக்கட்டிய தானியங்கள்....

மூன் மன்னனின் உடம்பு பழைய நிலைக்குத் தேறி வந்தது. அவருடைய உடல்வாகு ஒரு சுற்று பெருத்து பளபளத்திருந்தது. கால், கைகளை உதறிக்கொண்டு மன்னன் எழுந்தான். தடாகத்தில் முழு உடம்பையும் பார்த்து அகமகிழ்ந்தான். மூன் மன்னனின் படை நோய் குணமான செய்தி, காற்றில் மெல்ல உலாவத் தொடங்கியது.

35

அரிப்பு

ஒரு நாள் முடிவிற்கு வந்திருந்தது. காட்டாற்று மண் அரிப்பைப் போல அரித்திருந்த அரிப்பு நோய் குணமானதும் அண்டை தேசத்து மன்னர்கள் மூன் மன்னனைச் சந்திக்க படைசூழ வந்தார்கள். படையிலிருந்து மீண்டவனைச் சந்திக்க படையோடு செல்வதா...? படையை வனத்திற்கும் வெளியே நிறுத்திவிட்டு பாதசாரியாக வனத்திற்குள் நுழைந்தார்கள்.

மக்கள், மந்திரிகள், ராஜாங்கக் குருக்கள், அரண்மனைவாசிகள், மன்னர்கள்,... எனப் பலரும் வனத்திற்குள் நுழைந்து ஒவ்வொருவராக வெளியேறிக் கொண்டிருந்தார்கள். வனத்திற்குள் நுழைபவர்கள் மன்னனின் அரிப்பு நோய் குணமாக மந்திரங்களே காரணம் எனப் பேசிக்கொண்டார்கள். ஆனால் பார்த்துத் திரும்பியவர்கள் மருத்துவமே அந்நோயைக் குணப்படுத்தியது என்றார்கள்.

வனத்திற்குள் இருவேறு கருத்துகள் உலாவத் தொடங்கின.

நுழைபவர்கள்- மந்திரமே; வெளியேறுபவர்கள்- மருத்துவமே...

தூரம் தெரியாமலிருக்க சிலர் ஓரிடத்தில் ஆர , அமர அமர்ந்து வழக்காடு மன்றம் நடத்தினார்கள். அரிப்பு நோயைத் தணித்தது மந்திரமே, மருத்துவமே...

வரத நாட்டு இடைக்கால மன்னன் மந்திரவாதி, மூன் மன்னனைச் சந்திக்க வனத்திற்கு வந்திருந்தான். அவன் நடந்துகொண்டே பாதசாரிகளின் பேச்சரவத்தைக் கவனித்தான். அவர்களின் பேச்சு அவனுக்குள் நெடி மூட்டியது. கண்களில் அனல் பற்ற வைத்தது.

'மந்திரம் எடுபடாது. இனி மருத்துவமே மக்களின் பாடு'

'மருத்துவமே மகத்துவம். மற்றவை மலத்திற்கு ஒப்புவம்'

பூபூம்பா சினத்தால் வெகுண்டான். அவன் அரண்மனையில் இருந்தவாறு சில செய்கைகள் செய்திருந்தான். மந்திரமே மன்னனின் அரிப்பு நோயைத் தணித்தது என்பதைச் சொல்ல வைக்கப் பொன் முடிச்சுகளால் மந்திரிகளைத் திரித்தான். மக்களிடம் ஆசை வார்த்தைகள் கூறி மக்களை மந்திரித்த கோழிகளாக்கினான்.

'நேற்று மழை பெய்தது எப்படியாம்...?'

'மந்திரத்தால் பெய்தது...'

‘புயல் எப்படியாம் சட்டென ஒடுங்கியது...’

‘மந்திரத்தால் ஒடுங்கியது...’

‘மன்னனுக்குப் படை வரக் காரணம்...?’

‘முன்னோர் வாசித்த மந்திரம்...’

‘அப்படை குணமாகக் காரணம்...?’

‘இந்நாள் மந்திரம்...’

மன்னனைச் சந்திக்கச் சென்ற அண்டை தேசத்து மன்னர்களை அரண்மனைக்கு வரவழைத்து அவர்களுக்கு விருந்து உபசரித்து பிணி நீக்கிய மந்திரங்களைச் சொல்லி அகமகிழ்ந்தான். மந்திரப்பலனுக்கு கைமாறுதான் இத்தேசம் என்றும், வனத்திற்கு மன்னன் சென்றிருப்பது ஓய்வெடுப்பதற்காகத்தான்,... எனச் சொல்லி மன்னர்களின் மூளையைத் தந்திரத்தால் திரித்தான். இத்தனையும் மீறிதான் மக்கள் பேசிக் கொண்டார்கள் மன்னன் பிணி நீங்கக் காரணம் மருத்துவமே, என்று. மந்திரவாதிக்கு ஏமாற்றமே மிஞ்சியது. மருத்துவக்குடிகளின் மீது மூர்க்கத் தனமாகக் கோபம் வந்தது.

மந்திரங்களை மருத்துவம் வெல்வதா...? சாம்பல் நிற ஆடையில், வெள்ளாடை கரியைப் பூசுவதா...? அவன் தரித்திருந்த ஆடை அவிழ்ந்தது. மந்திரம் படித்த நா கனகனத்தது.

ஐந்திற்குள் நான்கு அடங்குவதைப் போலல்லவா மருத்துவத்திற்குள் மந்திரம் அடங்கிவிட்டது. மந்திரங்களை திரிகடுகம் வெல்வதா...? ஏழு ஆதி சுலோகங்களை ஏலாதி வெல்வது தகுமா..? அவனது தலைக்குள் தலைகீழ் விகிதம்.

பின்னத்தின் தொகுதியாக இருக்க வேண்டிய மந்திரம் பகுதியாவதா...? மந்திரம் கீழ், மருத்துவம் மேலா...? இது தகுமா, தகா...!

மருத்துவமே மன்னனின் பிணி நீக்கிய அருமருந்து... என ஒரு மூதாட்டி பேசிக்கொண்டு சென்றதை பூபூம்பா கேட்டான். இச்சொல் அவளுடைய சொல்லாக இருக்கலாகாது. இப்படியான சொற்களைப் புனைய அவளிடம் ஏது மூளை....?

நூற்று எட்டு நாட்களுக்கான கூலியைப் பெற்ற எம் மந்திரம் அதற்கான பரிசுகளையும் பெற வேண்டாமா...? . நான் பெற வேண்டிய பரிசை மருத்துவன் பெற்று விட்டால், மருத்துவம் அல்லவா நாட்டை ஆளும்...!

‘இப்படிச் செய்தால் என்ன...?’ அவனுடைய தலைக்குள் யோசனை வலை பின்னியது.

எப்படி...?

தகு, தகா மட்டுமா பின்னம்..? கலப்புப் பின்னமென்று ஒன்று இருக்கிறதல்லவா, தன் பிணியைப் போக்கியது மந்திரம், மருத்துவம் இரண்டும்தான் என மன்னனைச் சொல்ல வைத்துவிட்டால் என்ன...?

மூன் சொல்வானா..?, மாட்டான்! ஆனால் அவனது மனைவி சொல்வாள்!

‘என் பிணியைப் போக்கியது மந்திரமே’ ஒரு முறை தனக்குள் சொல்லிப் பார்த்தான். அவனது காதிற்குள் வாடை காற்று நுழைவதைப் போலிருந்தது. காற்றில் உயர்ந்தது தென்றல் என்றாலும் வேகமானது வாடை. வாடைக் காற்று வேகத்தில் வனத்திற்குள் நுழைந்தான். நடக்க வேண்டிய கால்கள் ஓடின. வனமெங்கும் ஒத்தையடிப்பாதைகள். கை ரேகையைப்போலத் தாறுமாறான ஓட்டங்கள்...

‘எப்பாதையில் வனத்திற்குள் நுழைய வேண்டும்...?’ ஒரு பெரியவரைப் பார்த்துக் கேட்டான்.

‘பார்க்க என்னவோ மந்திரவாதியைப் போலிருக்கிறீர். பாதை தெரியாமல் முழிக்கிறீரே...’

அவனுக்கு என்னவோ போலிருந்தது. அவனுக்குத்தான் என்னவொரு பார்வை. எப்படிக் கண்டுபிடித்தான் நானொரு மந்திரவாதியென்று. இனி நான் மந்திரவாதி அல்ல, இப்பொழுது முதலே தந்திரவாதி. பாதையைத் தேடினான். சிக்குண்ட நூலைப் போலப் பின்னிக்கிடந்த ஒரு பாதையைப் பிடித்து அதில் நடக்கத் தொடங்கினான். மருத்துவக்குடியிருப்பிற்கு வந்து நின்றன அவனது கால்கள்.

‘வரத நாட்டு மன்னனை நான் பார்க்க வேண்டும்...’

‘ஆம், சொல்லும்...’

இமையைத் தவிர உடம்பிலுள்ள அத்தனை மயிரிழைகளும் மழிக்கப்பட்டிருந்தன. தோற்றத்தைப் பார்க்க அவனுக்குச் சிரிப்பு வந்தது.

‘நீர் யாரப்பா, என்ன கோலம் இது. மலர வேண்டிய பூ வெடித்ததைப்போல...’

‘நான்தான் மூன்..’

அவன் வியந்தான். அவனிடம் வணங்குவதா, பணிவதா...?, மந்திரம் மன்னனை விடவும் உயர்ந்ததல்லவா, இவனிடம் பணிவதா ! தலை அவனையும் அறியாமல் குனிந்தாலும் நெஞ்சு நிமிர்ந்தே இருந்தது.

'அரிப்பு நோய் குணமாகியிருக்க வேண்டுமே...'

'ஆமாம், இரண்டு நாட்களாகப் பொட்டு அரிப்பில்லை. சொட்டு சுவடில்லை...'

'பலே, நேற்றுடன் என் மந்திரத்திற்கான நாட்கள் நூறு...'

மூன் வெடித்தான். 'உன் மந்திரத்திற்கு நூறு நாட்களாகியிருக்கலாம். மருத்துவத்திற்கு முப்பது நாட்களே ஆகின்றன. மருத்துவன் கொடுத்த கெடுவிற்குள் நோய் குணமாகிவிட்டது.'

'உன் பிணியைப் போக்கியது என் மந்திரம்...'

'இல்லை, மருத்துவம்...'

'மூன், நாளைக்கு நீ மன்னனாக வேண்டும் என்பதை மறந்து விடாதே...' பூபூம்பா மிரட்டினான்.

'மந்திரவாதியே, நாளைக்கு நீ விடுதலையாக வேண்டியவன் என்பதை மறந்து விடாதே...'

'மருத்துவத்தை விடவும் மந்திரம் மேலானது...'

'என்னைப் பொறுத்தவரைக்கும் மருத்துவமே உயர்வானது...'

'மூன், உன் நா குழறுவதைப் பாரும்...'

'தந்திரம் தரித்த நா அல்ல என்னுடையது. மாற, குழற, தடுமாற. முதலில் உன் வருகை குறித்துச் சொல்லும்...'

'உம்மைச் சந்தித்துச் செல்ல வந்தேன்...'

'சந்தித்துவிட்டாய், பிறகென்ன..?'

'பரிசல் தந்தால் கிளம்பிவிடுவேன்...'

'அதைச் சற்று நேரத்திற்குள் அறிவிக்க இருக்கிறேன்..'

'விரைந்து அறிவியும். உன் தேசத்தை இப்பொழுது என் மந்திரங்கள் ஆள்கிறது என்பதைக் கருத்தில் கொண்டு அறிவியும்...'

மூன் மன்னன் மருத்துவக்குடிகளை ஒன்று திரட்டினான். அவனைச் சந்திக்க வந்திருந்த ஆளுமைகளை அவர்களுக்குரிய இடத்தைக் கொடுத்து அமர வைத்தான்.

'என் அரிப்பு நோயை, நோய் நாடி, முதல் நாடி, தணித்தவர்கள் மருத்துவக்குடிகளே.....'

பூபூம்பா சட்டெனஎழுந்தான்.

'மருத்துவ ஆதிக்குடிகளுக்குப் பரிசாக எண் குன்றுகளை அத்துகளாகக் கொண்டு அதற்குட்பட்ட ஆயிரம் வேலி வனத்தை அவர்களுக்குப் பரிசலாக அறிவிக்கிறேன்....'

பரிசைக் கேட்டதும் பூபூம்பா கொதித்தான். தண்ணீரில் விழுந்திட்ட அமிலம் போலக் குதித்தான். 'மூன், நீ ஆற்றங்கரை மரம். வேரொடு விழப்போகிறாய்...'

'ஆவாரை நான். என்னை அழிக்க இங்கு யாரும் பிறந்திருக்கவில்லை...' மூன் மந்திரவாதியின் சினத்தைப் புறந்தள்ளிவிட்டு 'இவ்வனத்திற்குள் மருத்துவக்குடிகள் நிரந்தரமாகக் குடியேறிக்கொள்ளலாம். இந்நீண்ட, பரந்த வனம் இனி வரப்போகும் அத்தனை நோய்க்கும் அருமருந்தாக அமையட்டும்....' எனச் சொல்லி எழுந்தான் மன்னன் மூன்.

மருத்துவக்குடியைச் சேர்ந்த மூத்த மருத்துவன், எழுந்து 'ஏற்கிறேன் மன்னா, பரிசு கொடுத்த நீங்கள் அதற்கு முன்பாக நூறு குடிகளுக்குரிய முப்பது நாள் கூலியைத் தந்திருக்க வேண்டாமா...?' கேட்டு நின்றான்.

மன்னன் மூன், 'உங்களுக்கான கூலியை என் அடிமை பூபூம்பாவின் வாயிலாக அனுப்பி வைக்கிறேன்.' என்றவாறு விடைபெறலானான்.

பூபூம்பா

அவனது சகாக்களுடன் தானியங்கள் ஏற்றிய வண்டியை இழுத்து வந்தான். அவர்களின் தோளில் வண்டியின் நுகத்தடி இருந்தது. சக்கரங்கள்'கரக், முரக், கடக்....' என எலும்பு முறிவதைப் போல் சத்தமிட்டு வந்தன. வண்டியை இழுத்து வந்த அவர்களின் மூச்சு தொண்டைக்குள் அடைப்பதும், வெடிப்பதுமாக இருந்தது.

வண்டி மருத்துவக்குடி நெருங்கியதும் இறங்க வேண்டிய மூட்டைகள் குடம் சாய, வண்டிகளின் அச்சாணி முறிந்து சக்கரங்கள் உருண்டன. நுகத்தடிகள் இரண்டாகப் பிளந்து உயரத்தில் ஆந்தைகளும் , கழுகுகளும் வட்டமிட்டதை மருத்துவக்குடிகள் பார்த்தார்கள். இரை பொறுக்கிக் கொண்டிருந்த எறும்புகள் அவசரமாகத் தோட்டிற்குள் புகுந்தன. ஒன்றிரண்டு மரங்கள் அடியோடு சாய்ந்து மரக்கிளைகள் முறிந்தன. வனத்திற்குள் கூடு கட்டியிருந்த பறவைகள் ஒரு மொத்தமாக எழுந்து கூக்குரலிட்டவாறு பறந்தன. இரைத் தேடச் செல்லும் பறவைகள் ஒரே திசையில் பறக்கக் கூடியவை. ஆனால் அன்றைய தினம் பறவைகள் ஆளுக்கொரு திசையில் பறப்பதாக இருந்தன.

'வனத்திற்கு என்னவோ பேராபத்து நிகழ இருக்கிறது...', 'பூகம்பம் வரக்கூடுமோ...', ' ஆழிப்பேரலையாக இருக்கக் கூடுமோ...', 'அக்னி வெயில். காடு தானே தீப்பிடித்து எரியப் போகிறதோ...', ' வரத நாட்டின் முதுகெலும்பு அல்லவா இக்காடு. இக்காட்டிற்கு ஒன்றானால் நாடு என்னாகுமோ...', மருத்துவக்குடிகள் பரிதவித்தார்கள். உதரவிதானம் மேலே எழும்ப விதிர்விதிர்த்தார்கள்.

கீழே சிந்திய தானியங்களை கோழி இரை பொறுக்கவில்லை. எறும்புகள் இழுத்துச் செல்லவில்லை. கொட்டிய தானியங்கள் ஆங்காங்கே கொட்டியே கிடந்தன. தானியங்களை அளக்க வேண்டிய சுரைக்காய் குடுவைகள் சக்கரத்தில் சிக்கி நொறுங்கிப் போயின. பூபூம்பா, வண்டி குடம் சாய்வதை வேடிக்கை பார்த்தான். குடம் சாய்கையில் வரும் சத்தத்தைப் போலவே கெலித்தான். 'கட, கட...' வென வண்டியின் அச்சாணிகள் முறிந்தன. இவன் சிரிக்கும் சிரிப்பில் 'கக், கக்...' விலா எலும்புகளில் காற்றுக் குமிழிகள் வெடித்தன.

கீழே சிந்திய தானியங்களை அவன் தான் பொறுக்க வேண்டும். சிந்திய தானியங்களை அள்ளினான். அள்ளிய தானியங்களை ஒரு குடிலுக்குள் கொட்டினான். தானியத்திற்குள் கற்கள் கிடக்கலாம். கிடந்தால் பொறுக்கிக்கொள்ளலாம். இவன் ஒன்று சேர்த்த தானியம் கற்குவியலுக்குள் விரவிக் கிடந்தன.

கூடைகளை எடுத்து வரச் சொன்னான் பூபூம்பா. மருத்துவக்குடி பெண்களும், ஆண்களும் இரண்டு வரிசையில் ஒருவரையொருவர் தள்ளிக்கொண்டும், சிரித்துக்கொண்டும் நின்றார்கள். இதற்காகத்தானே இத்தனை நாட்கள் உழைத்தோம். எண் சாண் உடம்பு. ஒரு சாண் வயிறு. ஒரு பர்லாங்கு பசி. அடுப்பாக வயிறு இருப்பதால் மனித உடம்பு ஒரு வீடு. கூலியைப் பார்த்ததும் அவர்களின் வயிறு அடுப்பாக எரிந்தது.

மன்னன் தனி குடிலுக்குள் ஒதுங்கினார். அவருக்கு இரண்டு பணிப்பெண்கள் சாமரம் வீசிக்கொண்டிருந்தார்கள். அவரது பார்வையில் படும்படியாக தானியங்களைக் கொட்டினார்கள். அவர்கள் கொட்டிய இடம் மன்னன் சிகிச்சை எடுத்துக்கொண்ட கொட்டகையாக இருந்தது.

பூபூம்பா, பெரிய சுரைக்காய் குடுவை உடைந்துபோக சிறிய குடுவையை எடுத்துவந்தான். படியால் ஒரு படி அளந்தான். அதை மட்டம் தட்டுகிறேன் என்கிற பெயரால் அரைப்படியாகக் குறைத்தான். மேலே, கீழே சிந்த கூடையில் கொட்டினான். கொட்டிய தானியத்தில் ஒரு கை அள்ளி தன் குவியலில் போட்டான்.

தானியங்களை அளக்கையில் ஆ...வென ஆனந்தத்தில் வாய்ப்பிளந்த அவர்கள் மட்டம் தட்டுகையில் குன்றிப்போனார்கள். வரிசையில் நின்றவர்கள் ஒருவரையொருவர் நெறித்துக் கொண்டார்கள். வாங்கியவர்கள் விலகச் சொல்லி அவசரப் படுத்தினார்கள். அவர்களுக்குள் இரைச்சலும், கூச்சலும் , தள்ளு முள்ளும் ஏற்பட்டன. மந்திரிவாதியின் கைகள் கோழியின் கால் சீய்ப்பதைப் போல அத்தனை வேகத்தில் சீய்த்தன. கூலியை அள்ளின, அளந்தன. மட்டம் தட்டின. அவன் யாரையும் ஏறிட்டுப் பார்க்கவில்லை. அள்ள, மட்டம் தட்ட, அளக்க...என இருந்தான். மதியம் தொடங்கிய கூலி அந்தி பொழுதிற்குள் அளந்து முடிந்தது. மருத்துவ மக்கள் குடிக்குச் சென்று வாங்கிய கூலியை அளந்து பார்த்தார்கள். வாங்கியக் கூலி வீடு போய் சேர்கையில் பாதியாக குறைந்திருந்தது.

தானியம்

இது வயிற்றுக்கானது இல்லை. வாய்க்கான தானியம் இது.' 'இதை அவித்து தவிடு நீக்கினால் கோழிப் பசியைக் கூட போக்காது...'. 'யானைப் பசிக்குச் சோளப்பொறி..' மருத்துவக்குடிகள், தாம் வாங்கி புடைத் தெடுத்தத் தானியங்களுடன் ஓடி வந்தார்கள்.

பூபூம்பாவின் மடியில் நச்சு மூலிகை இருந்தது. அதை அவன் அரைத்து சாம்பலில் கலந்து வைத்திருந்தான். மருத்துவ குடிகள் திரும்பி வருவதற்குள்ளாக அதை அவன் குவியலில் கலந்தான். சிதறிக் கிடந்த தானியங்களை ஒன்று சேர்ப்பதைப் போலக் கூட்டிப் பெருக்கி நச்சு மூலிகையுடன் இரண்டற கலந்து மலை போலக் குவித்தான்.

மருத்துவக்குடிகள் வாங்கிய கூலியுடன் ஓடி வந்தார்கள். கூலியைக் கொட்டகைக்குள் கொட்டினார்கள். மலைபோலக் குவித்தார்கள். எங்களுக்கான கூலியை நாங்களே அளப்போமென அடம் பிடித்தார்கள். பலே! மனதிற்குள் புளகாங்கிதமடைந்தான் பூபூம்பா. தான் விரித்த வலையில் கச்சிதமாகச் சிக்கும் மருத்துவ குடிகளை நினைக்கையில் அவனுக்குச் சிரிப்பு வந்தது.

அன்றைய தினம் முழு அமாவாசை,

மருத்துவக்குடியினர் கொட்டகைக்குள் கூடினார்கள். அவரவர் கொண்டு வந்திருந்த கூலி தானியத்தை குவியலில் கொட்டி, கூட்ட, பொறுக்க, ஒன்று சேர்க்க இருந்தார்கள். குடிசைக்குள் தீப்பந்தம் ஒளிர்ந்தது. ஒளிர்கிறது என்கிற பெயரில் தூங்கிக் கொண்டிருந்தது.

பூபூம்பா துர்க்கமாக யோசித்தான். நெஞ்சை இரும்பாக்கிக் கொண்டு ஒளிர்ந்த தீப்பந்தத்தைக் கூரையில் வைத்தான். தீ வைத்த வேகத்தில் குடிசையின் கதவை இறுக அடைத்து அதன் திறப்பில் ஒரு பெரிய ஆப்பை நுழைத்தான். வயிற்றைப்போல குடிசை எரிந்தது.

'அய்யோ...!', 'அய்யகோ....!', 'காப்பாற்றுங்கோ....!', 'ஓ.....' எங்கும் மரண ஓலம். எட்டு திசைகளிலும் பிலாக்கணம்.

குடிசை எரிந்து , கூடை எரிந்து, கூலி எரிந்து, கூலி ஆட்கள் எரிந்து, காற்று எரிந்து காடு எரிந்தது. தீ என்பது மேல் நோக்கி எரியக்கூடியது. அவன் வைத்த தீ மேலிருந்து கீழும், கீழிலிருந்து மேலும் எரிவதாக

இருந்தது. எண் திசைகளையும் வட்டக்கட்டி எரித்தது. நெஞ்சில் பற்றிய தீயை கை தட்டியது. கையில் தீ பற்றினால் எதைக் கொண்டு தட்டுவது..?

'அம்மா,... எரிகிறதம்மா...', 'என் தங்கமே...', 'என் செல்லமே...'

தாய்கள் குழந்தையை மார்பில் அணைத்துக்கொண்டு குதித்தார்கள். குதிக்கக் குதிக்க தீயும் குதித்தது. மழை வந்தால் நன்றாக இருக்கும்.... வானத்தை எட்டிப்பார்த்தார்கள். மழை வரவில்லை. காற்றுதான் கூட்டிப் பெருக்க வந்தது. சுழற்றிச்சுழற்றி அடித்தது. ஆழி போல இரைச்சல்...

தீ ஒவ்வொரு குடிசையாகப் பற்றியது. குடிசைகள் எரித்து மரங்களில் பற்றியது. ஓடினார்கள் மக்கள். ஓடி தண்ணீருக்குள் குதித்தார்கள். தீ எரித்த தோலை தண்ணீர் உரிக்கிறது. மீன்கள், எரிந்த தோலைப் பிய்த்துத் தின்றன. நடக்க வேண்டிய உடல்கள் தண்ணீரில் மிதந்தன. தூரத்தில் எரிவது தீப்பந்தமா, தீ பந்தலா? ஆங்காங்கே மூலிகை சேகரித்துக்கொண்டிருந்த மருத்துவர்கள் ஓடி வந்தார்கள். அவர்களை வளைத்துப் பிடித்து, காலிலிட்டு மிதித்து, ஆடையைப் பறித்து கிழித்து மரத்தில் கட்டினார்கள்.

'சொல்லுங்கள் ,மன்னனின் பிணி நீங்கியது மந்திரத்தால்....'

'மன்னன் பிணி நீங்கியது மருத்துவத்தால்....'

சொன்னவனின் தலையைக் கொய்தார்கள்.

'இப்பொழுது சொல்லுங்கள், மருத்துவத்தை மந்திரம் வென்றது...'

'மந்திரத்தை மருத்துவம் வென்றது...'

ஒரு மரத்தை ஆள் மட்டத்திற்கு வெட்டினார்கள். கூம்பு அளவிற்குச் சீவினார்கள். இன்னும்... இன்னும் கூர்மையாக...அதன் மீது விளக்கெண்ணெயைத் தடவினார்கள்.

'சொல்லும், இல்லையேல் கழுவேற்றுவேன், மந்திரமே வென்றது...'

'மருத்துவமே வென்றது...'

அவனைத் தலைக்கு மேல் தூக்கினார்கள். ஆசன வாயில் சீவிய முனையைச் சொறுகி தரையை நோக்கி அழுத்தினார்கள். மலமும், மூத்திரமும், இரத்தமும் மரத்தில் வழிந்தன.

'நீயாவது சொல், அரிப்பு நோய்க்கு மருந்து மந்திரமே...'

' எந்நோய்க்கும் மருந்து மருத்துவமே...'

அவனையும் தலைக்கு மேல் தூக்கினார்கள். கழுவேற்றும் மரத்தில் பாய்ச்சினார்கள் 'அய்யோ....'

'நீ....?', 'நீயாவது...?', 'நீனுமா...?', 'சொல்லும் குழந்தாய், மன்னனின் அரிப்பு நோயை...'

குழந்தை திக்கித் திணறிச் சொன்னது 'மன்னனின் அரிப்பு நோயை...'

'தணித்தது...'

'தணித்தது...'

'மந்திரமே...'

'ம....'

'ம்... சொல்லும் ந்....'

'ம... ம... ருத்துவமே...'

அக்குழந்தையைத் தூக்கினார்கள். கழுவேற்றி மிச்சமிருந்த மரத்தில் ஏற்றினார்கள்.

'அம்..... மா...'

எங்கும் ஓலம், ஒப்பாரி, கதறல்...

இன்னொரு புறம் காடு குலுங்கச் சிரிக்கும் மந்திரவாதிகளின் சிரிப்பு. ஒவ்வொரு குடியாகச் சென்று தேடினார்கள். யாரும் தப்பித்து விடுதல் கூடாது. ஒருவன் தப்பித்துவிட்டால் அவனே இக்கொலைக்கு சாட்சியாகி விடுவான்.

எரிந்த, எரிகின்ற, கொய்த, உயிர் அறுந்த, உயிர் பிரிந்த, தீயோடு ஓடுகின்ற, மலையில் மோதி சாகின்ற, கழுவேறிய, கழுவேற்றிய, வயிறு கிழிந்த, கபாலம் அறுந்த தலைகளை எண்ணினார்கள்.

'.......நூற்றி ஒன்று, இரண்டு, மூன்று....'

'ஒரு தலை குறைகிறது....'

'யாரும் தப்பித்து விடுதல் கூடாது. மறுமுறை எண்ணுங்கள்...'

'ஆமாம், குறையத்தான் செய்கிறது...'

மந்திரவாதிகள் ஒருவரையொருவர் பார்த்துக்கொண்டார்கள். 'தப்பித்த அந்த ஒரு தலை ஆணா, பெண்ணா, தப்பித்தானா, தவற விட்டோமா...' ஆந்தையைப் போல் விழித்து கழுகுப் பார்வையில் தேடத் தொடங்கினார்கள்.

ஒரு குஞ்சு

கழுகு பார்வைக்கு வேட்டைப் பொருளாகக் கிடைத்திருந்தது. அக்குஞ்சு, தீயில் வெந்து, கீழுடல் கருகி, முகத்தில் புகை அறைந்துபோய் கருத்த பிண்டமாகக் கிடந்ததை வாழைத் தோப்பிற்குளிருந்து தர, தரவென இழுத்து வந்தார்கள்.

'ஆம், அத்தலை இதுதான்...' 'ஆண் தலை இது' 'குழந்தையாக அல்லவா இருக்கிறான்...' 'இவனைக் குழந்தையாகப் பார்க்காதீர்கள். மருத்துவக்குடியில் எஞ்சிய ஆண்தாய் இவன்..' 'ஆமாம், இவன் அழிந்த குடியின் ஒற்றை விதை. விதை என்பது பரவ செய்யும், படர செய்யும். தன் தலைமுறையை விருட்சமாக்கும். இவன் உடனே அவிக்கப்பட வேண்டிய விதை.'

'எதிரியை விட்டு வைக்கலாம், சாட்சியத்தைக் கூடாது. சாட்சியத்திற்குள் ஒன்று திரண்ட எதிரி இவன். அழித்தொழிக்கையில் இவன் மீது யாரும் கருணை காட்ட வேண்டியதில்லை...' என்றவாறு பூழும்பா அவனது மயிற்றைக் கொத்தாகப் பிடித்து வாழைத் தோப்பிற்குளிலிருந்து வெளியே இழுத்து வந்தான்.

'மேனி கருகிப்போயிருக்க, மயிரிழை மட்டும் எப்படி மிஞ்சியது...?' அவனைப் பார்க்க அவர்களுக்கு வியப்பாக இருந்தது. அவனால் அழ முடியவில்லை. அவன் அழுது யார் கேட்பது...?. மேனி தீப்புண்களில் சீழ் வடிய, ஈக்கள் மொய்க்க, கால்கள் தரையில் இழுபட, புழுதி பறக்க கொட்டலுக்கு இழுத்து வந்தார்கள். அவனது உடலிலிருந்து துர்நாற்றம் வீசியது. வெந்த தோல் உரிந்து உட்தசை தெரிந்தது.

'சொல், மூன் மன்னனின் அரிப்பு நோயைத் தணித்தது மந்திரம்'

அவன் சொன்னான் 'அரிப்பு நோயைத் தணித்தது மருத்துவம்....'

பூழும்பா அமிலம் போலக் கொதித்தான். பார்வையால் வெறித்தான். 'அடேய், நாங்கள் விட்டு வைத்த எச்சமடா நீ, பெயரெச்சமாக இருக்க விரும்பினால் நான் சொல்வதைத் திரும்பச் சொல், இல்லையேல் முற்றும் வினையெச்சமாகி விடுவாய் நீ...'

நிமிர்ந்து நின்ற அச்சிறுவன் குன்றினான். 'இம்... சொல்கிறேன்...'

'மந்திரம் வாழ்க...'

'மருத்துவம் வாழ்க...'

அவனுக்கு முன் நின்ற பூபூம்பா இடுப்பிலிருந்து ஓர் ஆயுதத்தை எடுத்தான். எடுத்த வேகத்தில் அவனது இடுப்பில் சொருகினான். அவனது மேனியிலிருந்து வடிய வேண்டிய இரத்தத்திற்குப் பதிலாக சீழ் வடிந்தது. வெந்து தணிந்த தசைத் திரட்டில் ஊநீர் வழிந்தது.

'உன் கடைசி ஆசையென்ன...?'

'அழித்தொழிக்கப்பட்ட மருத்துவக்குடிகள் உயிர்த்தெழ வேண்டும்...'

மந்திரவாதிகள் அவனை வெறிக்கப் பார்த்தார்கள். பால்குடி மறந்த சிறுவன் விடலை போல் வெறிக்கிறான். வார்த்தைகளால் தறிக்கிறான். இவன் இரண்டாக அரியப்பட வேண்டியவன். அதற்கு முன்பு அவன் கற்றிருக்கும் மருத்துவத்தை அவனிடமிருந்து கறந்து விட வேண்டும் என்கிற முடிவிற்கு வந்தான் பூபூம்பா.

'உன் ஆசை என்ன, உயிர் வாழ்வதா, மருத்துவன் ஆவதா...?'

இரண்டையும் நினைத்துப் பார்த்தான் சிறுவன். உதடு சுழித்தான். உயிர் என்பது உடலில் அடைக்கப்படும் வெறும் காற்று. 'மருத்துவனாவதே என் ஆசை...'

'ஒரு சிட்டுக்குருவியானது, கழுகுக் கூட்டத்தில் கூவுவதைப்பாரும்' பூபூம்பா சிரித்தான்.

'சரி, உனக்கொரு தேர்வு வைக்கிறேன். அத்தேர்வில் நீ வென்றால் உன்னை நான் மருத்துவனாக ஏற்கிறேன்..'

தேர்வு என்பது தேர்வு செய்வதற்கானது அல்ல. வடிகட்டுவது, வேண்டப்படாதவர்களை வெளியேற்றுவது என்பதை அவன் அறிந்தே வைத்திருந்தான். 'ஆம், கேள்விகளைத் தொடுக்கலாம்...'.

'என் கேள்விகள் நீட் டலளவையிலிருக்கும். '

அவன் இடது வலதாக தலையை ஆட்டினான்.

'பிணி என்பது...?'

'உடல் சார்ந்தது..'

'நோய் என்பது...?'

'மனம் சார்ந்தது..'

மந்திரிவாதிகள் திகைத்து ஒருவரையொருவர் பார்த்துக் கொண்டார்கள். அவர்கள் கேள்விகள் கேட்டு முடிப்பதற்கு முன்பே

அவன் பதில் சொல்லி முடிந்தான். பூம்பா கேள்விக்குள் கேள்வியாக நுழைந்தான். ‘பிணிக்கும், நோய்க்கும் காரணம் யார்..?’

‘நாம்தான்..’

‘மருத்துவத்தின் தத்துவம்..?’

‘இறக்கும் வரைக்கும் வாழ்ந்திரு. வாழும் வரை சாகாதே...’

பூம்பா சிறுவனை வியப்போடு பார்த்தான். அவனது தலையிலிருந்து நூலிழையாக இரத்தம் ஒழுகிக் கொண்டிருந்தது. அதில் ஒரு துளியைத் தன் விரலால் வாங்கினான். ‘இதோ, உன் இரத்தம், அமிலமா, காரமா...?’

‘காரம்..’

‘காரணம்...?’

‘எடுக்கும் உணவு பெரும்பகுதி காரம் என்பதால் ’

‘மருத்துவம் என்பது எதில் தொடங்குகிறது...?’

‘தொடுதலில்’

‘சிகிச்சையின் முதற்படி...?’

‘மயிர்களை மழித்தல்...’

‘மயிர் மழிக்கத் தெரியுமா உனக்கு...?’

‘அறிவேன்...’

‘எங்கே, என் மயிற்றை மழியும்’

சிறுவன் சுற்றும்முற்றும் பார்த்தான். கீழே கிடந்த கல்லை எடுத்து மலையில் உராய்த்தான். ஒரு மண் சட்டியை எடுத்து அதில் அரைப்படி தண்ணீர் முகர்ந்து உட்கார்ந்தான். சிறுவன் கையால் ஒரு பிடி தண்ணீரை அள்ளி மந்திரவாதி தலையில் ஓங்கி அடித்தான். நேர் வகிடு எடுத்தான். கூர்ப்புக் கல்லை தலைக்குக் கொண்டு சென்று சிரைத்தான். அவன் குலம் உதிர்ந்ததைப்போல மயிரிழைகள் உதிர்ந்தன. சிரைக்கப்பட்டவனின் தலையை பலரும் சுற்றி நின்று பார்த்தார்கள். தலையில் ஐந்து இரத்த மொட்டுகள் இருந்தன.

‘இது என்ன காயம்,...?’

‘காயம் அல்ல, புண்...’

‘காயம், புண் இரண்டிற்குமான வித்தியாசம் என்ன..?’

‘வெளியிலிருந்து ஏற்படும் புண் காயம். உள்ளிருந்து ஏற்படும் காயம் புண்..’

‘இப்புண் எதனால் வந்தவை..?’

‘ஐந்தில் மூன்று வெப்பக்கொதிநிலையால் வந்தவை. இரண்டு மனக் கொதிப்பால் வெந்தவை...’

‘இதற்கான மருந்துகள்..?’

‘மூன்றிற்கு உடலமைதி. இரண்டிற்கு மன அமைதி...’

கை நடுங்காது அவனது மயிர் மழித்தல் அவர்களுக்கு வியப்பைத் தந்திருந்தது. ‘எங்கே என் தலை மயிற்றையும் மழியும் பார்க்கலாம்...’ அடுத்தொருவன் உட்கார்ந்தான். அவனைத் தொடர்ந்து ஒருவன். அடுத்தும் ஒருவன்,...

அவன், அக்கல்லை விட்டெறிந்து மறு கல்லை எடுத்தான். உரைத்தான். தேய்த்தான். மழித்தான். அவன் அசராமல் ஒவ்வொரு தலையாக மழித்து வந்தான். அப்பொழுது அவனது இடுப்பில் ஒரு கூராய்தம் பாய்ந்தது. ஆயுதத்தை இறுக பிடித்தான். கண்கள் நடுங்க பார்த்தான்.

‘இப்பொழுது சொல்லும், கூராய்தம் ஒன்றை உன் இடுப்பில் சொருகியிருக்கிறேன். இதைப் பிடுங்க வேண்டுமா, இத்துடன் மருத்துவனிடம் செல்ல வேண்டுமா...?’

சிறுவனின் இமைகள் துடித்தன. வெண்திரை சிவந்தன. அவனால் பேச முடிந்திருக்கவில்லை.

‘நீ மருத்துவனுக்கு தகுதியற்றவன். பாரும், இக்கேள்விக்கான பதில் உனக்குத் தெரியவில்லை..’

அவனது மேனியிலிருந்து வழிந்த இரத்தத்தைத் துடைத்துக்கொண்டு வலியைப் பொறுத்துக்கொண்டு சொன்னான் ‘கூராய்தம் குடலில் தைத்திருந்தால் பிடுங்காமல் செல்ல வேண்டும். உன் ஆயுதம் அதற்கு முன்னோடு நின்றுவிட்டதால் பிடுங்கி விடுவதே நல்லது..’

‘இதனால் ஏற்பட்ட புண்ணிற்கு உன் மருத்துவம் சொல்லும் மருந்து என்ன...?’

‘முதலில் புண்ணைச் சுற்றி கழுவ வேண்டும். அதன்பின் பாய்ந்த ஆயுதத்தின் கூர்ப்பைப் பார்க்க வேண்டும். ஆயுதத்தில் நஞ்சு இருந்தால் அதற்கே முதல் வைத்தியம். இல்லையென்றால் காயத்திற்கு வைத்தியம்...’

‘உன் மேல் பாய்ந்த ஆயுதம் என்ன சொல்கிறது...?’

‘ஆயுத முனையை விடவும் அதில் தடவிய நஞ்சின் முனையே கூர்ப்பமாக இருக்கிறது...’

‘இதற்கு நீ எடுக்கப் போகும் மருந்து என்ன...?’

அவன் அவர்களின் பிடியிலிருந்து விடுவித்துக்கொள்ள விசும்பினான். ‘என்னை விடுத்தால்தானே அதைச் சொல்ல முடியும்...’ என்றான்.

மந்திரவாதிகள் ஒருவரையொருவர் பார்த்துக்கொண்டார்கள். அவனைப் பிடித்திருந்த பிடியை மெல்ல விலக்கினார்கள். அவன் ஓடத் துவங்கினான். அவனது ஓட்டம் வனத்தை நோக்கியதாக இருந்தது. நான்கைந்து இலை, தழைகளைப் பறித்து கசக்கினான். இரண்டு உருண்டையாக உருட்டினான். ஒன்றை காயத்தில் தடவினான். மற்றொன்றை தொண்டைக்குள் இறக்கினான். சிறுவனை விரட்டி வந்தவர்கள் திகைத்து நின்றார்கள்.

‘தனக்குத்தானே மருத்துவம் பார்த்துக் கொள்ள முடியுமா...?’

‘முடியும் என்கிறது மருத்துவம்...’

‘அப்படி பார்க்கையில் கவனத்தில் கொள்ள வேண்டியது...?’

‘கை நடுங்குதல் கூடாது...’

பூபூம்பா, சக மந்திரவாதிகளைப் பார்த்துச் சிரித்தான். தான் வைத்திருந்த முடிச்சிலிருந்து ஒரு குப்பியை எடுத்தான். ‘இது நான் நடத்தும் கடைசி தேர்வு. இதில் நீ வென்றால் உன்னை நான் மருத்துவனாக ஏற்கிறேன்..’ என்றவாறு கையில் வைத்திருந்த குப்பியை அவன் முன் நீட்டினான். ‘எங்கே, இதை கை நடுங்காமல் வாயில் ஊற்றிக்கொள்ளும் பார்க்கலாம்...’

அக்குப்பியை வாங்கி ஆழ நுகர்ந்தான். பறித்த மல்லிகைப் பூ வாசம். கருநாகத்தின் விஷம். தலையை உயர்த்தி ‘ஆ..’வெனத் திறந்து கை நடுங்காமல் வாயிற்குள் ஊற்றினான்.

எரிந்த உடம்பு திரும்பவும் எரிந்தது. தலை அக்னி வெயில் போல் தகித்தது. உடம்பு சட்டென வியர்த்து வெந்து போயிருந்த தோலில் வியர்வை கசிந்தது. ஓடத் தொடங்கினான் சிறுவன். அவன் மீது குறிபார்த்து ஆயுதங்களை எறிந்தார்கள்.

பூபூம்பா சொன்னான் ‘இவன் இனி பிழைத்து வரப்போவதில்லை. மடிந்து இவ்வனத்திற்கு உரமாகட்டும். ஒருவேளை பிழைத்து வந்தால் நம் வர்க்கத்திற்கு மயிர் மழித்து தொண்டூழியம் பார்க்கட்டும்...’

சிறுவன் ஓடினான். அவன் மீது ஆயுதம் பாய கீழே சரிந்தான், உருண்டான், புரண்டான், புரண்ட வேகத்தில் வாயில் அகப்பட்ட மூலிகைகளைத் தின்று சுருண்டான். சுருண்டவன் திரும்பவும் எழுந்தான். இவனது எழுதல் மறுபிறப்பாக இருந்தது. தொடை வழியில்லாத மண் வழி பிறப்பு. அவன்தான் இன்றைய தினம் உன் முன் நிற்கிறான். உன்னிடம் மடிப்பிச்சை கேட்கிறான்..' என தன் குல அழித்தொழிப்பைச் சொல்லி நிறுத்தினான் மருத்துவன்.

39

தெட்டிஸ்

விதிர்விதிர்த்து நின்றாள். வியர்த்துக் கொட்டினாள். அவளது ஈரக்குடல் நடுங்கியது. நுரையீரலுக்குள் அடைபட்ட காற்று வெடித்தது. அவரைப் பார்க்கவே அவளுக்கு வியப்பாக இருந்தது. மறுபிறப்பு என்பதில் அவளுக்கு நம்பிக்கையில்லை. ஆனால் அவன் மறுபிறப்பின் மொத்த உருவகமாக நின்றுகொண்டிருந்தான். அவளது கைகள் நடுங்கின. கண்களுக்குள் வியர்த்தன. உதடுகள் கத்தரிக்கப்பட்ட இறக்கைகளைப்போல துடித்தன. தன் மடியில் வைத்திருந்த குழந்தையை அவன் முன் நீட்டினாள் ' இவன் உன் மகன், மெனிலாஸ். இந்தாரும், இவனை ஒரு முறை கொஞ்சிக்கொள்ளும்...'

அவனது கீழுதடு துடித்தன. உயிரின் ரணம் அவனுக்குள். நெஞ்சுக்குள் ஆழமாக உழுத வாஞ்சை. மகனை நோக்கி கையை நீட்டினான். கைகளின் தடதடப்பு. நெஞ்சுக்குழிக்குள் பரிதவிப்பு. இதற்காகவே அவன் இத்தனைக் காலம் காத்திருந்தான். அவனது இதயம் துடித்தது இதற்காகத்தான்.

நஞ்சை வாங்குகையில் வாயிற்குள் ஊற்றுகையில் நடுக்கம் கொள்ளாத அவனது கை அப்பொழுது நடுக்கம் கொண்டது. மேனி சிலிர்த்தது. 'என் பிள்ளை இவன். என் இரத்தம். என் சாயல், என் குடி, என் குடும்பம், என் குலம், என் வித்து, என் தலைமுறை...' குழந்தையை வாங்குகையில் உதடுகளும் கண்களும் ஒரு சேரத் துடித்தன. குழந்தையை பிச்சையைப் போல வாங்கி உதடுகளை நோக்கிக் கொண்டுசென்றான். கண்களில் கனநீர். மெல்ல, மெல்ல உதடுகளைக் கொண்டுசென்று குழந்தையின் வயிற்றில் முகம் புதைத்தான். நெற்றியில் முத்தமிட்டான். குழந்தையின் வயிற்றில் முகம் புதைத்து உடல் குலுங்கினான். நடு உடம்பு அதிர தேம்பினான். கண்களின் அழுகை உதட்டிற்கு வந்தது. உதட்டின் அழுகை நெஞ்சுக்குழியில் விழுந்தது.

குழந்தையை இன்னும் கொஞ்ச நேரம் வைத்திருக்கலாம்தான். அவள் கேட்பதற்குள்ளாக கொடுத்துவிட வேண்டும். அப்படியாகக் கொடுத்தால்தான் இன்னொரு நாள் கேட்டால் தருவாள். இரவலைக் கேட்பதற்குள் கொடுப்பதுதானே தர்மம். குழந்தையை அவளிடம் நீட்டினான். அவள் குழந்தையை சட்டென வாங்கிவிடவில்லை.

தலையை, உடையை, வியர்வையை, முகத்தைத்துடைப்பதைப்போல பாவனை செய்து குழந்தையை வாங்கினாள். அத்தனை நேரம் அழாமலிருந்த குழந்தை அவனிடமிருந்து வாங்கியதும் சிணுங்கியது. கால், கைகளை உதறி அழுதது.

'தாயே, இக்குழந்தையை என்னிடமே தந்துவிடேன்...' நெஞ்சுக்குழி உச்சரித்த சொற்களை நா உச்சரிக்கவில்லை. அவனுக்கும் அவளுக்குமிடையேயான வாய்மொழி ஒப்பந்தம் குறுக்கே நின்றது. அதை நினைத்ததும் முகத்தை குழந்தையிடமிருந்து எடுத்து வேறொரு பக்கமாகத் திருப்பிக்கொண்டு அவளிடம் நீட்டினான். 'தாயே, நீ நினைத்ததைப்போல குழந்தையின் காயங்களும், புண்களும், வடுக்களும் நோயினால் வந்ததில்லை. அவை நோயின் குறியீடு அல்ல. அவை, என் குலம் பெற்ற அழித்தொழிப்பின் காயங்கள். அழித்தொழிப்பு விட்டுச்சென்ற வடுக்கள்..'

தெட்டிஸ், குழந்தையின் மேனியைத் தடவிப்பார்த்தாள். தலைமயிற்றை கோதிக்கொடுத்தாள். குழந்தையை நெஞ்சோடு அணைத்துக்கொண்டு கேட்டாள் 'அந்த மந்திரவாதி பூபூம்பா என்னவானான்...?'

மருத்துவனின் கண்கள் சிவந்தன. 'அவன் இப்பொழுது ஒரு தேசத்தின் மன்னனாக இருக்கிறான்...'

'மன்னனா...! யார் அவன்...?'

'அவன்தான், டிரோஜன் தேசத்து மன்னன் பாரிஸ்'

'பாரிஸ்..!'' அவளது விழிகள் உருண்டன. மிரண்டு திரண்டன.

மெனிலாஸ்

இடி விழுந்த மரமாக இடிந்துபோய் உட்கார்ந்திருந்தார். துயரம் சூழ்ந்த வெறுமை அவரை உருக்கிக் கொண்டிருந்தது.

அவருக்கும் ஹெலனுக்கும் சுயம்வரம் முடிந்து அரை வாழ்க்கையைக் கூட முழுமையாக வாழ்ந்து முடிக்கவில்லை. அதற்குள் அவளைத் தொலைத்து அவளது நிழலைத் தொலைத்த அசலின் வேதனையில் இருந்தார். அவர் மீதே அவருக்கு வெறுப்பு வந்தது. தொலைக்க வேண்டிய பொருளா அவள்...? நீரோட்டத்தின் பொருண்மை அவள். அவளைப் போய் நான் தொலைத்து நிற்கிறேனே, என் கண்ணே, கனிஅமுதே, கட்டித்தங்கமே, எங்கேயடி நீ சென்றாய்...? கண்ணுக்குள் கண் வைத்துத் தேடினார். அரண்மனை எங்கும் துழாவினார். சுற்றும்முற்றும் பார்த்தார். அவள் இல்லாத அரண்மனை பார்க்க அரிவாள்மனை போல் துருத்திக் கொண்டிருந்தது.

'ஹெலன், ஹெல...ன்...' கண்களை அகல விரித்து அழைத்தார். அவரது அழைப்பு அவருக்கே திரும்பி வந்தது.

நேற்றைய தினம் ஓடி ஒளிந்த கண்ணாமூச்சி விளையாட்டு அவரது நினைவிற்கு வந்தது. அவர் கண்களை கைகளால் பொத்திக்கொண்டு நூறு எண்ணினார். அவள் கால் கொலுசு சிணுங்காமல் மெல்ல காலடிகள் எடுத்து வைத்து ஒரு மறைவில் ஒதுங்கினாள். அவர் தேடாத இடமில்லை. அவள் ஒளிந்திருந்த இடத்தைக் கண்டுபிடிப்பதற்கு ஒரு நாள் ஆகிவிட்டிருந்தது. கடைசியாக அவர் முன்பு தேடிய இடத்திலேயே அவள் கிடைத்திருந்தாள். அவள்கண்டுபிடிக்கப்பட்ட இடம் பூங்காவனமாக இருந்தது. மௌவல் பூவின் தண்டடியில் கொடியோடு கொடியாகக் கொடி இடையை மறைத்துக்கொண்டு முகத்தைப் பூவில் புதைத்து ஒளிந்திருந்தாள். மலர் போன்ற முகம் முகமலராக உருமாறியிருந்தது. அவ்விடத்தில் ஒன்றுக்கு இரண்டொரு முறை தேடினார். அவருக்கு ஏமாற்றம்தான் மிஞ்சியது.

நேற்றைய தினம் அவள் கண்டுபிடிக்கப்படுகையில் அவரது தோளில் ஏறிக்கொண்டு சொன்னாள். 'பார்க்கலாம், பார்க்கலாம். நாளைய தினம் எப்படி என்னைக் கண்டுபிடிக்கிறீர்கள் என்று'

அச்சொல்லின் நீட்சிதான் இத்தேடலோ...? கண்களில் வலை விரித்து அலசினார்.

எல்லா இடங்களிலும் தேடிப் பார்த்தாகி விட்டது. அவள் குறித்த நினைவுகள் தவிர வேறொன்றும் அவருக்குத் தென்படுவதாக இல்லை. மெனிலாஸ் , அவசரமாகச் சிப்பாய்களை அழைத்தார். சிப்பாய்களிடம் தன் மனைவி தொலைந்து போயிருப்பதை சொல்ல இயலுமா...? சொன்னால் என்ன நினைப்பார்கள்...?, என்னை எள்ளில் அறைக்கப்பட்ட எண்ணெய்யாக அல்லவா நினைப்பார்கள்...! வேறு வகையில் யோசிக்கலானார்.

'சிப்பாய்களே, இன்று நமக்குளிலிருக்கும் மன்னர் - சிப்பாய் என்கிற பந்தத்தை மறந்து விளையாட்டொன்றை விளையாடப் போகிறோம்...'

சிப்பாய்கள் ஆயுதங்களை உதறிவிட்டுத் துள்ளி எழுந்தார்கள்.

'நாம் விளையாடப்போகும் விளையாட்டு கண்ணாம்மூச்சி. என் இணையாள் அரண்மனைக்கு வெளியில் ஒளிந்திருக்கிறாள். ஆகாரமின்றி, அரவமின்றி ஒளிந்துகொள்ளும் அசாத்திய திறமை கொண்டவள் அவள். அவளைக் கண்டுபிடிக்க வேண்டும்....'. சிப்பாய்கள் நாலாபுறமும் தெறித்தார்கள். 'இதோ, நான் கண்டுபிடித்து வருகிறேன்...' என்றவாறு ஆளுக்கொரு திசையில் விரைந்தார்கள்.

மெனிலாஸ் , பணிப்பெண்களை அழைத்தார். மழையில் நனைந்திட்ட கோழியைப்போல அவர்கள் ஓடி வந்தார்கள். மன்னன் முன் நடுங்கி நின்றார்கள்.

'எங்கே என் மனையாள்....?'

'இங்குதான் அரசே இருந்தாள்..'

'அதிகாலை முதல் அவள் செய்த வேலைகள் என்ன...?'

'படித்துறையில் நீராடினாள். திரும்புகையில் அரும்பு, முகை, மொக்குள், முகிழ், மொட்டு என பல பருவ மலர்களைப் பறித்து வந்தாள். அவள் பறித்து வந்த பூக்களின் எண்ணிக்கை தொண்ணூற்று ஒன்பதாக இருந்தன. அத்தனை மலர்களையும் சடுதியில் சரமாகத் தொடுக்கிறேனென சபதம் எடுத்து நூலில் தொடுத்தாள்.

தொண்ணூற்று ஒன்பது பணிப்பெண்களும் ஆளுக்கொரு பூவை எடுப்பதும், கொடுப்பதுமாக இருந்தோம். ராணியின் விரல்கள் சிலந்தி வலை பின்னுவதைப்போல பூக்காம்புகளில் பின்னின.

அனிச்சம் பூ முடித்து தும்பை வருகையில் அவளுக்கொரு சந்தேகம் வந்தது. 'இன்னும் ஒரு பூ இருந்தால் சரத்தை சதகமாகத் தொடுக்கலாம் அல்லவா! அந்த ஒரு பூவிற்காக, என்ன செய்யலாம், என மனதிற்குள் அலசினாள். அப்பொழுதுதான் அது நிகழ்ந்தது...'

'என்ன நிகழ்ந்தது...!' மெனிலாஸ் பதட்டத்துடன் கேட்டார்.

'ஒரு வண்ணத்துப்பூச்சி அரண்மனைக்குள் பறந்து வந்தது. இதுநாள்வரையாரும்பார்த்திடாதஅழகில் இருந்தது. வானவில்லின் இருபடி நிறங்கள் அதன் இறக்கையில் இருந்தது. பூக்களை வட்டமிட்ட அப்பூச்சி உட்காருவதற்கு உகந்ததாக ஒரு பூவைத் தேடியது. எப்பூ மீது இந்த வண்ணத்துப்பூச்சி உட்காருகிறதோ அப்பூவே பூக்களின் இராணி,... என மகுடம் சூட நாங்கள் தயாரானோம். வண்ணத்துப்பூச்சி ஒவ்வொரு பூவாக வட்டமடித்து வந்தது. கடைசியில்...'

'கடைசியில்....?'

'நம் இராணியின் நாசியின் மீது உட்கார்ந்தது...'

மெனிலாஸ் மெய்சிலிர்த்தார்.

'ஆம் அரசே, நாங்கள் துள்ளிக்குதித்தோம். ஆம், நூறாவது பூ கிடைத்து விட்டது. அப்பூ ஹெலன், என்றவாறு அகமகிழ்ந்தோம். நம் ராணிக்கு பூக்களின் இராணி என மகுடம் சூட தயாரானோம். அதற்காக பூக்களைப் பறித்து மகுடம் செய்தோம்....'

'ஹெலன்...?' கேட்டார் மெனிலாஸ்.

'ராணி தன் நாசியின் மீது உட்கார்ந்த வண்ணத்துப்பூச்சியைப் பிடிக்க கையை மெல்ல கொண்டு சென்றாள். அதைப் பிடிப்பதற்குள்ளாக அது பறந்து விட்டது. அதை எப்படியேனும் பிடித்து விட வேண்டும் என்கிற தவிப்பில் மடியில் கிடந்த பூக்களை உதறிவிட்டு அதன் பின்னே ஓடினாள். வண்ணத்துப்பூச்சி புதர் உயரத்திலேயே பறந்தது. ஆனால் குறுக்கும் நெடுக்குமாக பறந்தது. அப்பூச்சி செல்லும் திசையெங்கும் ஓடினாள்.

'இராணி, நானும் உதவிக்கு வரட்டுமா, என நாங்கள் கேட்டு நின்றோம். அதற்கு அவளோ வேண்டாம், என் மீது அமர்ந்த இப்பூச்சியை நான் ஒருத்தியே பிடித்து விட வேண்டும்' என்றவாறு அதன் பின்னே ஓடினாள். அப்பூச்சி அரண்மனைக்கு வெளியில் பறந்து , கோட்டையைச் சுற்றி பூங்காவனத்திற்குள் நுழைந்தது.

அதுவரைக்கும்தான் அவள் உருவம் தெரிந்தது.....' எனச் சொல்லி நிறுத்தினாள் ஒரு பணிப்பெண்.

மெனிலாஸ், வியர்க்க, வியப்புற நின்றார். அரண்மனைக்குள் நுழைந்த அவ்வண்ணத்துப்பூச்சி மீது அவருக்கு சந்தேகம் வந்தது. புழுவிற்கு இறக்கை முளைத்த பூச்சியா, இல்லை கூடா வரத்திற்கு இறக்கை முளைத்த மனிதப்புழுவா...? மனதிற்குள் அலசினார். தலைக்குள் ஆயிரம் பாறை சுமை. எண் திசைகளிலும் பார்வையைக் குவித்தார். கண் வலை வீசி மனைவியைத் தேடினார்.

ஹெலனைக் கண்டுபிடித்து வருகிறேன் என நான்கு திசைகளிலும் தெறித்து ஓடிய சிப்பாய்களில் ஒருவன் மூன்று வாரங்கள் கடந்து அரண்மனைக்குள் ஓடி வந்தான். 'மன்னா, நம் தேசத்தின் இராணியைக் கண்டுபிடிக்க முடியவில்லை. ஆனால் அவளது காலடியொத்த சுவடொன்றைக் கண்டு வந்திருக்கிறேன்...'

மெனிலாஸ் அச்சுவடு நோக்கி விரைந்தார். 'ஆம், என்னவளின் சுவடுதான் இது...' என்றதும் சிப்பாய்கள் ஒரு முனையில் குவிந்தார்கள். சுவடு பதிந்திருந்த வடக்குத் திசை நோக்கிப் பாய்ந்தார்கள்.

'கண்டேன்...' என மற்றொருவன் ஓடி வந்தான். அவனது கையில் ஒரு காப்பு இருந்தது. 'இக்காப்பை ஓரிடத்தில் கண்டெடுத்தேன்'

'எவ்விடத்தில்....?'

சிப்பாய்களின் தேடல் வடகிழக்கு நோக்கிப் பயணித்தது. தேடல் நீண்டு கொண்டே சென்றது. ஒரு மாதம் கழித்து மற்றொருவன் ஓடி வந்து 'கண்டேன் ' எனக் கண்கள் கலங்க நின்றான்.

மெனிலாஸ் கண்களை அகல விரித்து 'என்னவளைக் கண்டாயா...?' என ஆவல் பொங்கக் கேட்டார். 'அரசே, நாம் தேடுவது விளையாட்டிற்காக அல்ல, உண்மையில் காணாமல் போயிருக்கும் பதுமையைத்தான்...' எனக் கேட்டு நின்றான்.

மெனிலாஸ்க்கு தலைக்குனிவாக இருந்தது. அவரால் ஒரு பதிலும் சொல்ல முடிந்திருக்கவில்லை. எச்சிலை மட்டுமே அந்நேரத்திற்கு விழுங்க முடிந்தது. மேலும் இரண்டு மாதங்கள் கழிந்தன. ஒரு சிப்பாய் மூச்சு வெடிக்க ஓடி வந்தான். அவன் ஐநூறு கல்தூரம் கடந்து ஓடி வந்திருக்க வேண்டும். அவன் ஓடி வந்த வேகத்திற்கு மூச்சு பாதி அறுந்து விட்டிருந்தது. ஒன்றிரண்டு சொல் மட்டும் நாவில் தொடுக்கியிருந்தது. அவன் ஓடி வந்த வேகத்தில் மன்னன்

முன் விழுந்தான். ‘மன்னா, கண்டேன் இராணியை....’ என்றவாறு அவன் மீச்சொறிந்து விழுந்தான்.

‘எங்கு கண்டாய், எத்தனை தூரத்தில் கண்டாய்...?’ எனக் கேட்பதற்குள் அவனது மூச்சு அறுந்தது.

ஹெலன்

ஒரு தளிரிலை, காம்பு அறுந்து சருகானதைப்போல உட்கார்ந்திருந்தாள். சுவர் சிதைக்கப்பட்ட ஓவியம் கதியில் அவளது முகமிருந்தது. அவள் சிறை வைக்கப்பட்ட இடம் இரும்புக்கூண்டாக இருந்தது. கூண்டிற்குள் கிளியை அடைக்கலாம், கிவி பறவையை வைக்கலாம், ஒரு பேரழகுப் பெண்ணைக் கூண்டிற்குள்ளாகவா அடைப்பது...? தகரப் பெட்டிக்குள் தங்கச் சிற்பமா...?

அவள் அடைக்கப்பட்ட இடம் கூண்டாக இருந்தாலும் கூண்டு இருந்த இடம் கோடையின் வசந்த மேடையாக இருந்தது. ஒரு பேரருவி பேரிரைச்சலைக் கொடுத்துக் கொண்டு தலைகீழாகப் பாய்ந்துகொண்டிருந்தது. அதிலிருந்து எழும்பிய பேரிரைச்சல், வலசைக்கு வந்த பறவைகளின் கூத்தாடல், குதூகலங்கள்,.. பூரிப்புகள்....

இரும்புக் கூண்டிற்குள் ஹெலன் விரும்பிய வண்ணத்துப்பூச்சி உட்கார்ந்திருந்தது. அதன் அருகில் அதன் ஜோடி. இரண்டும் ஒன்றையொன்று உரசிக்கொண்டும், கொஞ்சிக்கொண்டும், ஒன்றின் மீது ஒன்று ஏறி தாவிக்கொண்டும் விளையாடியதை அவள் கவனித்தாள். சிறை வைக்கப்பட்ட கண்கள் சீதனங்களை ரசிக்குமா....? நீள்விழியைத் திறக்கையில் கனநீர் வடிந்தது.

பாரிஸ், ஹெலனைக் கவர்ந்து வரும் நாளைக் குறிக்கையில் நாளுடன் சேர்த்து நேரத்தையும் குறித்தான். நேரத்துடன் சேர்ந்து அவளை தாயமாக உருட்டினான்.

பாரிஸ், பல சூட்சமம் தெரிந்தவன். மந்தரிவாதி வேடம் பூண்டு மருத்துவக்குடிகளைக் கூண்டோடு அழித்தவன். மருத்துவக்குடியை அழித்த அதே நெருப்பில் அந்நாட்டு மன்னன் மூனையும், அவனது இராணியையும் தற்கொலை என்கிற பெயரில் சாம்பலாக்கியவன் அல்லவா!. சாம்பலிலிருந்து பீனிக்ஸ் என்கிற பறவை பிறக்குமாமே, அப்படியாகப் பிறந்தால் தன்னை அழித்த ஒருவனை வேரோடு அழிக்குமாமே...! அதற்காக மன்னன் குடி எரித்த சாம்பலை தண்ணீரில் கலந்து அமுதமெனப் பருகியவன்.

வரதநாட்டு சாம்ராஜ்ஜியம் அழிந்தது ஏன்...? பட்டி மன்றம் நடத்தியவன். அத்தலைப்பில் மக்களைப் பேச வைப்பதற்கு

வழக்காடு மாமன்றங்களைத் துவங்கியவன். வரதநாட்டு சாம்ராஜ்ஜியம் அழிந்ததற்கும் மருத்துவக்குடி சுவடில்லாமல் எரிந்து சாம்பலானதற்கும் காரணம் மந்திரங்கள் விடுத்த சாபமே எனத் தீர்ப்பு எழுதினான். மன்னனைப் பகைத்தாலும் மந்திரத்தைப் பகைக்காதே.... அவன் நினைத்தபடி ஊர் வாய்கள் பேசத் துவங்கின. வரதநாட்டிற்கும் அவன் ஆண்ட டிரோஜன் தேசத்திற்கும் இடைப்பட்ட கோட்டையை அழித்து டிரோஜன் தேசத்தின் எல்லையை விரித்து மந்திரங்களைச் சட்டங்களாகக் கொண்ட ஒற்றைத் தேசம் என அறிவிக்கச் செய்தவன். இத்தனையும் செய்த அவன் மெனிலாஸின் மனைவி ஹெலனைக் கவர்வதும், கவர்ந்து தன் மனையாக அவளை ஏற்பதும் எம்மாத்திரம்...? அவனது மூளை அறுங்கோணத்தில் யோசித்தது.

ஹெலன் என்கிற பேரழகியைக் கவர்ந்து வர இரண்டு வண்ணத்துப்பூச்சிகள் போதுமென இருந்தது. பூவின் மகரந்தத்துடன் சூல் சேர்ப்பது வண்ணத்துப்பூச்சிகள்தான். அப்பூச்சிதான், என்னை எனக்கானவளுடன் ஒன்றிணைக்கப்போகிறது. எனக்குள் ஏற்படும் நொதித்தல் மாற்றத்திற்கும், அவளுக்குள் நிகழப்போகும் பருவ மாற்றத்திற்கும் காரணம் இப்பூச்சிதான்.

வண்ணத்துப்பூச்சி என்கிற ஒன்று இல்லையென்றால் இன்றைக்கு இந்த உலகமில்லை. மரம், செடி, கொடி, பூ, மலர், காய், கனி இல்லை. பறவை இல்லை, பட்சிகள் இல்லை. ஒரு தாவரம் மற்றொரு தாவரமானதற்குக் காரணம் வண்ணத்துப்பூச்சிகளே. அந்த வண்ணத்துப்பூச்சியைக் கொண்டுதான் நான் மற்றொரு நானாக மாற இருக்கிறேன். எனக்குள் ஹெலன் என்கிற பதுமையைத் தாங்க இருக்கிறேன்... கவராயம் கொண்டு மனதிற்குள் வட்டம் கட்டினான்.

மெனிலாஸ்-ஹெலன் திருமணம் நடந்தேறிய அன்று, அவளது கூந்தலிலிருந்து கிடைத்திருந்த வண்ணத்துப்பூச்சி அது. இயற்கையான கூந்தல் மணமுடைய பெண்களின் கூந்தலில் உட்காரும் அதிசய வண்ணத்துப்பூச்சியை பாரிஸ் கண்டிருந்தான். இரண்டும் தலையில் வட்டம் கட்டுவதும் உட்காருவதும், பறப்பதுமாக இருந்ததை அவன் நீண்ட நேரம் கொண்டு கவனித்திருந்தான். மணமக்களை வாழ்த்துவதற்கு மேடை ஏறிய அவன் இறங்குகையில் ஒரு வண்ணத்துப்பூச்சியைப் பிடித்துக்கொண்டு தேசம் திரும்பினான். வண்ணத்துப்பூச்சியைக் கூண்டிற்குள் அடைத்து தேன், பாகு எனக்கொடுத்தான். விடிந்து

பார்க்கையில் அவனுக்கு வியப்பாக இருந்தது. அதன் ஜோடி வண்ணத்துப்பூச்சி அதன் அருகினில் உட்கார்ந்திருந்தது. 'பலே' எனத் துள்ளிக் குதித்தான்.

எத்தனை தூரம்...? எத்தனை அகலப் பயணம்...? இப்பூச்சி எப்படி இதற்குள்...? அதன் இறகைத் தடவி கொடுத்தான். 'இன்று முதல் என் தூதுவன் நீ.....' முத்தம் கொடுத்தான். அந்த இரண்டில் ஒன்றை பிடித்துக்கொண்டுதான் ஆர்கோ தேசம் நோக்கிப் பயணித்தான்.

அதிகாலை துயில் எழுவது பெண்களுக்குச் சிறப்பு. எழுந்து முதல் வேளையாகப் பெண்கள் நீராடுவதையும், பூக்கள் தொடுப்பதையும் அவன் அறிந்திருந்தான். பூங்காவனக் காவலனைப்போல வனத்திற்குள் நுழைந்த அவன் வண்ணத்துப்பூச்சியைப் பூப்பறிக்க வந்த ஹெலன் மீது ஏவினான். வண்ணத்துப்பூச்சி அவளது தலையை வட்டமிட்டது. அவள் செல்லும் வழியில் பின்தொடர்ந்தது.

அவன் திட்டமிட்ட நேரத்தில் அரண்மனைக்குளிலிருந்து அப்பூச்சி வெளி வந்தது. அவன் நினைத்தபடி அப்பூச்சியை விரட்டிகொண்டு ஹெலன் வெளி வந்தாள். அப்பூச்சியோடு பூச்சியாக அவளும் பறந்தாள். தூரம் அவளுக்குப் பெரிதெனப்படவில்லை. வண்ணத்துப்பூச்சியின் சிறகசைப்பும், அதன் வண்ணத்துடிப்புமே வியப்பாகத் தெரிந்தது. தன் இணையைத் தேடிக் கூண்டிற்குள் நுழைந்த பூச்சியோடு பூச்சியாக அவளும் நுழைந்தாள். சிலந்தி தனக்குத் தானே பின்னிக் கொள்ளும் வலையைப் போலச் சிறை கொண்டாள். அவள் சிறை பிடிக்கப்பட்ட கூண்டைத் தோளில் சுமந்து கொண்டு தேசம் திரும்பினான்.

'பராக், பராக்....' எனச் சிரித்தான் பாரிஸ். காடே குலுங்கும் படியாகக் கூத்தாடினான். எண்சீர் விருத்தம் என் ஈரடி கூண்டிற்குள் சிக்கிப் போனதெனக் கெலித்தான்.

'கட்டித்தங்கமே, இனி கட்டி நான், தங்கம் நீ...'

'த்தூ...' என்றாள் அவள். கண்களால் சினந்து முகத்தால் முணங்கினாள்.

'கோப்பையில் வழிந்தோடும் மது நீ. உன்னைப் பருகும் மதன் நான்..'

'என் கோப்பை என்பது உன் இரத்தத்தைப் பிடிக்கும் ஆப்பை...'

'சிறுமலரே, சிறுமலரில் நறுமலர் நீ...'

'அசடனே, நீ பறித்திருப்பது, பூ அல்ல. நெருப்புக்கமலம்...'

‘இருள் விழித்த தாரகையே, இனி என் தாரம் நீ..’

‘யாருக்கு யார் தாரம்...? துளசி இலைக்கு எருக்கம் பூவா...?, அடச்சீ! ஈ கேட்குமோ தேனாடை, என் மணவாளன் முன் நீ வெறும் நோய்ப்பரப்பும் கொசு...’

‘நான் நோய்தான். என் நோய் என்பது உன் மீதான காமம்...’

‘என் கண்கள், உன் காமத்தை அறுக்கும் . என்னவன் எறியப்போகும் ஆயுதம் உன் மகுடத்தைச் சிதைக்கும்...’

‘பெண்ணே, உன்னவனை விடவும் நான் சிறந்தவன்...’

‘கல்லே ஆனாலும் அவன் என் கணவன்...’

‘மாற்றான் தோட்டத்து மல்லிகை நீ. பெண்ணே சொல். உனக்காக முதலில் நான் என்ன செய்ய...?’

‘என் இருப்பை என்னவனுக்குத் தெரியப்படுத்து...’

‘உத்தரவு கண்ணே...’ ஆணைக்கு அடிபணிந்து பாரிஸ் கோட்டைக்குத் திரும்பினான். முதல் வேலையாக மெனிலாஸிற்குத் தூது விடுத்தான். ‘வரும் பௌர்ணமிக்குள் விரைந்து வந்தால், என் வாள் உன் தலைக்கு. சற்றுத் தாமதமானால், உன் மனையாள் என் அரண்மனைக்கு...’

ஆர்கோ

போர்க்களத்திற்குத் தயாரானது.

'எடும் எடும் எடும்' சிப்பாய்கள் ஆயுதம் எடுக்கும் அரவம் இடியோசையை விடவும் பலமாகக் கேட்டது. 'விடு விடு விடு' குதிரைகள் கொட்டடியிலிருந்து கிளம்பின. 'விடும், விடும், விடும்' அம்புகள் வில் நாணில் கோர்த்தன. கொரில்லாவின் வேகமும் சிம்பன்சியின் உக்கிரமும் மெனிலாஸ் முகத்தில் தாண்டவமாடின. தன் மார்பை முள்ளெலியைப் போலப் பெருக்கிக் காட்டினான். சண்டை கோழியின் இறக்கைகளைப் போலக் கைகளை அசைத்துக் கொட்டினான்.

போர்க்குக் கிளம்பிய அக்கணமே விரல்களில் நகங்கள் வளர்ந்திட்டன. பற்கள் கடித்துக் குதறுவதற்கு ஏதுவாக கிற்றிற்றன. இள இரத்தம் நெருப்பு இரத்தமானது. இடப் பக்க நெஞ்சு மட்டும் தனியே துடித்தது. அமைச்சரவையைக் கூட்டி முடிவு செய்ய வேண்டிய போரை அவசர கதியில் முடிவு செய்தான். வரும் பௌர்ணமிக்குள் வந்தால் வாளுக்கு என் தலை. இல்லையேல், அவன் அரண்மனைக்கு என் மனைவி... பாரிஸ் விடுத்த சவால், இதய சவ்வை கிழிப்பதைப் போலிருந்தது.

போரின் முதற்படி ஆயத்தமாதல். அதன் பிறகே தயாராதல், கிளம்புதல், விரைதல், தொடுத்தல், கொய்தல், கதையை முடித்தல், வாகைசூடல்,.... எல்லாம். அவனது குதிரையான இடபுளன் மீது தாவி ஏறி ஆரோகணித்தான். குதிரையில் கோட்டை, அரண்களை ஒரு சுற்று வந்தான். குதிரைப்படைகள் கொட்டிலை உடைத்துக்கொண்டு மன்னன் பின் வந்தன. கால்களைத் தூக்கி உரக்கக் கனைத்தன.

இடபுளன் . உலகின் விசித்திர குதிரை. மெனிலாஸ் பிட்டத்துச் சூட்டில் பறக்கும் குதிரை. பறக்கும் குதிரை அல்ல அது, காற்றில் மிதக்கும் குதிரை! வில் நாணிலிருந்து புறப்பட்ட அம்பை விடவும் விரைந்து செல்லும் குதிரை. குதிரைப்படை கிளம்பியதும் தேர்ப்படை கிளம்பியது. அதைத் தொடர்ந்து யானைப்படை, கப்பற்படை, தரைப்படை, ஒட்டகப்படைகள்.

புழுதி பறக்க குதிரை படை விரைந்தது. இரை தேடச் செல்லும் நாரையின் வேகம். 'கடக், கடாடக், கடக், கடாடக்....'. குதிரையின்

கடாவாய் கயிறு இழுக்க, இழுக்க குதிரையின் வேகம் கௌதாரி வேகமெடுத்தது.

மெனிலாஸ் நினைத்தான். சிப்பாய்களை ஆயத்தப்படுத்தாமல் போருக்குச் செல்கிறோமே, போருக்கான காரணமே போரின் மூர்க்கத்தைக் கூட்டும். எதிர்ப்படையின் மூக்குகளை அறுக்கும். காரணமற்ற போர் காலமற்றுப்போகும். யாருடன் போர் என்பதை விடவும் யாருக்கான போர் என்பதே போரின் பிரதானம். மண்ணுக்கான போரை மேலும் சில மாதம் கழித்து தொடுக்கலாம். பெண்ணுக்கான போரை நாழிகைப் பொழுதும் தாமதிக்கக் கூடாது...

சிப்பாய்களிடம் தான் பேசவேண்டுமே, படையை நிறுத்தலாமா..? போரில் இளைப்பாறலாம். போர்ப் பயணத்தில் இளைப்பாறுதல் கூடாது. தாமதித்துப் போர்க்களம் புகுவது, பயத்தின் வெளிப்பாடு. என்ன செய்யலாம்...? மெனிலாஸ் யோசித்தான். தொடையைச் சட்டெனத் தட்டி உடம்பைக் குலுக்கி எம்பிக் குதிரையில் திரும்பி உட்கார்ந்தான். சிப்பாய்கள் 'ஆகா...' வென வாய்ப் பிளந்தார்கள்.

குதிரையின் போக்கில்தான் ஆரோகணிப்பவனின் உடல்வாகு இருக்க வேண்டும். ஆனால் மெனிலாஸின் இருப்பு குதிரையின் வேகத்திற்கு எதிரானதாக இருந்தது. முன்னே விடவும் குதிரையை வேகமாக இயக்கினான். தனக்குப் பின்னால் பின்தொடரும் சிப்பாய்களைப் பார்த்து முழங்கினான்.

'சிப்பாய்களே, மரம் அறுப்பதற்கான நேரத்தை விடவும் ஆயுதம் கூர்த்தீட்டுவதற்கான நேரம் கூடுதலாக இருக்க வேண்டும் என்பதே போரின் நியதி. போரின் முதற்படி பயணித்தல் அல்ல, தயாராகுதலே. ஆனால், அதற்கான அவகாசம் நம்மிடமில்லை. குதிரை, ஓடும் பொழுதே அதற்கான சக்தியை அது திரட்டிகொள்வதைப் போல நாமும் பயணத்தின் போதே, போருக்கான யூகத்தை கணித்துக் கொள்வோம்... இக்கணமே வாளையும், வேலையும் கூர்த்தீட்டிக் கொள்ளுங்கள். குதிரையின் வேகத்தை விடவும் நம் விவேகத்தின் வேகம் இருக்க வேண்டும். பாயும் அம்புகளை விடவும் நம் வியூகம் கூர்மையானதாக இருக்க வேண்டும். இப்போர் பெண்ணுக்கான போர். முடுக்குங்கள் படையை. விரட்டுங்கள் சேனையை....' அரற்றினான் மெனிலாஸ். சாரைப் பாம்பின் வேகத்தில் குதிரைப்படையின் நிழல் வேகமிருந்தது.

மெனிலாஸ் பயணித்தபடியே அவனை விட்டு விலகி தூரத்திற்குச் செல்லும் ஆர்கோ தேசத்தைப் பார்த்தான். தேசம் புழுதிக்காடாகத் தெரிந்தது.

‘மன்னா, போருக்குத் தலைவன் நீர். தளபதி யாரும்?’ கேட்டான் ஒரு சிப்பாய்.

‘இப்போரின் தளபதியாக மன்னராயனை அறிவிக்கிறேன்....’ என்றவாறு மன்னராயனைச் சுட்டினான். மன்னராயனின் தலை ஒரு கணம் குனிந்து நிமிர்ந்தது. அவனுக்குள் ஒரு வித தினவு. தன் கையில் வைத்திருந்த வாளை ஒரு இலக்கு நோக்கி எறிந்தான். எறிந்த வாள், பறந்த கழுகு ஒன்றின் தலையைக் கொய்து அவனது கைக்குத் திரும்பி வந்தது.

‘பலே...’ மெனிலாஸ் தன் கையைத் தட்டிக்கொண்டான்.

மன்னராயன் முழங்கினான் ‘மெனிலாஸ் வாழ்க...’

‘வாழ்க, வாழ்க...’

‘பட்டத்து ராணி ஹெலன் வாழ்க...’

‘வாழ்க, வாழ்க...’

‘ஆர்கோ தேசம் வீரம் வாழ்க...’

‘வாழ்க, வாழ்க...’

ஒட்டகப்படை வீர்கள் கையில் வைத்திருந்த சூலத்தால் மலையின் முகட்டைக் கொய்தார்கள். அதைத் தோளில் சுமந்து கொண்டு இலக்கு நோக்கி விரைந்தார்கள்.

யானைகள் தன் தும்பிக்கையை உயரத் தூக்கி ஒரு பிளிறு பிளிறி நிறுத்தின. யானையின் பிளிறலில் எண் திசைகளும் முழங்கின. மேல், கீழ் திசைகள் எதிரொலித்தன.

தரைப்படை சிப்பாய்கள் ஆயுதம் ஏந்திக்கொண்டு பின்னே ஓடி வருவதாக இருந்தார்கள். கையில் வைத்திருந்த சிலம்புகளைச் சுற்றி சாகசம் புரிந்தார்கள். சிலம்பைச் சுற்றி காற்றின் திரையை ஒரு வட்டத்திற்குள் நிறுத்தினார்கள்.சிலம்பைத் தரையில் ஊன்றி அதன் மீது ஏறி நின்று குனிந்து நிமிர்ந்தார்கள்.

வாள்கள் ஒன்றோடொன்று மோதின. சிம்பன்சி தன் ஜோடியுடன் சண்டையிட்டு சிங்கத்திற்கு எதிரான போருக்குத் தன்னைத் தயார்படுத்திக் கொள்வதைப்போலச் சிப்பாய்கள் அவரவர் வாளை சக சிப்பாய்களின் வாளைக் கொண்டு கூர்த்தீட்டி கொண்டார்கள். வாள்கள் உரசலில் ‘பளிச், பளிச்...’ மின்னல் வெட்டின. வேல்கள் , தீ வெந்ததைப்போல மின்னின.

ஆயுத வியாபாரிகள்

போர் தொடங்கயிருக்கிற செய்திகேட்டு கடை விரித்தார்கள். இத்தனை ஆண்டுகள், மலைக்குள், குகைக்குள், சுரங்கத்திற்குள் கடை விரித்திருந்த ஆயுத வியாபாரம் மீன், கறி, கசாயம் கடைகளுக்கு அருகில் கடையோடு கடையாக கடை விரிக்கப்பட்டது.

பழைய ஆயுதம் கொண்டு போர்தொடுப்பதா...? அப்படியானால் வணிகம் எதற்கு..? வியாபாரி எதற்கு..? வியாபாரம், சந்தை, சங்கதிகள் எதற்கு...? ஆயுதச் சந்தையை தானே முன் வந்து திறந்து வைத்தான் டிரோஜன் மன்னன் பாரிஸ். வியாபாரிகள் கடைகளைத் திறந்து வைத்துக்கொண்டு ஆயுதங்களைத் கூர்த்தீட்டினார்கள். ஆயுதங்களைக் கடை விரித்து ஆயுதத்தின் புகழைப் பாடத் தொடங்கினார்கள்.

'இவ்வாயுதம் தலைகளைக் கொய்யும், இவ்வாயுதம் கரங்களை முறிக்கும், இவ்வாயுதத்தின் சிறப்பு என்ன தெரியுமா...?',

'என்ன...?'

'பெண்களின் கொங்கைகளை அறுக்கும்...'

டிரோஜன் தேசத்தில் உணவுக்கடை, எண்ணெய்க் கடை நடத்தியவர்களின் கைகளுக்கு ஆயுதம் விற்கும் உரிமை வந்து சேர்ந்தது. அவர்களே ஆயுதங்களைச் செய்தார்கள். அவர்களே கூர்த்தீட்டினார்கள். அவர்களே விற்கவும் செய்தார்கள்.

ஆயுதம் தயாரிப்பவனின் வேலை ஒன்றுதான் , தயாரிக்கும் அத்தனை ஆயுதங்களும் விற்றாக வேண்டும். டிரோஜன் தேசம் முன்னெடுத்திருந்த போர் முடிவால் ஆயுதம் தயாரிப்பவர்களும், தரகர்களும், வணிகர்களும் கொண்டாட்டத்தில் ஆழ்ந்தார்கள். ஆயுதங்களைக் கூவிக் கூவி விற்றார்கள். ' இவ்வாயுதத்தின் சிறப்பு என்ன...?'

'என்ன..?'

'குழந்தைகளை மட்டும் கண்டறிந்து உயிரைப் பறிக்கும் ஆயுதம் இது...'

'பலே...பலே...'

இது தவிரவும், கிழவர்களைக் கொல்ல புதிய ஆயுதங்கள் வந்திருந்தன.

தரகர்கள் புதிதாக வந்திருந்த ஒரு ஆயுதத்தின் மீது முழு கவனத்தையும் செலுத்தினார்கள். அது கன்னி வெடியாக இருந்தது. கன்னி வெடி என்றால் அதன் மீது காலை வைக்கையில் வெடிக்கும் வெடி அல்ல. கன்னிப் பெண்களை மட்டும் தேடிப் பிடித்து கொல்லும் வெடி. போர் என்பதே பெண்களை அழிக்கத்தானே. டிரோஜன் சந்தைக்கு வந்திருந்த ஆயுதங்கள் பெண்களை அழிக்கும் படியான ஆயுதங்கள் மட்டுமல்ல, அவர்களின் கனவை, சுவாசத்தை அறுக்கும் படியான ஆயுதங்களும் கூட நிறைய இருந்தன.

சந்தைக்கு வந்திருந்தான் பாரிஸ். பகட்டு ஆடையில் இரண்டு கைகளையும் ஆட்டிக்கொண்டு சந்தையை வலம் வந்தான். ஆயுதக் கிடங்குகள் அவனுக்குத் திருப்தி தரும்படியாக இருந்திருக்கவில்லை. இவையெல்லாம் ஆயுதங்களா, வெறும் இரும்புகள். தாமிரமும், நிக்கலும் கலந்த தகரங்கள். இவற்றைத் தூக்கிக் கொண்டு, சுமந்துகொண்டு, ஓடி, விரட்டி சண்டைப் பிடிப்பது இக்காலத்திற்கு உகந்ததா..? முகம் சுழித்தான்.

ஆயுத கிடங்குகளை மொத்தமாக குத்தகைக்கு எடுத்திருந்த வணிகன் ஓடி வந்தான். மன்னன் பாரிஸை கட்டி அணைத்தான். 'உணவும், எண்ணெயும், கசாயமும் விற்றுக் கொண்டிருந்த என்னை ஆயுதம் செய்பவனாகவும், அதை விற்பவனாகவும் மாற்றியவன் நீர்தான். சொல்லும் மன்னா, உனக்கு என்ன ஆயுதம் வேண்டும்...?' எனக் கேட்டு நின்றான். .

'கர்ப்பப் பையிலுள்ள கருவை அழிக்கும்படியான ஆயுதமிருந்தால் கொடும்...'

'இனி மேல்தான் அத்தகைய ஆயுதங்கள் தயாரிக்க வேண்டும். ஆனால் அதன் உற்பத்தி விலை அதிகமாக இருக்குமே'

'விலையா முக்கியம். ஆயுதத்தின் வினையே முக்கியம். அரசாண்டவர்களையும் அகதியாக்க வேண்டும். அகதிகளைத் திதியாக்க வேண்டும்...'

அவ்விடத்தில் இருவருக்குமிடையே ஓர் ஒப்பந்தம் கையெழுத்தானது.

டிரோஜன் மன்னன் பாரிஸ், அவனது தேசத்தில் அவசர உத்தரவு ஒன்றைப் பிறப்பித்தான். தன் நிதிநிலை அறிக்கையில் உணவிற்கு ஒதுக்கிய எண்பது விழுக்காடு நிதியை ரத்து செய்து ஆயுதம் கொள்முதலுக்கு ஒதுக்கினான். அந்நிய வியாபாரிகள் டிரோஜன்

தேசத்தில் குவிந்தார்கள். மக்கள் கூடும் வாரச் சந்தை ஆயுதச் சந்தையானது. தானிய கிடங்கு இரசாயன கிடங்கானது.

'இந்த இரசாயனம் நேற்று வந்தது...'

'இதன் சிறப்பு...?'

'நீரை விஷமாக்கும்...'

'இது...?'

'நிலத்தை நஞ்சாக்கும்....'

'இதெல்லாம் வேண்டாம். காற்றை நஞ்சாக்கும் இரசாயனம் இருக்கிறதா...?'

'ஆம், இருக்கிறது. எவ்வளவு வேணும்...?'

'மொத்தமாகக் கொடும்..' என்றான் பாரிஸ். பிறகு அதை மறுத்து 'வேண்டாம், அந்த இரசாயனம் தயாரிக்கும் தொழிற் பட்டறையை விலைக்குக் கொடும்...' எனக் கேட்டு மிரட்டி நின்றான்.

பாரிஸ் போர்க்களத்தை மனதில் நிறுத்தி பலவாறு யோசித்தான். யோசித்ததை நடைமுறைப்படுத்தத் தொடங்கினான். 'போர்த் தேசத்திற்கு ஆயுதங்களை விடவும் ஆண் பிள்ளைகளே தேவை. ஆண் பிள்ளைகளைப் பெற்றெடுக்க திடகாத்திரமான பெண்கள் தேவை...' அதுகுறித்து பாரிஸ் யோசித்தான். அவனது யோசனையில் தென்பட்ட வித்துகளை மந்திரி சபையைக் கூட்டி விவாதித்தான்.

'திட காத்திரமான ஆண்குழந்தைகளைப் பெற்றெடுக்க பெண்கள் வெளிநாட்டிலிருந்து இறக்குமதி செய்யப்படுவார்கள், நாட்டில் கர்ப்பத்தடை கிடையாது. யாரும் எத்தனை குழந்தைகள் வேண்டுமானாலும் பெற்றுக்கொள்ளலாம், ஆண் குழந்தைகளை மட்டுமே பெற்றெடுக்க வேண்டும், பெற்றெடுக்கும் குழந்தைகளைச் சிப்பாயாக மட்டுமே உருவாக்க வேண்டும், பெண் குழந்தை பிறக்கத் தடை, பிறந்தால் வளரத் தடை, பெண் குழந்தைகள் பொது இடத்தில், காடு , கழனியில் விளையாடத் தடை, பாலியல் பலாத்காரம் குற்றமன்று. டிரோஜன் தேசத்தின் தேசிய விளையாட்டு பலாத்காரமே! யாரும் யாரையும் கடத்தலாம். கற்பழிக்கலாம்., கொல்லலாம், கொன்று புதைக்கலாம், இனி டிரோஜன் தேசம் தாய் தேசமன்று. தந்தை தேசம்....'

பாரிஸ் தன் தேசத்தில் வாழும் சிறுவர்களைக் கணக்கெடுத்தான். அவர்களை ஓரிடத்தில் முகாமிட்டு கூட்டினான். அவர்களுக்கு

தேசப்பற்றூட்டினான். அதை அவசரச் சட்டமாக்கினான். சட்டங்கள் கொம்புகளைச் சிலுப்பிக் கொண்டுத் திரிந்தன.

டிரோஜன் தேசத்தில் பேய்கள் தலையெடுத்தன. பிணங்களைச் சாத்திரங்களாகத் தின்றன. ஆயுதங்களைத் தீட்டி கொண்டு மெனிலாஸ் வரும் வழியைப் பார்த்துக் காத்திருந்தான் பாரிஸ். அவனது படையில் திட, திரவ,வாயு இரசாயன முடிச்சுகள் இருந்தன.

ஒற்றன் மூலமாக பாரிஸ் காதிற்கு ஒரு செய்தி வந்தது. ஆர்கோ படை கிளம்பிய வேகத்திற்கு இந்நேரம் நம் தேசத்தின் எல்லையைத் தொட்டிருக்க வேண்டும். ஆனால் இந்நேரத்து வரைக்கும் படையைக் காணோம். படைக்கு முன் வரும் புழுதியும் காணோம்....

'ஹ்... ஹ்.. ஹ்...' வெடித்தான் பாரிஸ். தொடைகளைத் தட்டிக்கொண்டு ஹெலன் கூண்டு நோக்கி ஓடினான். 'உன் கணவன்.... ஹ்ஹ்ஹ்... பயந்து.... ஹ்ஹ்ஹ்.... ஓடி ஒளிந்து விட்டான் ஹ்ஹ்ஹ்...' வெடித்த சிரிப்பு அவனது படைகளைச் சிரிக்க வைத்தது. அவனது குதிரைப் படைகளைக் கால்களைத் தூக்கிக் கனைக்க வைத்தது.

மெனிலாஸ், தமக்கு எதிராக பாரிஸ் வகுத்திற்கும் வியூகத்தைச் சொல்லிப் படைகளைத் தயார்படுத்தினான். அவனது மூளையில் சட்டென ஒரு யோசனை துளிர்விட்டது. போருக்குப் படை கிளம்பி இருபது நாட்களைத் தாண்டி விட்டன. இந்நாட்களுக்குள் படை டிரோஜன் எல்லையைத் தொட்டிருக்க வேண்டுமே. போர் இந்நேரத்திற்குள் தொடங்கியிருக்க வேண்டுமே, இன்னும் ஏன் தூரம் நீண்டு கொண்டேயிருக்கிறது...? தொடையைத் தட்டிக்கொண்ட மெனிலாஸ் திரும்பிக் குதிரை போகும் திசையைப் பார்த்தான்.

இடபுளன்

குதிரை, மைசின் தேசத்திற்குள் நுழைந்து அகமெம்னான் அரண்மனைக்குள் போய் நின்றது. வழி மாறிச் செல்லும் குதிரையை நிறுத்தவும், திருப்பவும் எத்தனையோ சிரத்தை எடுத்தார் மெனிலாஸ். குதிரையின் கடிவாளத்தாலும், கண்மறைப்பாலும் குதிரையின் வேகத்தைத்தான் குறைக்க முடிந்ததே தவிர அதன் போக்கை மாற்ற முடியவில்லை. குதிரைக் களைக்கும். களைக்குமா...? மெனிலாஸ்க்கு களைப்பு வந்தது.

மைசின் அரண்மனையில் வளர்ந்த குதிரை அது. அக்குதிரையின் குழந்தைப்பருவம் மைசின் தேச மதில்களாலானது. சுவர்களைத் தாண்டுவதும், மதிலில் நடப்பதுமே கன்று பருவத்தின் விளையாட்டாக இருந்தது.

மைசின் தேச பொது அவையில் நிதித்துறை குறித்த வரவு செலவு அறிக்கையைக் கேட்டார் மெனிலாஸ். அகமெம்னான் அதற்கான இடம் இதுவல்ல என்றார். உடன்பிறப்புகளுக்கிடையில் வாய்ச்சண்டை முற்ற, வாய்ச்சண்டை வாள்சண்டையாகி பிறகு அதுவே பெரும் போருமானது. மைசின் தேசம், சற்று நேரத்திற்குள் தேங்காய் உடைவதைப்போல இரண்டாக உடைந்து மைசின், ஆர்கோ என்கிற இரு தேசங்களாகின. ஒரு மரத்தின் வலது கிளை மைசின் தேசம் எனவும் இடது கிளை ஆர்கோ தேசமெனவும் பிரிக்கப்படும் அவலம் நடந்தேறியது. தேசத்தின் மண், பொன்,... என சகலமும் பிரிக்கப்பட, இடபுளன் என்கிற குதிரை மெனிலாஸ் வசம் வந்தது... கடந்த காலங்கள் நிகழ்காலமாக தொண்டைக்குள் உருண்டது.

மெனிலாஸ் அரண்மனைக்குள் நுழைகையில் தம்பி, அண்ணன் மீது படையெடுத்து வருகிறார் என்றே அரண்மனைவாசிகள் நினைத்தார்கள். சிப்பாய்கள் ஆயுதங்களைத் தாங்கித் தம்பி மீது போர் தொடுக்கத் தயாரானார்கள். அகமெம்னான் உத்தரவு பிறப்பித்தால் போதும்! மைசின் தேசத்தவர்கள் மெனிலாஸ் மீது போர் தொடுத்துவிடுவார்கள். ஆனால் அவர் உத்தரவு பிறப்பிக்க வேணுமே, அப்படியாக உத்தரவு பிறப்பிக்காமல் இருக்க, தானாடாவிட்டாலும் அவரது தசை ஆடாமல் இருக்க வேணுமே..! நீரை விடவும் இரத்தம் அடர்த்தியானது அல்லவா! அகமெம்னான்

மெனிலாஸை அழைப்பதா, அரவணைப்பதா, ஆரத்தழுவி அரண்மனைக்குள் அழைத்துச்செல்வதா,.. என்ன செய்வதெனத் தெரியாமல் கையறு நிலையில் விறைத்து நின்றார்.

அகமெம்னான், குதிரையின் வாலைப் பார்த்தார். குதிரையின் வால் நிமிர்ந்திருந்தால் குதிரையின் இருப்பில் வேகமிருக்கிறது என்று பொருள். குதிரையின் வால் பணிந்திருந்தது. தம்பியின் தலையைக் கொய்ய வாளை எடுத்திருந்த அகமெம்னான் குதிரையின் வாலைப் பார்த்ததும் வாளை உறைக்குள் திணித்தார். வாலுக்கு வாள் பணிந்தது.

இடபுளன், அகமெம்னானின் முகத்தை நாவால் தடவிக் கொடுத்தது. பெரிய எஜமானன் என்கிற விசுவாசத்தால் முன்னங்கால்களை மண்டியிட்டுக் குனிந்து நிமிர்ந்தது.

குதிரையிலிருந்து இறங்கலாமா, வேண்டாமா என யோசித்தவனாக உட்கார்ந்திருந்தார் மெனிலாஸ். இறங்கினால் அவரைத் தழுவலாம், இல்லையென்றால் திரும்பி விடலாம் என்பதாக நின்றுகொண்டிருந்தார் அகமெம்னான்.

மெனிலாஸ் குதிரையிலிருந்து இறங்குவதாக இல்லை. அண்ணன் முகத்தைப் பார்ப்பதாக இல்லை. எம்முகத்தைக் கொண்டு அண்ணன் முகத்தைப் பார்ப்பது..? உடன்பிறப்பு என்று பாராமல் ஆடம்பரமாக சுயம்வரம் நடத்தியதற்காகச் சிறையில் அடைத்தவர் அல்லவா அவர். அடைக்க மட்டுமா செய்தார், அளவிற்கு மீறி சொத்து சேர்த்திருக்கிறேனென என் மீது குற்றம் சாட்டவும் செய்தார். அவரை நான் பார்ப்பதா...?. பார்த்துச் சிரிப்பதா...? ஆரத்தழுவி அரவணைப்பதா...? அவரது இமைகள் துடித்தன. 'அதனால் என்ன, பதிலுக்குத்தான் அவரையும் நான் சிறையில் அடைத்துவிட்டேனே, இரவோடு இரவாகக் கைது செய்து, அதே சிறையில், அதே நாளில்,... பழிக்குப் பழி தீர்த்துக் கொண்டேனே. இனி இரத்தத்தோடு இரத்தம் கலப்பதில் தவறில்லை...' அவரது மூளை புதுமையைச் சுரந்தது.

அகமெம்னான் மனைவி மெனிஸ்ட்ரா, தங்கையின் கணவன் அரண்மனைக்கு வந்திருக்கும் செய்தி கேட்டு ஓடிவந்தாள். அண்ணனாரும், தம்பியாரும் எதிரும் புதிருமாக நிற்பதைக் கண்டு திகைத்து நின்றாள்.

குதிரை, ஒரு சுற்று வந்து, அதன் ஜோடிக் குதிரையை நாலாபுறமும் தேடியது. ஜோடிக் குதிரை கிடைத்து விட்ட குதூகலத்தில் தன்

முதுகை ஒரு குலுக்குக் குலுக்கி அதை நோக்கித் தாவியது. குதிரைக் குலுங்கிய வேகத்தில் மெனிலாஸ் தடுமாறிச் சரிந்தார்.

'சிறிய தந்தையே,....' ஒரு குரல் பரிதவிக்க, கையில் வைத்திருந்த ஒரு விளையாட்டுத் தடியை முதுகு பக்கமாகக் கொடுத்துத் தவறிக் கீழே சரிந்த சிறிய தந்தையாரைத் தாங்கினாள் அனன்யா.

'குழந்தாய்...' அவளை அள்ளினார் மெனிலாஸ். குழந்தையின் கன்னத்தை அள்ளிக் கொஞ்சினார்.

மெனிஸ்ட்ரா ஓடி வந்தாள். மெனிலாஸ் முன் பவ்வியமாக நின்று நலம் விசாரித்தாள். அண்ணன் அகமெம்னான் தம்பியை ஆரத்தழுவி அரண்மனைக்குள் அழைத்துச் சென்றார். சுற்றத்தார்கள் கூடினார்கள். மெனிலாஸ் வருகையை பல்சுவை விருந்தால் கொண்டாடத் தயாரானார்கள்.

'சிறிய தந்தையே, என் சித்தி ஹெலன் எப்படி இருக்கிறார்..?'

மெனிலாஸ் வியந்தார். அரும்பு. எப்படியாகப் பேசுகிறாள். 'உன் சித்தியை உனக்குத் தெரியுமா...?'

'ஆம், நன்றாகத் தெரியுமே எனக்கு அவள் நெருங்கிய தோழி அல்லவா!'

'என்ன சொல்கிறாய் குழந்தாய் ! அவள் எப்படி உனக்குத் தோழியானாள்..?'

'நன்றாகக் கேட்டீர்கள் சிறிய தந்தையே, அவர், இரு திங்களுக்கு ஒரு முறை என்னைப் பார்க்க பல்லக்கில் வருவாரே, என்னுடன் சேர்ந்து விளையாடுவதுதானே அவரின் பொழுதுபோக்கு...'

மெனிலாஸ் சினம் கொள்வதா, சீறுவதா,...எனத் தெரியாமல் திகைத்தார்.

'சிறிய தந்தையே, எனக்கு அனன்யா எனப் பெயர்சூட்டியவர் கூட அவர்தான்...'

'அ ன ன் யா' உச்சரித்த அவரது உதடுகளுடன் சேர்த்து இமைகள் ஏறி இறங்கின.

'தந்தையே, இங்கே வாருங்கள், இதோ பாருங்கள் அன்னம். இதை எனக்குப் பிடித்து வந்தவர் அவர்தான். இச்சிட்டுக்குருவிகள், பஞ்சவர்ணக்கிளி,... இத்தனையும் எனக்காகப் பரிசளித்தவர் அவர்தான்...'

'இத்தனையுமா...?'

'இவை மட்டுமன்று, இதோ இந்த முயல், அணில், முள்ளெலி, மான்,...இத்தனையும் அன்பளிப்பாகக் கொடுத்தவர் அவர்தான். அது மட்டுமன்று. அடுத்த முறை வருகிற பொழுது எனக்குப் பிடித்தமான ஒரு வண்ணத்துப்பூச்சி பிடித்து வருவதாகச் சொல்லியிருந்தார்...'

வண்ணத்துப்பூச்சி என்றதும் அவர் குலைந்தார். அவரையும் அறியாமல் கை நடுங்கின. ஆனால் அதை வெளியில் காட்டிகொள்ளாமல் குழந்தையின் நாசியில் அவர் முத்தம் கொடுத்தார். உச்சந்தலையில் கையை வைத்துத் தடவிக் கொடுத்தார்.

மெனிஸ்ட்ரா தங்கை கொழுநனை இளநீர் கொடுத்தாள். வந்த களைப்பிற்கு விசிறிவிட்டாள். 'என் தங்கையிடமிருந்து இரண்டு மாதங்களாக ஒரு கடிதமும் வரவில்லை. ஒரு தூதுமில்லை. அவள் எப்படி இருக்கிறாள்...?' விசிறியை நிறுத்திக் கேட்டாள். அப்படிக் கேட்டதும், மெனிலாஸின் கண்கள் கலங்கின.

அகமெம்னான் ஓடி வந்தார். மெனிலாஸை அள்ளி நிமிர்த்தி 'என் உடன்பிறப்பே, உன் முகத்தோற்றத்தைப் பார்க்கையில் எனக்கொரு சந்தேகம் வரச் செய்கிறது. ஆனாலும் கேட்க தயங்கினேன். சொல் உடன்பிறப்பே, உன் மனைவிக்கு நடந்தது என்ன...?' கேட்டு நின்றார்.

மெனிலாஸின் கண்கள் பனித்தன. பிரிவைச் சொல்ல முடியாமல் உதடுகள் பரிதவித்தன. மெல்ல முடியாத வார்த்தைகளை விழுங்கியும், விழுங்க கூடாத அவமானத்தை வார்த்தைகளால் கொட்டியும் நிறுத்தினார்.

அகமெம்னான் தீ போல் எழுந்தார். 'உடன்பிறப்பே, இனி பொறுப்பதற்கில்லை. உன் சேனை , என் சேனை இரண்டையும் இரண்டறக்கலந்து போர் புரிந்து உன் இல்லத்தாள், நம் குலக்கொடியை மீட்டு வருவோம். வாரும்...' அகமெம்னான் வாளை எடுத்து இடுப்பில் சொருகிக் கொண்டு ரத, கஜ, துரக, பதாதைகளை அகர வரிசையில் நிறுத்தினார்.

இரண்டு படைகளும் ஒன்றோடு ஒன்று கலந்தன. நூறு தேர்கள், ஆயிரம் குதிரைகள், நூறாயிரம் சிப்பாய்களுக்குத் தலைமை தாங்கி கிளம்பினார் மெனிலாஸ். சரம் சரமாகத் தேர்கள், கூட்டம் கூட்டமாக சிப்பாய்கள். குலை குலையாகக் கருவிகள், மந்தை மந்தையாக ஒட்டகங்கள்

பாரிஸ் மீதான கோபம் நாசியின் விளிம்பில் உட்கார்ந்துகொண்டு அவரை இயக்கிக் கொண்டிருந்தது. நாவாய்ப்படைக்குத் தலைமை தாங்கினார் அகமெம்னான். ஆர்கோ மற்றும் மைசின் தேசக்

கொடிகள் பறக்க கப்பல்கள் கடலைக் கிழித்து அலையில் மிதந்து மக்களின் ஆர்ப்பரிப்பிற்கிடையில் கிளம்பின.

படை ஆலிஸ் துறைமுகத்திலிருந்து கிழக்கு நோக்கிப் புறப்பட்டது. கப்பற்படை நூறு கல்தூரம் சென்றிருந்தது. அகமெம்னான் வழிநடத்திய நூறு நாவாய்களும் நடுக்கடலில் புயலில் சிக்கித் திசை தெரியாமல் தத்தளித்தன. நடுக்கடலில் கப்பல்கள் ஒன்றோடொன்று மோதிக்கொண்டன. ஆழ்கடல் சுழற்சியால் கப்பல்கள் சுழன்றன. இரு கப்பல்கள் மூழ்கவும் செய்தன.

அகமெம்னான் கண்களால் நாலாபுறமும் துழாவினார். உள் இமைகளால் துடித்தார். நடுக்கடலிலிருந்து ஓர் உருவம் வெளிப்பட்டது. அதன் கோரம் அவரை வியப்பில் ஆழ்த்தியது.

அகமெம்னான்

அவர் அணிந்திருந்த கழல்களும், கடகங்களும், மாணிக்கவசமும் மகுடமும் கனப்பதைப் போலிருந்தன. கல் நெஞ்சென நின்றார். வானம் வீழினும் மானம் வீழாதளவிற்கு இறுமாப்புக் கொண்டார். பயத்திலிருந்து மீள கண்களை இறுக மூடி தியானித்தார். கண்களுக்குள் உருவமற்ற அப்பூதம் கறுத்த பிண்டமாகத் தெரிந்தது. நினைப்பெல்லாம் அதன் கோர உருவத்தை நினைவு கூறுவதாக இருந்தது. பிறகு அவர் மெல்ல கண்களைத் திறந்தார். அவர் முன் ஒரு பெண்ணுருவம் நின்றது.

'யார் நீ...?' மன்னனுக்கே உரித்தான கம்பீரக் குரலில் கேட்டார்.

'நான் ஆர்ட்டிமிஸ்' ஒரு பூதத்திடம் இருந்தாக வேண்டிய மிரட்டல் அதன் குரலில் இருந்தது.

'என்னை ஏன் வழி மறிக்கிறாய்...?'

'என் வாழ்வை நீ வழிப்பறித்ததால் வழி மறிக்கிறேன்...'

'நானா! வழிப்பறித்தேனா...?'

'உன்னாலும், உன் உடன்பிறப்பு மெனிலாஸினாலும் உயிரோடு எரிக்கப்பட்டவள் நான்...'

'என்ன சொல்கிறாய்...?'

'உன் உடன்பிறப்பை நீ சிறையில் அடைத்தாய் அல்லவா...?'

'ஆம்,...'

'அன்றைய தினம் உன் ஆட்சிக்கு எதிராகவும், அவரது சிறைபிடிப்பிற்கு எதிராகவும் நாட்டிற்குள் கலவரம் வெடித்தது, அல்லவா...'

'ஆமாம்...'

'அன்றைய தினம் ஒரு கூடாரம் எரிக்கப்பட்டது அல்லவா,..'

'ஆம்ம்ம்மாம்...'

'அக்கூடாரத்தில் எரிந்து போன பத்து பெண்களில் கடைசியாக எரிந்துபோனவள் நான்..'

அகமெம்னான் விதிர்விதிர்த்தார். அவரது முகம் சூடானது. கண்களைச் சுற்றிலும் கரி வட்டம். துக்க வானம் அவரைச் சூழ்ந்தது. அலைகள் அவருக்கு மேலே எழுவதும், அடங்குவதுமாக இருந்தது.

எத்தனையோ தீ வகைகளை அவர் பார்த்திருக்கிறார். அறத்தீ, அறிவுத்தீ, உயிர்த்தீ, விரதத் தீ, வேள்வித்தீ, பசித்தீ, சினத்தீ, பகைமைத்தீ, கொடுமைத்தீ.... இப்பொழுது அவரை தீய்த்துக்கொண்டிருந்த தீ ஊழ்வினைத்தீ. 'ஊழ்வினை உருத்து வந்து ஊட்டும்தீ...'

'வினையே, நான் இப்பொழுது அவசரப் பயணத்தில் இருக்கிறேன். என் உடன்பிறப்பு போர்க்களத்தில் இருக்கிறார். அவருக்குத் துணையாகவும், இணையாகவும் இருக்க வேண்டியவன் நான். உனக்கு ஏற்பட்ட அநீதி குற்றமானது. அதை நான் ஏற்கிறேன். உன் அநீதிக்கான நீதியை திரும்பி வருகையில் வழங்குகிறேன். இப்பொழுது எனக்கான வழியை விடும்...'

'மன்னா, காலம் கடந்த நீதி ஒரு வகை அநீதி. எனக்கான நீதியை முதலில் வழங்கு. பிறகு உன் படை கிளம்ப திருவாய் முழங்கிறேன்...'

'என்னது சொல்கிறாய்! ' கோபத்தில் எழுந்தார் அகமெம்னான். கேள்விக்குறி நீ, எனக்கு நீ கட்டளை குறியிடுவதா...! கையில் வைத்திருந்த வில்லில் அம்பைத் தொடுத்து எதிரில் தெரிந்த உருவத்தின் மீது எய்தார். அவர் எய்த அம்பு அவரது கப்பற்படை கப்பலின் மீது பாய்ந்தது. கப்பலில் துளை விழுந்து கொஞ்சம் கொஞ்சமாகக் கடலில் மூழ்கியது.

அவரது பின்புறத்தில் சிரிப்பொலி எழுந்தது. வானத்தைத் துளைக்கும் படியான சிரிப்பொலி அது. அகமெம்னான் அத்தனை விரைவாக மற்றொரு அம்பை வில்லில் தொடுத்து கெலித்துக் கொண்டிருந்த உருவத்தின் மீது எய்தார். அம்பு பாய்ந்த வேகத்தில் மற்றொரு கப்பல் இரண்டாகப் பிளந்து கடலில் மூழ்கியது.

'ஹ்...ஹ்...ஹ்...' சிரிப்பு கடலெங்கும் முழங்குவதாக இருந்தது. இப்பொழுது அவர் முன் தெரிந்தது ஓர் உருவம் அல்ல. இரண்டு அல்ல, மூன்று அல்ல......

'நீங்களெல்லாம் யார்...?'

அகமெம்னான் கையில் வைத்திருந்த வில்லையும், அம்பையும் கீழே வைத்தார். கையறு நிலையில் நின்றார். துள்ளுறை வெம்மை அவருக்குள். அவரது தலை அவர்களின் முன் சரணாகதி அடைந்தது 'சொல்லுங்கள், நான் என்ன செய்ய வேணும்..?'

'எங்களுக்கு நீதி வேணும்...'

'தெரியாது நடந்த பிழையம்மா அது...'

‘பிழை அன்று . உங்கள் பிழைப்பு இது..’

தலை குனிந்தார் அவர். ‘அதற்காக இப்பொழுது நான்...?’

‘இறந்தவர்களை உயிர்ப்பித்துத் தர வேண்டும்...’

‘ இறந்தவர்கள் எப்படி உயிர்ப்பெறுவார்கள்...?’

‘அப்படியானால் என் மக்களுக்குப் பதிலாக உன் மகளைப் பதிலியாகத் தர வேண்டும்...’

‘பதிலி என்றால்....?’

‘பலி கொடுக்க வேண்டும்...’

‘அய்யகோ!’ அகமெம்னான் இரு காதுகளையும் இறுக பொத்திக்கொண்டு கத்தினார்.

‘என்ன சொல்கிறாய் பூதமே....!’

‘என் குழந்தையை நீ கொன்றிருக்கிறாய். அதற்குப்பதிலாக உன் மகளைக் கொன்று கொடு’

அகமெம்னானின் தலை சுற்றியது. சிரம் தாழ்ந்தார். திரிசங்கு மனநிலைக்கு உள்ளானார். நாவாய்கள் நடுக்கடலில் சிக்குண்டு நிற்பதைப்போலத்தான் அவர் நின்று கொண்டிருந்தார். அவரது கண் முன் அனன்யா வந்தாள். ‘தந்தையே, பாரிஸ் மீது போர் தொடுத்து அவரை வெற்றிக் கொண்டு சின்ன அன்னையாரை மீட்டு வாரும். அவளுடன் சேர்ந்து நான் முத்து மழையில் நீராட வேணும். புதிர் விடுத்து பொழுதைக் கழிக்க வேணும். மாடத்தில் நின்று பூ தொடுக்க வேணும். வண்ணத்துப்பூச்சி பிடித்து விளையாட வேணும்.

தந்தையாரே, சிறிய தந்தையுடன் விரைந்து கிளம்புங்கள். உங்கள் வருகைக்காக என் சின்ன அன்னையார் காத்திருப்பாள். இனியும் நீங்கள் தாமதிக்க வேண்டாம். உடனே கிளம்புங்கள். வெற்றியுடன் திரும்பிவாருங்கள்....’ எனச் சிரிக்க வழியனுப்பி வைத்தவளை பலி கொடுப்பதா...? திகைத்தார் அவர். மிரண்டு ஒடுங்கினார்.

அனன்யா கண் முன் வந்து நின்றாள். அவளது பால் வடியும் முகம், தினைப் பற்கள், செவ்விதழ் உதடுகள்,... நிழலாடின. அகமெம்னான் கண்களில் தாரையாகக் கடல் வடிந்தது.

‘தீயால் எரித்த என் மகளைக் கொடு. இல்லையேல் உன் மகளைக் கொடு’ அர்ட்டிமிஸ் பூதம் கேட்ட நீதி அதுநாள் வரைக்கும் அவர் எதிர்கொள்ளாததாக இருந்தது. ஒரு முடிவிற்கும் அவரால் வரமுடியவில்லை. பௌர்ணமி வேறு மெல்லக் கரைந்து

கொண்டிருந்தது. பூமி, அவர் தலை சுற்றுவதைப்போல வேகமாகச் சுற்றிக்கொண்டிருந்தது.

இந்நேரம் யுத்தம் தொடங்கி இருக்க வேண்டும். வெற்றியின் பாதிக் கதவைத் திறந்து, ஹெலனை மீட்டு சகோதரன் கையில் கொடுத்திருக்க வேண்டும். தன்னால் பாரிஸ் தேசத்திற்குச் செல்ல இயலுமா...? சகோதரனின் திருக்கரங்களுடன் என் கரம் கோர்க்குமா..? அவரது மண்டைச் சுரப்பு பலவிதமாகச் சுரந்தது.

யுத்தத்திற்குச் செல்லாமல் மனைக்குத் திரும்பிவிட்டால் என்ன...? திரும்பினால் உடன்பிறப்பு என்ன நினைப்பான்....?. அண்ணன் தன்னை நம்பிக் கருவறுத்துவிட்டதாக அல்லவா நினைப்பான். அதை நினைக்கையில் அவரது மேனி நடுங்கியது. குற்றவுணர்வு பிடுங்கித் தின்றது.

அவரும் நானும் ஒரே நாளில் கருத்தரித்தவர்கள். பத்து மாதங்கள் கருவறையில் ஒன்றாக இருந்தவர்கள். முப்பது ஆண்டுகள் ஒன்றாகப் பூமியுடன் சேர்ந்து சூரியனைச் சுற்றி வந்தவர்கள். அவரது வலது கரம் நான். எனக்கு அவர். ஒரு இலையில் உணவு பருகி, ஒரு படுக்கையில் உறங்கி எழுந்தவர்கள். ஒரு கரு இரட்டையர்களைத் திருமணம் முடித்துக் கொண்டவர்கள். என்னை விடவும் அவர் அன்பு பெருக்கானவன். பாச மழை பொழிபவன். அவர் மனையாளைப் பிரிந்து துக்க நிலையில் நிற்கிறார். அவரது திருக்கரத்துடன் என் கரம் கோர்க்காவிட்டால்.... ச்சீச்சீ, மண்ணும், மனையும், அரசும், அமைச்சும் என்னை மன்னிக்குமா....?. அவரது உதடுகள் முணுமுணுத்தன.

'என் ஒரே மகள், அனன்யாவை விரைந்து அழைத்து வாரும்' சிப்பாய்க்கு ஆணையிட்டார் அகமெம்னான். அதை அவரால் முழுமையாகச் சொல்லமுடியவில்லை. காற்று உடைந்து வார்த்தைகள் அரைகுறையாக வந்து விழுந்தன.

'மன்னா....!' சிப்பாய்கள் குற்றுயிராய் நடுங்கினார்கள்.

'சொன்னதைச் செய்யுங்கள். அனன்யாவை அழைத்து வந்து பலிக்குப் பலி கொடும்'

'அய்யகோ! மன்னா.....'

'சொன்னதை மட்டும் செய்யுங்கள்....'

கடல் புயல் விலகி வழி திறந்தது.

'மன்னா,...' பின்னாலிருந்து ஒரு அழைப்பு வந்தது.

படையை நிறுத்தினார் அகமெம்னான்.

'மைசின் தேசத்து மன்னனே, இப்போர் உன் தலைமையில் நடக்க இருக்கிறது. பெண்ணுக்கானப் போர். இப்போரில் குழந்தைகள், பெண்கள், மகப்பேறு தாய்கள், முதியவர்கள், ஏழை ,எளியவர்கள், சிசுக்கள், பூக்கள், பறவைப் பட்சிகள்,... இவர்களின் தூக்கமும், அமைதியும் கெடாதளவிற்கு நீ போர்புரிய வேண்டும். அப்படியாக நீ போர் புரிந்து திரும்பினால் உன் குழந்தையை உன்னிடமே தந்துவிடுகிறேன். இவர்களில் ஒருவருக்கேனும் அபாயம் நிகழ்ந்தது தெரிய வந்தால் மேலும் ஒரு குழந்தையைப் பெற்று எங்களுக்கு நீ தந்தாக வேண்டும்...'

அகமெம்னான் பெருமூச்செறிந்து படையைக் கிளப்பினார். படை டிரோஜன் தேசத்தை நோக்கிப் புறப்பட்டது.

போர்க்களம்

கொலை களத்தில் ஓலம் கேட்கலாம். ஒப்பாரி, அழுகை, விம்மல், தேம்பல், கேட்கலாம். அய்யோ, அய்யய்யோ, பரே, பராக்... இப்படியானஅரவம் கேட்கலாம். சிரிப்பொலியும், கெலிப்பொலியும் கேட்டால் எப்படியாம்...?

போர்க்களத்தில் கெலித்த சிரிப்பு சாதாரணச் சிரிப்பல்ல. விலா எலும்புகளில் முடிச்சிட்ட மூச்சுப்பிடிப்பும், முதுகெலும்பின் வாய்ப் பிடிப்பும் அறுந்து விடும்படியான சிரிப்பு அது.

அக்...அக்...அக்., ஆங்க்....ஆங்க்...ஆங்க்....., இய்யீ...இய்யீ...இய்யீ...

அகர வரிசையில் நின்ற சிப்பாய்கள் அகர வரிசைப்படியே சிரித்தார்கள். முப்பத்து இரண்டு பற்களும் உலகத்திற்குத் தெரியும் படியாகச் சிரித்தார் அகமெம்னான். அவரது ஒவ்வொரு பல்லும் ஒவ்வொரு விதமாகச்சிரித்தது. சிரித்தவன் முழுவதுமாக சிரிக்காமல், சிரிக்க முடியாமல் பாதியை விழுங்கி பாதியை வாய் வழியே கொட்டச் செய்தார். மெனிலாஸ் சிரித்த சிரிப்பு திசைகள் அதிரும்படியாக இருந்தது. சிரித்த சிரிப்பில் நாக்கு தொண்டைக்குளிலிருந்து வெளியில் வந்தது.

பாரிஸ் படையை எதிர்கொள்வது படமெடுத்தாடும் பாம்பை எதிர்கொள்வதைப்போன்றது. அப்படியாக நினைத்துதான் போர்க்களத்திற்கு வந்தார் அகமெம்னான். ஆனால் போர்க்கலைத் தெரியாமல் அவன் போராடியதும் தவித்ததும், பரிதவித்ததும் உரலுக்குள் கச்சிதமாகப் பொருந்தாத உலக்கையாகிவிட்டிருந்தார்.

உறவுகொண்டு உறவை அழிக்கும் சாமார்த்தியம் கொண்டிருந்த பாரிஸ்க்கு ஆயுதம் கொண்டு ஆயுளைப் பறிக்கத் தெரிந்திருக்கவில்லை. வேலை எடுத்து வில்லில் பொருத்துகிறான். அம்பை எடுத்து வேலென எறிகிறான். சூல் வகை ஆயுதங்களைத் தடியைப்போல் பிடிக்கிறான். தண்டையைக் கட்டாரி போல் முறிக்கிறான்.

பாரிஸ் , பெரிதென நம்பியது முக்தம் வகை ஆயுதத்தைத்தான். எதிர் முகப்பில் நிற்பவர்கள் மீது எறிந்து எதிரியைத் தரையோடு சாய்க்கும் ஆயுதம் அது. அவனது கையிலிருந்த கட்டாரி, வாள், அம்பு,...யாவும் மெனிலாஸ் படையைச் சாய்த்திருக்க வேண்டிய

ஒன்று. திசை தெரியாமல் ஆயுதங்களை வீசப்போய் தன் படையைத் தானே அழித்துக் கொண்டான்.

கையில் பிடித்துக் கொண்டு எதிரியைத் தாக்கும் அமுக்தம் ஆயுதங்கள் கூட அவனுக்கு பெரிதாகக் கைக்கொடுக்கவில்லை. பின்னே, ஈட்டியை வாள் போல் எறிந்தால்..? வேலாயுதத்தைக் கதை போல் சொருகினால்...!

கையை விட்டு எறிந்து தாக்கி; திரும்பவும் பெறக்கூடிய முக்தா முக்தம் வகை ஆயுதங்கள் எறியத் தெரியாமல் எறிந்தார். அவை எதிர் படையின் நாசியைத் தாக்கி தன் படையினரின் நெற்றியைப் பிளந்தது. சூழ்ச்சிக்காரனுக்குச் சண்டை தேவையில்லை என்கிற சொலவடையைத் தன் சிப்பாய்களைக் கொண்டு நிரூபித்தான் பாரிஸ்.

அடுத்து அவன் சூழ்ச்சியில் இறங்கினான். எதிர்ப்படையின் சுவாசிக்கும் காற்றில் விஷத்தைக் கலந்தான். காற்று வீசும் திசை அறிந்து படகைச் செலுத்த வேண்டும். பட்டத்தைப் பறக்க விட வேண்டும். அவன் பக்கமாக காற்று வீசுகையில் காற்றில் நஞ்சைக் கலந்தான். அவன் கலந்த நஞ்சு அவனது படையையே முதலில் சாய்த்தது. அடுத்து திரவ நஞ்சை குடிநீரில் கலந்தான். கலந்த நீர்நிலை எவை,எவையென்று மனதில் குறித்துக் கொள்ள மறந்தான். போரில் தோற்று பின்னோக்கி ஓடுகையில் நஞ்சு கலந்த நீரையே அவனது படையினர் பருகினார்கள். தாகம் தணித்த தண்ணீர் உயிரைத் தணித்தது. மான் போல நீரில் வாயை வைத்தவர்கள் மீனைப்போல மிதந்தார்கள். ஆறு மாதங்கள் நடந்தாக வேண்டிய போர் ஆறு வாரங்களில் முடிவிற்கு வந்தது. களமெங்கும் பாரிஸ் படையினரின் செங்குருதி. அது, மெனிலாஸ்க்கு பாரிஸ் விரிக்கும் சிவப்புக் கம்பளமானது. விரக்தியானான் பாரிஸ். விரல்களைச் சொடுக்கி ஒற்றைக்கு ஒற்றை வருகிறாயா...? என மெனிலாஸை விளித்தான். தொடையைத் தட்டிக்கொண்டு எதிர்ப்படையை எரித்து விடுவதைப் போலக் கொக்கரித்தான்.

மெனிலாஸ் குதிரையிலிருந்து இறங்கினான். தன் ஆயுதங்களை உதறிவிட்டு தேர் போலக் குதித்து, அசைந்து நடந்து வந்தார். சிப்பாய்கள் மோத மன்னன் பார்ப்பதுதான் போர்க்களம். ஆனால் இங்கு மன்னர்கள் மோதிக்கொள்ள சிப்பாய்கள் பார்த்துக் கொண்டிருந்தார்கள். போர்க்களத்தில் போர் புரிவதைக்காட்டிலும்

அதைப்பார்ப்பதுதான் அலாதியானது என்பதை முதன்முறையாக சிப்பாய்கள் உணர்ந்தார்கள்.

மெனிலாஸ் பாரிஸ் முன் நின்றார். பாரிஸ் அத்தனை வேகமாக ஒரு ஈட்டியை எடுத்து நின்றுகொண்டிருந்த மெனிலாஸ் மீது பாய்ச்சினான். அவரது நெஞ்சில் பாய்ந்த ஈட்டி பூவானது. இதழாகி சருகானது.. அடுத்து அவன் ஒரு வேலை எடுத்து மெனிலாஸ் இடுப்பில் சொருகினான். வேலாயுதம் வேலப்பூவானது. ஒவ்வொரு ஆயுதமாக எடுத்தான் பாரிஸ். எடுத்த வேகத்தில் மெனிலாஸ் மீது எறிந்தான். எறிய, குத்த, வெட்ட,...என இருந்த அத்தனை ஆயுதங்களும் பூவாக, சருகாக, பூக்காம்புகளாகச் சிதறிக்கொண்டிருந்தன.

கண் முன்னே பாரிஸ் தோற்கும் காட்சி டிரோஜன் தேசத்துச் சிப்பாய்களால் பொறுக்க முடியவில்லை. ஒரு சிப்பாய் மனம் பொறுக்க முடியாமல் மலையிலிருந்து குதித்து தற்கொலை செய்துகொண்டான். பலர் பார்த்தபடியே அதிர்ச்சியுற்று மாய்ந்துபோனார்கள். சிலர் தன் மீது தீ வைத்துக்கொண்டு எதிர்ப்படை மீது பாய்ந்தார்கள்.

உரல் உலக்கையில் ஒருவரையொருவர் தாக்குண்டு இறந்ததும், சிலர் அம்மிக் குழவியால் அரைக்கப்பட்டு இறந்ததும் பார்க்க அத்தனை கோரமாக இருந்தது. டிரோஜன் தேசம் தன் நிறையில் பாதியை இழந்திருந்தது. மெனிலாஸ் தரப்பில் சேதாரமும், உயிரிழப்பும் இருக்கவே செய்தது. ஆனால் பெரும் சேதாரம் பாரிஸ் பக்கமே!

அகமெம்னான் வெற்றி வாகை சூடி நாடு திரும்பினான். ஆர்கோ, மைசின் இரு தேசங்களும் ஆட்டம், பாட்டமென இருந்தன. முரசறையப் பரணி பாடப்பட்டது. மெனிலாஸ், தான் சிரித்த சிரிப்பை முழுமையாகச் சிரிக்க முடியாமல், கொடும்பிற்குள், வாயிற்குள், வயிற்றுக்குள் அடக்க முடியாமல் குதித்து கெலித்தார். மனைவியை மீட்டுவர பற்களில் சிரிப்பை முடிந்துகொண்டு மனைவியை நோக்கி விரைந்தார். மனைவி ஹெலன் இரும்பு கூண்டிற்குள் இருந்தாள்.

கணவன் ஓடி வரும் காட்சியைக் கண்ட ஹெலன் கைகளை அகல விரித்து கணவனைப் பற்ற, அள்ள, அணைக்க,.. முகம் பூரிக்க நின்றாள். இத்தனை நாள் அவருக்கெனத் தேக்கி வைத்திருந்த முத்தம் உதடுகளில் நெளிந்து கிடந்தது. கண்கள் பூத்துக்கிடந்தன. கன்னங்கள்

சிரித்தன. பற்கள் குறுநகை புரிந்தன. இரும்புக் கூட்டிற்குள் அடைக்கப்பட்ட என் அழகுப் பறவையே, அன்னப் பறவையென வெளியில் வா...கூண்டைத் திறந்து விட்டான். அவளது கண்கள் ஆனந்தக் கண்ணீரால் நனைந்தன.

மெனிலாஸ், மனைவியின் முகத்தைப் பார்த்தார். மெலிந்து, ஒடிவதைப் போன்றிருக்கும் கழுத்தைப் பார்த்தான். சூம்பிபோயிருக்கும் மார்பைப் பார்த்தார். பள்ளம் விழுந்து போயிருக்கும் நெஞ்சுக்குழியைப் பார்த்தார். இத்தனையும் பார்த்ததைப்போல அவரால் வயிற்றைப் பார்க்க முடியவில்லை. அவருக்குள் தீ எழுந்தது. இதயம் 'திடும்...திடும்..'மென இடித்தது.

அகமெம்னான்

மருத்துவசாலையை நெருங்கியிருந்தார். அவன் அப்பல்லோ வளாகத்திற்குள் நுழைகையில் மெனிலாஸை நினைக்க அவருக்கு வியப்பும் சிரிப்பும் ஒரு சேர வந்தன.

அவருக்குச் சிரிப்பு வரக் காரணம் பாரிஸ். அவன், கோமணம் அவிழ விரட்டியடிக்கப்பட்ட காட்சியும், பாரிஸ் மெனிலாஸ் மீது ஏவிய அத்தனை ஆயுதங்களும் பூவான, சருகான காட்சியும் அவரது நினைவிற்கு வந்தன. அத்தகையவனை இறந்து விட்டதாகக் கதை கட்டும் வாய்களை நினைக்கையில் அவரால் சிரிக்காமல் இருக்க முடியவில்லை. அவர் சிரித்து முடிப்பதற்குள் அவருக்கு மற்றொரு செய்தி நினைவுக்கு வந்தது. அது ஒரு வயோதிக முதியவர் இடை மறித்துச் சொன்ன மெனிலாஸ்க்கு ஒரு ஆண் மகவு இருக்கிறான்... என்கிற செய்தி அது.

எனக்குத் தெரியாமல் என் உடன்பிறப்பிற்கு ஒரு பிறப்பா...? இதை நான் ஏற்பதா...? அவர் குறித்த யோசனை மனதிற்குள் புரண்டது. அவருக்குள் ஒரு மெல்லிய சந்தேகக் கீற்று ஒளிவிடவே செய்தது. அவ்வொளி போருக்குப் பிந்தைய நடப்புகளை நினைவூட்டுவதாக இருந்தது. போர் முடிந்ததற்குப் பிறகு மனைவியை மீட்டு வருகிறேன் என்று தனியாக கூடாரம் நோக்கிச் சென்ற மெனிலாஸ் வெறுங்கையோடு திரும்பி வந்ததை நினைத்துப் பார்த்தார். ஏன் அப்படியாகத் திரும்பினார்...? மனைவி ஹெலன் என்னானாள்...? ஒரு வேளை அவள் கர்ப்பிணியாக இருந்திருப்பாளோ...? அவள் மீது அவருக்குச் சந்தேகம் வந்திருக்கக் கூடுமோ...? சந்தேகிப்பதுதானே ஆணின் இயல்பு...! ஹெலன் எங்கே என்று கேட்டதற்கு இந்த வனம் எனக்குப் பிடித்திருக்கிறது. போருக்குப்பிறகு இந்த வனம் நம் ஆட்சிக்கு வந்துவிட்டது, இங்கேயே தான் இருந்துவிடுவதாக மனைவி சொன்னதாகச் சொன்னாரே, அவளது விருப்பப்படி தனி குடித்தனம் வைத்திருப்பதாகவும் சொன்னாரே, அது பொய்யோ? எதனால் அவர் அப்படியாகச் சொன்னார்..?

ஹெர்லன் கர்பமாக இருந்திருப்பாளா? இருக்காது ! ஒரு வேளை, அவள் அவ்வாறு இருந்திருந்தால் என்னிடம் அதைப் பகிர்ந்திருக்கவே செய்வான். என்னிடம் அவன் பகிர்ந்து கொள்வது

இருக்கட்டும். ஹெலனின் சகோதரியான என் மனைவியிடம் அதைக் குறித்துச் சொல்லியிருக்கவே செய்வான். ஆழ்கடலில் விழுந்த சடமும், கண்ணில் விழுந்த தூசியும், பெண் காது வாங்கிய இரகசியமும் ஒன்று. எப்படியும் வெளித்தள்ளவே செய்யும். இதுநாள் வரை, அப்படியான செய்தியை என் மனையாள் வாயிலிருந்து நான் கேட்டதில்லையே.

அகமெம்னானின் குதிரை அப்பல்லோ மருத்துவ குடிலுக்குள் நுழைந்தது. அக்குதிரையை வாயிற்காப்போன் இடைமறித்தான்.

'நான் மைசின் தேசத்து மன்னன், மெனிலாஸின் உடன்பிறப்பு அகமெம்னான்...'

'மன்னர் மெனிலாஸின் ஒரே எதிரி என்று சொல்லுங்கள்...'

அகமெம்னான் தொண்டைக்குள் சிரித்தார். 'நான் மெனிலாஸைப் பார்க்க வேண்டும்...'

'மருத்துவசாலைக்குள் நுழைய யாருக்கும் அனுமதியில்லை...'

'உடல் நலம் குன்றியவரைப் பார்க்க வருகையில் மதித்து அனுமதிப்பது உலக மரபு...'

'பார்க்க வருபவர்களின் வியர்வையும் , மூச்சும் உடல் நலம் குன்றியவர்களின் உடலை மேலும் குலைக்கும் என்பது மருத்துவ மரபு...'

'அனுமதி மறுப்பவர் யார் மருத்துவனா, மன்னராயனா...?'

'மன்னராயன்...'

'அகமெம்னான், இவ்விடத்தில் வேறு வழியில்லாமல் ஒன்றை நினைக்க வேண்டியிருந்தது. தனக்கும் தம்பிக்குமான பகை ஓரிடத்தில் முற்றுக்கு வந்துவிட்டிருந்தது. ஆனால், தனக்கும் - மன்னராயனுக்கும் இடையேயான பகைதான் காலம் கடந்தும் ஆழமாக வேர் விட்டிருக்கிறது.

மருத்துவசாலையில் திடீர் பதட்டம் நிலவியது. வழக்கமான பதட்டம்தான் என்றாலும் பதட்டத்தின் வீரியம் கூடிக்கொண்டிருந்தது. சாலைகளெங்கும் ஒரே இரைச்சல். ஒருவரையொருவர் தள்ளிக் கொள்வதும், சண்டை பிடிப்பதும், கட்டிப் புரள்வதுமாக இருந்தார்கள்.

மருத்துவசாலைக்குள் ஒரு பல்லக்கு வந்தது. பல்லக்கை நான்கு ஆடவர்கள் தூக்கிக்கொண்டு வந்தார்கள். அகமெம்னான், குதிரையிலிருந்து இறங்கி பல்லக்கைப் பார்த்தார்.

பல்லக்கு கீழே இறக்கப்பட்டதும், பல்லக்கின் வெளித்திரையை ஒரு கை விலக்கியது. அணிகலனற்ற விரல்கள், வளையலற்ற கைகள். ஒரு கால் பல்லக்கிலிருந்து விலகி தரையில் ஊன்றியது. காலில் காப்பு இல்லை. தலை வெளியில் தெரிந்தது. தலையில் ஆங்காங்கே வெண்தறித்த முடிகள் தெரிந்தன. சோகத்தில், துக்கத்தில் வெளிர்த்த மயிரிழைகள் அவை. யார் இப்பெண்,...? உடல் தோற்றம் பார்க்க முதியவளைப் போலவும், வயதைக் கணித்தால் இளையவளைப் போலவும் தெரிகிறாளே...?

அவளது அருகினில் சென்றார் அகமெம்னான். அவளது முகம் பார்க்க நெருங்கிய வட்டத்திற்குள் அகப்பட்டவளைப் போலவும், அதே நேரம் மறந்துபோன முகமாகவும் தெரிந்தாள். தலையில் போர்த்தியிருந்த முந்தானையை எடுத்து மேலும் சரிசெய்து கொண்டு மெல்லத் திரும்பினாள். அவளுக்கு அருகில் நின்று கொண்டிருந்தவனைப் பார்த்ததும் அவளது கண்கள் கலங்கிட்டன. விழியின் உட்திரைகள் துடித்தன. உதடுகள் துண்டிக்கப்பட்ட இறக்கைகளைப்போலப் பரிதவித்தன. கண்ணீர் வடிவதும், கன்னம் துடிப்பால் துளி சிதறுவதுமாக இருந்தது.

'யார் நீ...?' விரல் நடுங்கக் கேட்டான் அகமெம்னான்.

'அய்யகோ, என்னைத் தெரியவில்லையா....?' தலையில் போர்த்திய ஆடை விலக, கொண்டையிட்ட முடிகள் அவிழ, கண்ணீர் கால்களில் தெறிக்க, அவரது காலில் பொத்தென விழுந்தாள் அப்பெண்.

ஆடிப்போனார் அகமெம்னான். தன் தம்பியின் மனைவி ஹெலனாக இருப்பாளோ...? அப்படியாக நினைக்கையில் அவரது ஈரல் நடுங்கியது. கைகள் தடதடத்தன. அப்படியாக இருந்து விடக் கூடாது மனதிற்குள் வேண்டினார். அப்படியாக இருந்துவிட்டால் என் மனம் பொறுக்காது. என் உயிர் நிலைக்காது. அவள் அல்ல, இவள். அவளைப்போன்ற யாரோ ஒருவர்...

ஹெலன் இப்படியாகவா இருப்பாள்....? அன்னப்பட்சி அல்லவா அவள். ஆனால் பார்க்க இவள் அண்டரண்டப்பட்சியைப் போலல்லவா இருக்கிறாள்..! 'பெண்ணே, நீ....?' குனிந்து அவளைத் தூக்கினார். உள்ளீடற்ற மூங்கிலைப்போல அவளது மேனி. உடம்பில் வலு இல்லை. பலமில்லை. சுடரில்லை. சுமையில்லை.

'அய்யோ, உம் உடன்பிறப்பைப் பாருங்கள், அவருக்கு நிகழ்ந்திருக்கும் கதியைப் பாருங்கள். அவர் தலையில்

எழுதியிருக்கும் எழுத்தையும், அவர் என் தலையில் எழுதிய எழுத்தையும் பாருங்கள். 'ஓ...!' என்றாள். ஓ , ஓலமானது. ஒப்பாரியானது.

அகமெம்னான், உடைந்து போனார். மனதால், உடம்பால் நொறுங்கிப் போனார். குனிந்த அவரால் நிமிர முடியவில்லை. அவளைப் பிடித்த கரங்கள் பிடித்தபடியே இருந்தன. அவன் பிடித்த கரங்களை அவள் பிடித்துக்கொண்டிருந்தாள். கொடிக்குக் கொம்பு பாரமாகி, பிறகு கொம்புக்கும் கொடி பாரமான கதையானார் அவர். அவரால் பேசமுடியவில்லை. பேச வேண்டுமென்றால் வாய் திறக்க வேண்டுமே, நா சுழல வேண்டுமே.

தூரத்திலிருந்து ஒரு ஓலக்குரல் கேட்டது. அக்குரல் அகமெம்னானைத் திடுக்கிட வைத்தது. 'எங்கேயோ கேட்ட குரல் அல்லவா இது...! அவரது காதிற்குள், நாவிற்குள், நாசிக்குள் புழங்கிய குரல்....' ஆம் அவரது இல்லத்தாளின் குரல். மெனிஸ்ட்ரா, என் மெனிஸ்ட்ரா. அவள் பின்னே, மற்றொரு குரல். என் மகள். 'என் சிறிய தந்தையாரே...' ஓடிவந்தாள் அனன்யா.

ஒருவர் பின் ஒருவரென பந்தங்கள். பரிந்த சொந்தங்கள். அகமெம்னான் திடுக்கிட்டார். ஊர்வாய் பேசிக்கொள்வதைப்போல மெனிலாஸ் இறந்துதான் போயிருப்பாரோ, நினைவு அறுந்திருக்குமோ...?

ஓடி வந்தாள் மெனிஸ்ட்ரா. வந்தவள் கணவன் மீது சரிந்து தன் தங்கை ஹெலனை அள்ளினாள். நெஞ்சில் முகம் பதித்து குலுங்கினாள். 'என் இரத்தமே, மணியிடைப்பவளமே, ஏனடி நீ இப்படி இருக்கிறாய்...? வேரறுந்த கீரையாக, சிறகு ஒடிந்த தேனீயாக,..'

ஹெலனால் ஒன்றும் பேச முடியவில்லை. கண்ணீரால் கன்னம் கரைய இடிந்து போய் உட்கார்ந்திருந்தாள். நாசிக்குள் நுழைந்து நாசி வழியே வெளியேற வேண்டிய மூச்சு நாசி வழி நுழைந்து வாய் வழியே வெளியேறியது.

அகமெம்னான் எழுந்தார். இரு பெண்களையும் ஒரு சேர அள்ளினார். ஏன் நீங்கள் அழுகிறீர்கள்...? நீங்கள் அழுவதைப்பார்த்தால்,..? ஒரு வேளை மெனிலாஸ் இதைக் கேட்டால்...? ' என்றதும் கதறிக்கொண்டிருந்த இரு பெண்களும் வாயடைத்து நின்றார்கள். அவளது வாயை இவளும், இவளது வாயை அவளும் பொத்திக் கொண்டு கண்ணீரை மட்டும் வடித்துக்

கொண்டு ஒருவரையொருவர் தழுவி, சாய்ந்து கொண்டு இருந்தார்கள். சாய்ந்த சடுதியில் இருவரும் மயக்கத்தில் ஆழ்ந்து போனார்கள்.

மருத்துவமனை திரும்பவும் பரபரப்பிற்கு உள்ளானது. வாசலுக்கு வெளியே மக்கள் முண்டியடித்தார்கள். ஒருவரையொருவர் தள்ளிக் கொண்டு நெறித்தார்கள். குதிரையில் வந்தார் ஒரு வாலிபன். வந்த வேகத்தில் அப்பல்லோ வாயில் காப்போன் முன் போய் நின்றார்.

'மெனிலாஸைப் பார்க்க வேணும்...' உரிமைக்குரல் உதடுகளில் தெறித்தது.

'நீ யார்...?'

'நான் மெனிலாஸின் மகன்...'

அவரது குரல் அகமெம்னான் காதிற்குள் சுடர் போல் விழுந்தது. அவனை நோக்கி ஓடினார் அகமெம்னான். அவரது கரத்தைப் பற்ற நெருங்கினார். அவருக்குள் யாரோ எச்சரிப்பதைப்போலிருந்தது. மெல்ல அவனிடமிருந்து விலகினார்.

எனக்கென்று யாருமில்லை. எனக்குப் பிறகு வாரிசு என்று எவருமில்லை. அப்படியாகத்தான் மெனிலாஸ் சொல்லிக்கொண்டு வந்தார். அவரால் காட்டப்படாத ஒருவனை கைப் பிடித்தால், அவனை அணைத்தால் அவன்தான் வாரிசு என ஏற்பதாகி விடுமே..? இவன் எம் குடும்பத்திற்குக் கிடைத்த சதியோ, விதியோ...? தூர விலகினார் அகமெம்னான்.

வாலிபனின் கேள்விக்கு வாயிற்காப்போனால் ஒன்றும் சொல்ல முடியவில்லை. எச்சிலை மட்டுமே விழுங்க முடிந்தது. கதவை இறுக அடைத்து உட்புறமாக ஆப்பு வைத்து விட்டு உள்ளே ஓடினான். போன வேகத்தில் திரும்பி வந்தான்.

'மெனிலாஸ்க்கென்று வாரிசு யாருமில்லை...'

வாலிபன், 'என் தந்தை மெனிலாஸ் சொன்னாரா...?'

'இல்லை, மெனிலாஸின் தளபதி மன்னராயன் சொன்னார்...'

வாலிபன் அதற்கு மேல் ஒன்றும் பேசவில்லை. என் தந்தையின் உயிருக்கு மட்டும் ஏதேனும் நடக்கட்டும், பிறகு பார்த்துக்கொள்கிறேன், என்பதைப்போலப் பார்வையால் மிரட்டி அவ்விடம் விட்டு நகர்ந்தார்.

அகமெம்னான் கவனம் ஹெலன் மீது சென்றது. இவன்தான் மெனிலாஸ்க்கு வாரிசு என்றால் ஹெலனுக்குத் தெரிந்திருக்க வேணுமே. பெற்றவளுக்கு மகனைத் தெரியாமல் இருக்குமா...? அவளை நோக்கி ஓடினார்.

ஹெலன் வாயிற்காப்பாளனை நோக்கி வந்தாள். எதிரே வந்த வாலிபன் அவளது பார்வையில் குறுக்கிட்டான். அவனைப் பார்க்கையில் அவளது கண்கள் கலங்கின. கண்களுக்குள் ஒரு விதத் துடிப்பு. சேயைத் தேடும் தாயின் தவிப்பு. அவளது உதடுகளுக்குக் கச்சிதமாகப் பொருந்தும் கன்னமாக அவனது கன்னம் இருந்தது. இவளுக்குத் துடித்த அதே இமை துடிப்பு அவனுக்குள்ளும் துடித்தது. வாலிபன் ஒரு சலனமுமில்லாமல் வெறுமென நின்று கொண்டிருந்தான்.

'யார் இவன்...?' அவளுக்குள் அவன்.

'இவள் யார்...?' அவனுக்குள் இவள்.

அகமெம்னான் பெருமூச்சு வாங்கினார். பெரும் பிழையொன்றை செய்ய இருந்தோமே,.. எச்சிலை விழுங்கினார்.

ஹெலன் பின்பக்கமாக மெல்லத் திரும்பி அந்த வாலிபனைப் பார்த்தாள். அவனைப் பார்த்தபடியே வாயிற்காவலனிடம் கேட்டாள். 'மெனிலாஸின் மனைவி நான். என் கணவரை நான் பார்க்க வேண்டும்...'

'இப்பொழுது யாரும் அவரைப் பார்க்க இயலாது...'

'யார் உத்தரவு இது...?'

'மருத்துவனின் உத்தரவு....'

'அப்படியானால் நான் மருத்துவனைப் பார்க்க வேணும்...'

'மருத்துவனைப் பார்க்க இயலாது...'

'ஏன்...?'

'மருத்துவன் மன்னருக்குச் சிகிச்சை கொடுத்துக்கொண்டிருக்கிறான்...'

'சிகிச்சை எப்பொழுது முடியும்...?'

'அது தளபதி மன்னராயனுக்கு மட்டுமே தெரியும்...'

'அப்படியானால் நான் மன்னராயனைப் பார்க்க வேணும்...'

'இப்பொழுது அதுவும் இயலாது...'

‘காரணம்...?’

‘அவர் பெரிதே பெரிதென ஒரு வேலையில் இருக்கிறார்.’

‘மன்னர் சிகிச்சையில் இருக்க, தளபதிக்கு என்ன பெரிதென வேலை...?’

வாயிற்காப்போன் அகமெம்னானையும், ஹெலனையும் அழைத்துக்கொண்டு பின்பக்கமாகச் சென்றார். காலதர் திரைச்சீலையை விலக்கிப் பார்த்தார். மன்னராயனும் ஹெர்குலஸூம் சதுரங்கம் விளையாடிக் கொண்டிருந்தார்கள். மன்னராயன் ஒரு காயை இழந்து ஒரு காயை சதுரங்க விதிக்கு மாறாக நகர்த்திக் கொண்டிருந்தார். அந்த நகர்த்தல் இருவரையும் திடுக்கிட வைத்தது.

48

மெனிலாஸ்

மரணக்கட்டிலில் கிடக்கையில் தளபதி சதுரங்கம் விளையாடுவதா...? என்னே கொடுமை இது!

ஹெலன், மன்னராயன் ஆடிய விளையாட்டைப் பார்க்கவில்லை. அவன் ஆரோகணித்து வீற்றிருக்கும் குதிரையைப் பார்த்தாள். அவளுக்கு அதிர்ச்சியாக இருந்தது. இடபுளன் குதிரையில் அவன் வீற்றிருப்பதும், அவனது கால் அசைவிற்கு ஏற்ப குதிரை அசைவதும், நடப்பதும், விரைவதுமான காட்சியைப் பார்க்க அவளுக்கு நெஞ்சடைத்தது.

இடபுளன் எத்தகைய குதிரை. மெனிலாஸை மட்டுமே தன் முதுகில் ஏற்றிய குதிரை. அவரது பிட்டம் சூட்டில் பறந்த குதிரை எப்படித் தளபதி சூழ்ச்சிக்கு அடி பணிந்தது! மன்னரை ஏற்றிய அதே முதுகில் தளபதியை ஏற்றியது. தந்திரவாதிகள் தளபதிக்கு விலைபோகலாம். இடபுளன் எப்படி விலை போனது. முதுகெலும்பு இருந்தும் இல்லாத ஊர்வன போலல்லவா அது ஆகிவிட்டது. வெட்கிப் புழுங்கினாள்.

மெனிலாஸ்க்குப் பணிவிடை செய்த அத்தனை ஆடவர்களும் மன்னராயன் பக்கமாக வந்திருந்தார்கள். அவன் இருமினால் தண்ணீர் கொடுக்க, வெண்சாமரம் வீச என இருந்தார்கள்.

மெனிலாஸ்க்குப் பிடித்தமான ஒன்று அவரது காலில் விழுவதும், வணங்குவதும், தொழுவதும்தான். அதையே மன்னராயனும் விரும்பியிருந்தான். தன் காலில் விழும் தலைகளை தன் கைகளால் தடவிக் கொடுத்தான்.

'இடபுளன்...' என உரக்க அழைத்தாள் ஹெலன். அழைத்தவளின் வாயை இறுகப் பொத்தினான் அகமெம்னான். 'அய்யோ, பாருங்கள்! என்னவரின் குதிரை இப்படியாகவா மண் குதிரையாக வேண்டும்,....'

அகமெம்னான் அவளைக் குலுக்கினார். 'என் உடன்பிறப்பின் இணையே, குதிரை அல்ல முக்கியம். மன்னராயன் நகர்த்தும் சதுரங்க காய்களே முக்கியம். அதைப் பாரும்...' ஹெலன் தலையில் கை வைத்திருந்த கையை எடுத்து ஆட்டத்தினைப் பார்த்தாள். மன்னராயன் இராணியைப் பறிகொடுத்தும் கொண்டாட்டத்துடன் விளையாடிக்கொண்டிருந்தான். மன்னராயனுக்கு எதிர் முகப்பில் நின்று விளையாடியவன் ஹெர்குலஸாக இருந்தான்.

இடபுளன் மாறலாம்.., மன்னராயன் மாறலாம்..., ஹெர்குலஸ் எப்படி மாறினான். நாளைக்கு நூறு முறை 'மன்னா, என் மன்னா,. மன்னர்மன்னா..' என அழைத்துத் திரிந்தவன் அல்லவா அவன். மன்னர் முகத்தைப் பார்க்காமல், அவரது காலில் விழுந்து எழாமல் அவனது ஒவ்வொரு நாளும் விடிந்ததில்லையே, விடிந்து கழிந்ததில்லையே. மெனிலாஸ், தன் அமைச்சரவையில் நம்பிய ஒற்றை பிம்பம் அவன் ஒருவனைத்தான். அவனுக்கு அருகிலேயே வைத்திருந்தான். அவனும் மன்னராயனிடம் விலைபோனது அவளுக்குள் சித்தம் கலைந்து தலைக்குப் பித்தம் ஏறியது. என்ன சித்தம் இது. இதைப் பார்க்கவா நான் ஓடோடி வந்தேன். நான் காண்பது காட்சிதானா..? கண்ணீர் சிந்தினாள்.

சதுரங்க தரையில் மன்னராயனின் ஒரு கோட்டைக்கு நேராக ஹெர்குலஸின் ஒரு கோட்டை இருந்தது. அதை இப்பொழுது மன்னராயன் நகர்த்த வேண்டும். நகர்த்தி கோட்டையை வெட்ட வேண்டும். இது ஒன்றே தேர்ந்த ஆட்டக்காரனின் உத்தியாக இருக்க முடியும். ஆனால் அதை அவன் நகர்த்தாமல் ஒரு சிப்பாயை எடுத்து ஒரு கட்டம் முன் நகர்த்தினான்.

ஹெலனுக்கு வியப்பாக இருந்தது. என்ன ஆட்டம் இது....? அகமெம்னானை அவள் திரும்பிப்பார்த்தாள். அகமெம்னான் 'இது வெறும் ஆட்டமல்ல. ஆர்கோ தேசத்தைக் கைப்பற்றத் துடிக்கும் சூட்சமம். மீதி ஆட்டத்தைப் பொறுத்திருந்து பாரும்...' என்பதைப்போலக் கண்களால் சாந்தப்படுத்தினார்.

ஹெர்குலஸ் தன் மந்திரியை குறுக்குவாக்கில் நகர்த்தினான். மன்னராயன் அவனிடமிருக்கும் ஒற்றைச் சிப்பாயை முன் நகர்த்தினான். ஹெலன், அகமெம்னான் இருவருக்கும் மன்னராயனின் சூழ்ச்சி என்னவென்று தெரிய வந்தது. மன்னராயனின் நோக்கம் சதுரங்கத்தில் ராஜாவைக் காப்பது அல்ல. எதிரியின் காய்களுக்குப் பறிக்கொடுக்காமல் மீட்பது அல்ல, தன்னிடமிருக்கும் ஒரு சிப்பாயைக் கொண்டு சகல அதிகாரமும் படைத்த இராணியாக மாற்றுவதும் அதன் வழியே தான் இராணியாக மாறுவது.

சதுரங்கம் விளையாடுகையில் ஒன்றை மனதில் நிறுத்திக்கொண்டு காய்களை நகர்த்தவேண்டும். எதிரணியின் காய்களை வெட்டுவதை விடவும் முக்கியம் தன் காய்களை எதிராளியிடமிருந்து காப்பது. ஆனால் மன்னராயனின் காய் நகர்த்தல் அப்படியாக

இருந்திருக்கவில்லை. சூழ்ச்சியின் மொத்த உருவகமாக அவனது காய் நகர்த்தல் இருந்தது.

ஹெர்குலஸ் நேர்த்தியாகக் காய்களை நகர்த்திக்கொண்டிருந்தான். அவன் அடுத்தடுத்த நகர்வில் மன்னராயன் நகர்த்தியிருந்த அந்த ஒற்றைச் சிப்பாயைச் சுற்றி காய்களைக் குவித்தான். அதிலொரு காயை வெட்டி மேலும் ஒரு கட்டம் முன்னேறினான். இன்னும் இரண்டு நகர்வுதான். ஒரு சிப்பாய் இராணியாகி விடும். அவனது மொத்தப் பார்வையும் இராணியாகப் போகும் அந்த ஒற்றைச் சிப்பாய் மீதே இருந்தது. அச்சிப்பாயை அவன் தன் ராஜா மற்றும் ஒரு கோட்டையைக் கொண்டு அரணாகக் காத்தான். என்ன வேடிக்கை இது! இராஜாவிற்காகத்தான் சிப்பாய்கள். ஆனால் இங்கே, சிப்பாய்க்காக இராஜா. பதட்டத்தில் இருந்த அவளுக்குச் சிரிப்பு வந்தது.

ஹெர்குலஸ் நகர்த்திய அடுத்த நகர்தலுக்குப்பிறகு மன்னராயனுக்கு ஒரு வாய்ப்பு வந்தது. ஹெர்குலஸின் ராஜாவை மன்னராயன் மறித்துக்கட்டும் வாய்ப்பு அது. அப்படியாக மறித்துவிட்டால் ஆட்டம் முடிவிற்கு வந்து விடும். ஆனால் மன்னராயன் அதைச் செய்யவில்லை. அவன் தன் சிப்பாயை மேலும் ஒரு கட்டம் நகர்த்தினான். என்ன விலை கொடுத்தேனும் இச்சிப்பாயை நான் காப்பேன்....என்பதைப்போல தரையை ஒரு முறை ஓங்கி அறைந்து ‘இச்சிப்பாயை நான் இராணியாக்கிக் காட்டுவேன்...’ எனச் சபதம் எடுத்தான்.

அவன் எடுத்த சபதத்தால் ஹெர்குலஸ் மிரண்டு போனான். அப்பொழுது எழுந்த புழுதியால் அவனது கண்கள் கட்டிக்கொண்டன. எழுந்த புழுதி அடங்குவதற்குச் சில மணி நேரங்கள் பிடித்தன. புழுதி அடங்கியதும் ஹெர்குலஸ் தன் காய்களைப் பார்த்தான். காய்கள் கட்டங்களில் மாறிப் போயிருந்தன.

என்னே கொடுமை இது! நிறுத்திய காய் நிறுத்திய இடத்தில் இல்லாத பொழுது எப்படியாம் ஆட்டத்தைத் தொடர்வது...? எழுந்துவிட முனைந்தான் ஹெர்குலஸ். அப்பொழுதும் ஆட்டத்தை மாற்றி அமைக்கும் படியான நகர்த்தும் வாய்ப்பு அவனுக்குக் கிடைத்திருந்தது. அவன் ஒரு மந்திரியை எடுத்து அடுத்த நகர்வில் அச்சிப்பாயை வெட்டி விடும்படியாக முன்கட்டத்தில் நிறுத்தினான். அந்நகர்வு மன்னராயனுக்கு கோபத்தை மூட்டியது. இராணியை வெட்டி எடுக்கையில் கூட அப்படியான கோபம் அவனது

முகத்தில்லை. அக்கோபத்தைத் தணிக்கும் பொருட்டு தன் சிப்பாய் கொண்டு ஹெர்குலஸின் ஒரு மந்திரியை வெட்டினான்.

ஆட்டம் தவறு. ஆனாலும் தொடர்வதாக இருந்தது. ஆட்டத்தின் வேகம் மேலும் வேகமும் சூடும் பிடித்தது. அப்பல்லோ பணியாளர்கள் அத்தனை பேரும் மன்னராயன் பக்கமாக ஒதுங்கினார்கள். அவன் நகர்த்தும் ஒவ்வொரு நகர்விற்கும் கைக்கொட்டி ஆலாபனை செய்தார்கள்.

ஹெர்குலஸ் யாரையும் நிமிர்ந்து பார்க்கவில்லை. யாரையும் அவன் சட்டை செய்யவில்லை. இரு கண்களால் அறுபத்து நான்கு கட்டங்களையும் பார்த்தான். தியானம் செய்வதைப் போல உட்கார்ந்தான். அவன் ஆட்டத்தில் வெற்றி பெற பல வழிகள் இருந்தன. அவன் வெற்றி பெறுவதைக் காட்டிலும் மன்னராயனின் அந்தவொரு சிப்பாயை வெட்டி விட வேண்டும் என்பதிலேயே குறியாக இருந்தான்.

மன்னராயன் , அந்த ஒற்றைச் சிப்பாயை மேலும் ஒரு கட்டம் முன்னோக்கி நகர்ந்தினான். இன்னும் ஒரே ஒரு கட்டம்தான். நகர்த்தினால் சிப்பாய் இராணியாகிவிடும். இராணி ஆவது சிப்பாயா?, தான் அல்லவா! மனதிற்குள் நினைக்கையில் அவனுக்குள் மகுடம் முளைத்தது.

இப்பொழுது, மன்னராயனை வீழ்த்த ஹெர்குலஸ்க்கு இரண்டு வாய்ப்புகள் கிடைத்திருந்தன. ஒன்று அவனிடமிருக்கும் கோட்டையை வைத்து அந்த ஒற்றைச் சிப்பாயை வெட்டுவது. மற்றொன்று தன் சிப்பாயை மேலும் ஒரு கட்டம் முன் நகர்த்தி ராஜாவிற்கு செக் வைப்பது. இவ்விரண்டில் எதை செய்யலாம்..? நீண்ட நேரம் யோசித்தான். இரண்டில் எதை செய்தால் மன்னராயனின் பேராட்டம் அடங்கும், அவனது முகத்தைப் பார்த்தான்.

மன்னராயனின் மொத்தப் பார்வையும் அந்த ஒற்றைச் சிப்பாய் மீதே இருந்தது. அவனுடைய முகம் பார்க்க முன்னே விடவும் விகற்பமாக இருந்தது. அந்த ஒரு சிப்பாய்க்காக நான் எதையும் செய்வேன்....என்கிற சவடால் அவனது முகத்தில் இருந்தது. அந்த ஒற்றைச் சிப்பாயை ஒரு கட்டம் முன் நகர்ந்தினால் போதும். அச்சிப்பாய் இராணியாகிவிடும். இராணியாவது சிப்பாயா, அவன் அல்லவா!. அதை நினைக்கையில் ஹெர்குலஸ் பதட்டமானான். இப்பொழுதே இவனது ஆட்டம் பேராட்டமாக இருக்கிறது. வெறும் விளையாட்டுதான் என்றாலும் நடுங்கும்படியாகச் செய்கிறான்.

இதில் வேறு சிப்பாய், இராணியாகிவிட்டால் அவ்வளவே தான்!

இராணி என்றால் சொல்லவா வேணும். இராணி எத்தனை கட்டம் வேண்டுமானாலும் பாயும். தாவும் , குதிக்கும்... அது பாயும் அத்தனை சிப்பாய் கட்டங்களும் பயந்து பதுங்கும். இச்சிப்பாய் சிப்பாயாக இருக்கும் வரைக்கும்தான் நான் ஹெர்குலஸாக இருக்க முடியும். ஆர்கோ அமைச்சரவையின் மூத்த அமைச்சனாக வலம் வர முடியும். ஒருவேளை சிப்பாய் இராணியாகிவிட்டால் எனக்கும் என் பதவிக்கும் என் ஆட்டத்திற்கும் சுழியம்தான்.

இரண்டில் ஒன்றை அவசர முடிவாக எடுத்தான் ஹெர்குலஸ். ராணியாகப்போகும் அந்த ஒற்றைச் சிப்பாய் பற்றி அவன் கவலைப்படவில்லை. ஆட்டம் நீடித்தால்தானே சிப்பாய் இராணியாகும். மகுடம் சூடும். அதற்கு ஏன் இடம் கொடுப்பானேன். தன் சிப்பாய் கொண்டு வெள்ளை ராஜாவிற்கு முற்று வைத்தான்.

மன்னராயனுக்குப் பின் நின்ற அத்தனை பேரும் நெற்றியைச் சுழித்தார்கள். மன்னராயனின் தோளினைப்பற்றி குலுக்கினார்கள். மன்னராயன் ராஜாவைக் காப்பாற்றிக்கொள்ளும் பொருட்டு ராஜாவை முன் பின் நகர்த்த வேண்டும். அப்படி நகர்த்தினால் மட்டுமே சதுரங்க சாம்ராஜ்ஜியத்தை தன் வசம் வைத்துக்கொள்ள முடியும். அப்படி நகர்த்துவதற்கான காலிக்கட்டங்கள் அறவே இல்லாமல் இருந்தன. வலது பக்கமாக ஒரு கட்டம் நகர்த்தலாம். ஆனால் அதற்கு நேராக கறுப்புக் கோட்டை இருந்தது. முன் பின் வெள்ளை ராஜா நகர வாய்ப்பில்லை. ஆட்டம் இத்துடன் முடிவுக்கு வந்திருந்தது. ஆனால் மன்னராயன் ராஜாவைச் சற்றும் பொருட்படுத்தாமல் அந்த ஒரு சிப்பாயை மேலும் ஒரு கட்டம் முன் நகர்த்தி சிப்பாயை இராணியாக்கினான்.

என்ன வேடிக்கை இது! பந்து போல எழுந்தான் ஹெர்குலஸ். பகல் கொள்ளை இது! கொள்ளை அல்ல. கொலை. மன்னராயன் ஹெர்குலஸின் கரத்தை இறுகப்பிடித்தான். 'மீதி ஆட்டத்தை ஆடி முடித்து விட்டு நகரும்' என்றான்.

'தலையே போனதற்குப்பிறகு கவசமா...? இதய நாளம் அறுந்த பிறகு இதயத் துடிப்பா...? தளபதியாரே, என்ன கூத்து இது. மூத்த அமைச்சர் என்று பாராமல் என் கரத்தைப் பிடிப்பதும் இறுக்குவதும்,...? விளையாட்டில் விலை இருக்கலாம். வினை இருத்தல் ஆகாது!'

‘மன்னராயன் வாழ்க... மன்னராயன் வாழ்க...’ சிப்பாய்கள் சூழ்ந்து நின்று குரல் கொடுத்தார்கள். மகுடத்தை எடுத்து மன்னராயன் தலையில் சூட்டினார்கள். மகுடத்தைச் சூடிக்கொண்ட மன்னராயன் சொன்னான் ‘நான் நினைத்தால் இப்பொழுது உன் இராஜாவை வீழ்த்த முடியும்...’

ஹெர்குலஸ் ‘அதற்கு முன்பே உன் ராஜாவை நான் வீழ்த்தி விட்டேன்...’

‘இப்பொழுது என் இராணிக்கு நேராக உன் இராஜா இருக்கிறான். பாரும்....’

சதுரங்க ராஜா இடத்தில் தன் மன்னர் மெனிலாஸை வைத்துப் பார்த்தான். தான் துணிவதைக் காட்டிலும் ராஜாவை மீட்பதே உத்தமம் என நினைத்தான்.

‘நான் என்ன செய்ய வேண்டும்..?.’

சபாஷ் ! தட்டிக்கொண்டு எழுந்தான் மன்னராயன். அவனது காதிற்குள் முணுமுணுத்தான். அவனது சாட்டைக்குச் சுற்றும் பம்பரம் போல ஹெர்குலஸ் ஆகிவிட்டிருந்தான். மன்னராயன் சொற்படி, மருத்துவ குடில் வெளிக்கு வந்தான். அவனைக் கண்டதும் அகமெம்னான், ஹெலன், அனன்யா, மெனிஸ்ட்ரா, மெனிலாஸின் மகன் தானெனச் சொல்லிக்கொண்டிருக்கும் வாலிபன் , அவர்கள் சூழ வந்த சிப்பாய்கள், தளபதிகள்,....எனப் பலரும் சூழ்ந்து நின்றார்கள்.

ஹெர்குலஸ் மக்களைப் பார்த்துச் சொன்னான் ‘மக்களே, மன்னர் குறித்துக் கவலைப்படுவதற்கென்று ஒன்றுமில்லை. நம் மன்னர் மெனிலாஸ் நலமுடன் இருக்கிறார். அவர் என்னிடம் மக்கள் குறித்தும் அவர்களின் நலம் குறித்தும் விசாரித்தார். இரண்டு சுட்ட ரொட்டிகள் ஆகாரமாக எடுத்துக்கொண்டார். இன்னும் இரண்டொரு நாளில் வேறொரு குடிலுக்கு மாற இருக்கிறார். அதன் பிறகு மக்கள் முன் தோன்றுவார், கைக்காட்டுவார்...’

அகமெம்னான் பேரதிர்ச்சியில் ஆழ்ந்தார். அவரைத் தவிர மற்றவர்கள் துள்ளிக்குதித்தார்கள். கைக்கொட்டி ஆமோதித்தார்கள். ஹெலன் சிரித்தாள். வாலிபன் குதித்தான்....

அப்பல்லோ பின்வாசல் மறுகொண்டாட்டத்திற்குத் தயாரானது.

மெனிலாஸ்

மக்கள் முன் தோன்றவிருக்கிறார் என்கிற செய்தி பரவியதும் மக்கள் மறுகொண்டாட்டத்திற்குத் தயாரானார்கள். தெருவெங்கும் அன்னதானம். காணிக்கை. ஒருவன் மன்னனுக்காகத் தன் முடியைக் கொடுத்தான். இன்னொருவன் பெண்ணுக்கு நிகராக வளர்த்திருந்த கூந்தலைக் கொடுத்தான். மற்றொருவன் விரலைக் கொடுத்தான். இவர்கள் என்ன கொடுக்கிறார்கள், நான் கொடுக்கிறேன் பார், என ஒருவன் பலி பீடத்தில் தன் தலையைக் கொடுத்தான்.

தன் கணவனுக்காக உயிரையும் கொடுக்கும் மக்களைப் பார்க்கையில் ஹெலனுக்கு ஆனந்த அழுகை வந்தது. மனதிற்குள் எண்ணக் கடல் குளிர்ந்தது. விரைந்து சுழலும் பூமிப்பந்து மேலும் வேகமாகச் சுழல வேண்டிக் கொண்டாள். எப்பொழுது, இந்நாள் முடியும். முடிந்து மெனிலாஸைக் காணப் போகும் நாளாக எப்பொழுது விடியும். என் கணவன் மன்னனாக மக்கள் முன் தோன்றி விரல்களை அசைக்கும் காட்சியை எப்பொழுது நான் பார்ப்பது,...? அப்பொழுதின் பக்கம் தலையை வைத்துக் கிழக்கைப் பார்த்திருந்தாள். மருத்துவ குடிலுக்கும் வெளியே பெரிய மரத்தடி. அதன் வேரில் அகமெம்னான், மெனிஸ்ட்ரா, அனன்யா, ஹெலன், வாலிபன் ஐவரும் உட்கார்ந்திருந்தார்கள்.

அகமெம்னான், மெனிலாஸ் குறித்து ஹெலனிடம் வெளிப்படையாக பேச வேண்டுமென நினைத்தார். மன்னர் என்பவருக்கு வெளிப்படைத் தன்மை இருக்க வேண்டும். அப்படியாக இல்லாதவரின் அந்திமக்காலம் இப்படியாகத்தான் முடியும்...என்பதை மனதில் நிறுத்திக்கொண்டு பேசத் தொடங்கினார் அகமெம்னான்.

‘தேவியே, மெனிலாஸின் கடைசி மூன்று திங்களில் நடந்தேறிய நடப்புகள் யாவும் மர்மமாகவே இருக்கின்றன. உன்னை அவன் கடைசியாக எப்பொழுது சந்தித்தான், எத்தனை முறை சந்தித்தான். எங்கெங்கு சந்தித்தான்...?’ எனக் கேட்டு நிறுத்தினார் அகமெம்னான்.

அச்சந்திப்பை எப்படி மறக்க முடியும், மறக்க முடிந்த நினைவுகளா அவை. கணவனை நினைக்கையில் அவளது கன்னத்திசுக்கள் துடித்தன.

50

ஹெலன்

சிறைக் கூண்டிற்குள் இருந்தாள். போர் முடிந்து ஓடி வந்தார் மெனிலாஸ். கணவனைக் கண்ட களிப்பால் அவளது கையில் கால் முளைத்தது. விரல்களில் பூ முளைத்தது. ஓடி வந்தவர் முகத்தைப்பார்த்து, கழுத்தைப்பார்த்து, மார்பைப்பார்த்து அக மகிழ்ந்தார். வயிற்றைப்பார்க்கையில் நொறுங்கிப்போனார். 'மடமயிலே, வாழ்க்கை இனி உண்டோ? புலனில் வாழ்க்கை இனி உண்டோ? நம்மிலந்த வாழ்க்கை இனி உண்டோ...?'

'என் உதாரனே, என் உயிரில் கலந்தவனே, ஏன் உன் நா இப்படி குழறுகிறது...? பல திங்கள் கழிந்து உன்னை நான் காணுகிறேன். கழிவிறக்கம் கொள்ளும் முன் இரங்கற்பா அல்லவா பாடுகிறாய்...'

'பதுமையே, கண்களில் தூக்கம் சுமக்கலாம், மார்பில் துயரம் தாங்கலாம், வாயில் அழுகை ஏற்கலாம், வயிற்றில் பசியை சுமக்கலாம், ஆனால் நீ...?'

'ஆனால் நான்..?'

'வயிற்றில் கருவை அல்லவா சுமந்திருக்கிறாய்...'

' உன்னைக் கண்ட போதினிலே, என் உள்ளத்தில் ஊறிய உணர்ச்சிகள் யாவும் உன் வார்த்தையால் உலர்ந்து உருண்டு, எருவாக அல்லவா ஆகிவிட்டன. என் உதாரனே, என்ன சொல்ல வருகிறீர்...?'

'சுமக்கும் கரு யாருடையது எனக் கேட்கிறேன்..'

ஹெலன் மார்பிற்குள் இடி இறங்கியது. இல்லை. இடிக்குள் இவள் இறங்கினாள். மின்னலைத் திசைகள் தாங்கும். தேகம் தாங்குமா...? விரைந்து சுழலும் அவளது பூமிப் பந்து நின்றது. கண்கள் தடாகத்திற்குள் மிதந்தன. உடம்பால் ஒடிந்தாள். நினைவுகள் நொய்ந்தன. கனவுகள் , கணவன் மீது கட்டிய கற்பனைகள் யாவும் நொய்ந்தன. அவளது கூண்டு நொய்ந்தது. கதவு குலைந்தது. அவளது உடல், உயிர், உள்ளம்...அத்தனையும் குழைந்தன.

'என்ன சொன்னீர்கள்...?' பற்கள் நற, நறத்தன.

'வயிற்றில் வளரும் குழந்தை....' அதற்கு மேல் கேட்க முடியாமல் இல்லை. கேட்க வேண்டியதில்லை.

'கரு யாருடைய வித்து எனக் கேட்கிறீர்...?'

மெனிலாஸ் தலையாட்டினார். அவரா ஆட்டினார். அவருக்குளிருந்த ஆண்மை ஆட்டியது. அவருக்குள் முளைத்திருந்த ஆணவம் ஆட்டியது.

'என் கணவனே, சந்தேகத்தைக் காட்டிலும் பெரும் நெருப்பு வேறில்லை. கோடை வெயிலை விடவும் உக்கிரமாகத் தகிக்கிறது உன் சந்தேகம் ..'

'பெண்ணே, என் கேள்வி எப்படி சந்தேகமாகும்?'

'பேரன்பு கொண்டோரே, பெரியோரே, என் பெற்ற தாய்மாரே, என்னவன் என்னிடம் கேட்ட கேள்வியைக் கேட்டீரா, பிறப்பில் பெண்ணான நான் இதை நான் கேட்கத்தான் வேண்டுமா, இதற்குத்தான் ஒன்றிற்கு இரண்டு காதுகளா?'

மெனிலாஸ் உரத்த குரலால் அதட்டினார். 'அடியே பெண்ணே, உன்னை என் திருவிழியால் காணுகிறேன். திருவிழாக் கோலம் பேணுகிறேன். இருளை ஒதுக்கி ஒளியைப் பெறுகிறேன். இன்னலெலாம் தவிர்க்கிறேன். களிகொள்கிறேன். குளிர்கிறேன். அகமும் புறமும் அன்புள்ளம் பூணுகிறேன். அதுவும் முற்றி ஆகாயம் அளவில் காதல் கொள்கிறேன். மனைவி என்னும் என் பால் நுரையே, குல விளக்கே, என்ன கேட்டு விட்டேனென இப்படித் துடிக்கிறாய், ஊர் உலகை விளிக்கிறாய், பெண் என்றால் பேயும் இரங்குகையில் என் கேள்வியால் என்ன குற்றம் கண்டாய் நீ...?'

'அடேய், என்ன வார்த்தை சொன்னாய், ஆண் என்கிற அகங்காரம்தானே உன்னை இப்படியாக அகவ வைக்கிறது. ஒன்று சொல்கிறேன் கேள். உன் போன்ற ஆண் மீசையால் பெண்களை அள்ளி வரலாம். மஞ்சத்தில் அள்ளி முடியலாம். அரண்மனையில், ஆகாயத்தில், ஆகாயத்திற்கு அடுத்த வீட்டில் குடி வைக்கலாம், அவளது உடையில், இடையில், மடியில் கரைந்து காலம் கழியலாம். அவளிடமிருந்து ஒரே ஒரு,... ஒரு... ஒரு முத்தம் பெற வேண்டுமென்றால் ஆடவனே நீ , நீர் போல நிறமற்று இருக்க வேண்டும். பெண்ணவள் அகத்தில் முழு கொள்ளளவையும் எட்ட வேண்டும். முகத்தில், அகத்தில் காமமற்று காதலனாகத் தெரிய வேண்டும்...'

'என் திருவிழியாளே, என் ஒற்றைக் கேள்விக்கு உன் சுருக்கமான பதில் என்ன...?'

'என்ன உன் கேள்வி..?'

‘உன் குழந்தைக்குத் தந்தை யார்...?’

‘சாதுரியச் சொல்லைச் சாம்பல் போல வீசுகிறாய். கண்கண்டு கொஞ்சவரும் மனைவியை சந்தேகப் பிணமாக்கி அதில் அண்டிப் பிழைக்க நினைக்கிறாய், சொல்கிறேன், உன் கேள்விக்குப் பதிலைச் சொல்ல வேண்டிய இடத்தில் நான். கேட்கும் இடத்தில் நீ.

என் கனவோடை நிலங்கிழிக்க, நான் பிறந்த அரண்மனை முற்றத்தில் என்னை அணைத்தது யார்..? , என் மனவிலங்கு உனக்காக வாழ்ந்திருக்க, என்னை உன் கண்விலங்கால் கவர்ந்து சென்றது யாருடைய கண்...?, என் பாழ் உடலை அணைத்து பால் உடலாக்கிய தேகம் யாருடைய தேகம்..?, என்னை மொத்தமாக அள்ளியது யார் கை, அள்ளி மெத்தையில் உருட்டியது எவர் கை...?, என்னை மசக்கையில் தள்ளியது யார் இரத்தம்...? மசக்கை நோய்க்கு நான் ஆட்பட்டு நான் கருங்கல்லையும், மண்ணையும் அள்ளித் தின்னுகையில் என் கையைத் தடுத்தது யார் கை...? , என் இதழோடு இதழ் வைத்து மசக்கையைத் தணிக்க எச்சிலோடு எச்சிலைக் கலந்தது யார் இதழ்...?, மஞ்சத்தில் உருட்டியது யார்..? என் வாயில், வயிற்றில் மஞ்சளைத் தடவியது எவர்...?, நான் அருந்தும் பாலில் குங்குமப்பூ கலந்தது எப்பால்...? , எத்தனை மாதம் எனக் கேட்டதும், எப்பொழுது வளைகாப்பு இடலாம் எனக் கணித்ததும் யார் விரல்...?, இத்தனையும் செய்தவன் எவனோ, அவனே என் கணவன், அவனே என் குழந்தைக்குத் தலைவன்...’

மெனிலாஸ் ஆ...வென வாய்ப்பிளந்து நின்றார். பிளந்த வாயை மூடாமல் மேலும் சொற்களைப் பிளந்தார். ‘அமுதவல்லியே, குழந்தைக்குத் தந்தை நானென்று நான் அறிவேன், நீ அறிவாய், நாம் அறிவோம். ஊர் அறியுமா, ஊர் சூழ்ந்த உலகு அறியுமா...?’

‘ஊரின் வாய் உலகளவு. அவ்வாயை அடைக்க நான் என்ன செய்ய வேணும்...?’

‘மெனிலாஸின் மனைவி ஹெலன் சந்தேகத்திற்கு அப்பாற்பட்டவளென நிரூபிக்க வேண்டும்...’

‘ஆம், நிரூபிக்கிறேன்...’

‘எப்படி...?’

‘உன் முகச்சாயலில் குழந்தையைப் பெற்று ஊரின் வாய்க்குக் கொடுக்கிறேன்..’

மெனிலாஸ் அவளது கரத்தை இறுகப் பற்றினார். அவளது நெற்றியில் முத்தம் சிந்தினார்.

'நிலவே, வாரும் கிளம்பலாம்...'

ஹெலன் தயங்கினாள். 'நிறைமாதம் எனக்கு. சூட்டு வலி தணிந்து பிரசவ வலி தலையெடுக்கிறது. விடிவதற்குள் குழந்தை பிறந்துவிடும். பிறந்த குழந்தையை நான் சுமக்க, என்னை நீ சுமக்க , நடந்தாய் வாழி ஆர்கோவென நம் தேசம் நோக்கிக் கிளம்புவோம்...'

'விடியும் இரவு, என் மானம் முடியும் இரவு. இன்றே, இக்கணமே, இவ்விடத்தை விட்டு வாரும். இருவரும் ஒன்றெனக் கிளம்புவோம்...'

'என்ன சொல்கிறீர்.?'

'நடையாய் நடப்போம், குழந்தை பிறக்குமிடத்தில் நிற்போம். பிறந்த இடத்தில் குழந்தையைப் புதைத்து அப்பழுக்கற்று அன்னநடையிடுவோம்...'

'அய்யகோ, என்னே கொடுமை!. பதந்திரு இரண்டு மாறிப் பழி மிகுந்து இழிவுற்றேன். எனக்கா இக்கொடுமை...' திறந்திருந்த கதவை ஓங்கி அறைந்தாள். கூண்டிற்குள் கிளியென அவள். கூண்டிற்கு வெளியே இவர்.

நடந்ததைச் சொல்லி நிறுத்தினாள் ஹெலன். அதைக் கேட்ட அத்தனைப் பேரும் விதிர்விதிர்த்து நின்றார்கள்.

மறுநாள் பொழுது விடிந்தது. அவளுக்குப் பிரசவ வலி எடுத்தது. மெனிலாஸ், மூலிகைகளைப் பறித்து வந்து அதைச்சாறாகப் பிழிந்து அவளுக்குக் கொடுத்தார். பிரசவ தாய் மயக்கத்தின் ஆழத்திற்கு சென்றாள். அவரே அவளுக்குப் பிரசவம் பார்த்தார்.

மயக்கம் தெளிந்து எழுந்தாள் ஹெலன். அவளுக்குப் பிரசவ வலியுடன், சூட்டு வலியும் தணிந்திருந்தது. அகம் மலர்ந்தாள். புறம் தடவினாள். வயிற்றில் குழந்தை இல்லை.

'எங்கே என் இரத்தம், எங்கே என் இதயம்? என் உதட்டிற்கு ஒத்த என் குழந்தை எங்கே? கூண்டிற்குள், உள்ளே, வெளியே தேடினாள்.

'அய்யகோ...! குழந்தை...?' மெனிஸ்ட்ரா துடிக்கக் கேட்டாள்.

'எங்கே என் குழந்தை...?' பரிதவிக்க கேட்டாள் ஹெலன். மெனிலாஸ் ஒரு பதட்டமுமில்லாமல் சொன்னான் 'என் நிலவே, குழந்தை இறந்து விட்டது'

'என்னே!'

'குழந்தை இறந்து விட்டது'

'இருக்காது. உன் சொல். உன் மனதின் கல். அதோ அந்த முயல் குட்டியைப் பாரும்! , எத்தனை சிறியது. அதற்குள்ளே கை, கால், வாய், வயிறு எல்லா அவயங்களும் கணக்காக இருக்கிறது. அதன் உறுப்புகள் எல்லாம் நேராகவே தொழில் செய்கின்றன. உண்ணுகிறது, உறங்குகிறது, ஓடுகிறது, தன் தாயைத் தேடுகிறது. அப்படியாகவே என் குழந்தை. நான் என் குழந்தையைத் தேடுவதற்கு முன்னே அக்குழந்தை என்னைத் தேடியிருக்கும். சொல்லும். எங்கே நம் குழந்தை...?. அவனை நீ எங்கே மறைத்து வைத்திருக்கிறாய்...?'

'என்னது, நம் குழந்தையா...?'

'சரி, என் குழந்தை...'

'சற்று முன்தானே சொன்னேன். குழந்தை இறந்து விட்டது என்று...'

'இறந்த குழந்தை எங்கே...?'

' அடக்கம் செய்தாகி விட்டது...'

'அடக்கம் அமரருள் உய்க்கும் என்பது இதுதானா... ? எண் திசைகளுக்கும் காது இருக்கிறதா, இவன் சொல்வது கேட்கிறதா...?' ஓலமிட்டாள் ஹெலன்.

'தாயே, இறந்த குழந்தையைத் தாய் பார்ப்பது ஒரு வகைப் பாவம்...'

'பிறந்த குழந்தையை தாயிடமிருந்து மறைப்பது அதை விடப் பாவம்...'

'மார்பில் பால் கட்டிக்கொள்ளும் தாயே...'

'என் மார்பிலிருந்து பால் வடிவதைப்பாரும். எங்கோ, என் குழந்தை அழுதுக்கொண்டிருக்கிறது. அழும் குரலைக் கேட்டு என் மார்பு பால் சுரக்கிறது....'

'சரி, வாரும் கிளம்பலாம்...'

'நீ கிளம்பலாம்...'

'நீ...?'

'இனி நான்..'

முகத்தைத் திருப்பிக்கொண்டாள் ஹெலன். அவளது கண்களில் குடம், குடமாகக் கண்ணீர்.

மெனிஸ்ட்ரா குறுக்கிட்டு பரிதவிக்கக் கேட்டாள். 'அதற்குப் பிறகு அவர் எப்பொழுது உன்னைச் சந்தித்தார்...?'

‘வருடத்திற்கு ஒரு முறை தவறாது வருவார். எங்கோ உயிருடனிருக்கும் குழந்தையை இறந்து விட்டதாகச் சொல்லி என்னை ஆர்கோ தேசத்திற்கு அழைப்பார். என்னை அழைக்க வருகையில் பாரிஸ் மீது போர் தொடுப்பார். ஒவ்வொரு போரிலும் அவர் வெற்றி வாகை சூடுவார்...’

‘எத்தனை முறை உன்னை அவர் சந்தித்திருக்கிறார்...?’

‘ பதினைந்து முறை இருக்கும்...’

‘ உன் குழந்தை குறித்து ஏதேனும் ஒரு நற்செய்தி...?’

‘எங்கேயோ இருக்கிறான் என்பது ஒன்றே இப்போதைய செய்தி....’

‘கடைசியாக உன்னை அவர் சந்தித்தது...?’

‘இரண்டு திங்களுக்கு முன்பு...’

‘அப்பொழுது அவர் அவிழ்த்த செய்தி...?’

‘பாரிஸ் மீது உக்கிரப் போர் தொடுக்கப்போகிறேன்...’

‘அது என்னது உக்கிரப்போர். வழக்கமான போர் தானே...?’

‘இதுநாள் வரை பாரிஸ் மீது நான் தொடுத்தது பெண்ணுக்கான போர். இம்முறை நான் தொடுக்க இருப்பது மண்ணுக்கான போர்...’

‘ஏன் இப்போர்...?’

‘இப்போரில் வென்று, நீ அடைபட்டிருக்கும் இடத்தைக் கவர்ந்து இம்மண்ணை என் மண்ணுடன் சேர்க்க இருக்கிறேன்...’

‘சேர்த்து...?’

‘உன்னுடன் செம்புலப் பெயல் நீர் போலக் கலக்க இருக்கிறேன்...’

சொன்னவன் நிற்கவில்லை. திரும்பிப் பார்க்கவில்லை.

‘அதற்குப் பிறகு இருவருக்கும் போர் நடந்ததை நான் அறிந்தேன். ஆனால் போரில் என்ன நடந்தது என்பதை நான் அறியேன்...’ என நிறுத்தினாள் ஹெலன்.

சூறாவளி, புயல்காற்று, வெப்பக்காற்று, கடல் காற்று நான்கும் ஒரு சேர திரண்டு வீசி ஓய்ந்ததைப் போன்ற நிசப்தம். கண நேரம் பேரமைதி. இதயத் துடிப்பு ஏறி இறங்குகிறது.

‘உங்கள் இருவருக்குமிடையே நடந்தேறிய கடைசி சந்திப்பு என்ன..? ’ ஹெலன் அகமெம்னானைப் பார்த்துக் கேட்டாள். அவர் தொண்டையைக் கனைத்துக்கொண்டு உரைக்கத் தொடங்கினார்.

51

மெனிலாஸ்

தனி ஒருவனாக மைசின் கோட்டையை மிதித்திருந்தார். கோட்டை வாயிலை நெருங்கியதும் அண்ணன் அகமெம்னான் முகத்தைப் பார்த்து 'ஓர் உதவி அண்ணா...' எனக் கேட்டிருந்தார். அவர் கேட்ட தொனியும், வார்த்தைகளில் இருந்த கரகரப்பும் அவர் மீது கட்டுக்கடங்காத இரக்கத்தை வர வைத்தது.

பெண் துணை இல்லாத அவரின் முகம் பார்க்க சாயம் இழந்திருந்தது. கை, கால்கள் படபடப்பதாக இருந்தன. உதவி எனக் கேட்டதும் வாரிச் சுருட்டி எழுந்தார் அகமெம்னான். அவர் ஆடாவிட்டாலும் அவரது தசை ஆடியது. ஓடி வந்து தம்பியைக் கட்டி இறுக அணைத்தார். 'என் உடன்பிறப்பே, என்ன உதவி...?' அணைப்பை விலக்கி, கைகள் இறுக கேட்டார்.

'அண்ணா, டிரோஜன் தேசத்தின் மீது படையெடுக்க இருக்கிறேன்...'

அகமெம்னான் சிரித்தார். அதே நேரம் காரணம் புரியாமல் விழித்தார். இனியும் படையெடுக்க அந்நாட்டில் என்ன இருக்கிறது...? இதுநாள் வரைக்கும் பதினைந்து முறை படையெடுத்திருக்கிறாய். உன் ஒட்டகங்களையும், குதிரையும் அவிழ்த்துவிட்டால் டிரோஜன் தேசத்திற்குள் நுழைந்து சாணமிடும் அளவிற்குப் அவை பரிச்சயமாகி விட்டன. இரு நாடுகளுக்கிடையில் ஒற்றையடிப் பாதையென்று ஒன்றில்லை. படை மேல் படை சென்று, ஒற்றையடி வண்டித் தடமான பிறகு அது தேர்த்தடமாகி இன்றைக்கு அது புற்கள் முளைக்காத பாலைத் தடமாகிவிட்டது. இன்னுமா அந்நாட்டின் மீது நீ போர் தொடுக்க வேண்டும்...? செத்த பாம்பை அடிக்க , படை எதற்கு..?'

'அண்ணா, இம்முறை நான் படையெடுத்துச் செல்வது என் துணையாளை மீட்டுவர அல்ல. அழைத்தால் அவள் வரக்கூடியவளும் அல்ல. என் கெஞ்சலும், குலாவுதலும் அவள் முன் வீண் என்றாகி விட்டது. அவளிருக்கும் நிலத்தை டிரோஜன் தேசத்திடமிருந்து கைப்பற்றி என் தேசத்தின் நீள, அகலத்தை விரிவாக்க இருக்கிறேன். அதற்கு இடையூறாக பாரிஸ் வந்தால் அவனது தலையைக் கொய்யவுமிருக்கிறேன்...'

அகமெம்னான் 'திடுக்'கிட்டார். 'என் உடன்பிறப்பே, முந்தைய போர் பெண்ணுக்கானது. காரணமிருந்தது. இப்பொழுது நீ எடுப்பது மண்ணுக்கான போர். எதைக் கொண்டு காரணம் முடிப்பது...?'

'அண்ணா, இப்போர் எனக்குத் தேவையானதாக இருக்கிறது...'

'இப்போரில் மண்ணாசை இருக்கிறதே...'

'அம்மண்ணில்தான் என் மனைவியின் கூடு இருக்கிறது.'

'என் உடன்பிறப்பே, பிறர் மனையாள் மீது காதல் கொள்வது மட்டும் பாவமன்று. பிறர் மண் மீது ஆசைகொள்வதும் பாவம்தான்'

'அண்ணா, என் மனையாளை அவன் ஆநிரை கொண்டான். பல மாதங்கள் போர் புரிந்து என் மனையாளைக் கண்டேன். கண்டும் அவளை நான் என் தேசத்திற்குள் அழைத்து வர முடிந்ததா என்றால் இல்லை. நான் இத்தனை ஆண்டுகள் மனைவியைப் பிரிந்து வாழ்வதற்குக் காரணம் அவன்தான். அவன் மீதான கோபம் எனக்குள் ஆறாத வடுவாக இருக்கிறது. என் கோபம் தணிய ஒரே வழி அவனது நிலத்தைப் பறிப்பதுதான்...'

'சகோதரனே, இந்த யாமப் பொழுதில் உன் புத்தி ஏன் இப்படித் தாண்டவமாட வேண்டும்...?'

மெனிலாஸ் சட்டென எழுந்தார். புத்தி என்கிற சொல் அவரைச் சீண்டியிருக்க வேண்டும். 'அண்ணா, என் படை வீரர்கள் சோர்ந்து போயிருக்கிறார்கள். அவர்களுக்குச் சுறுசுறுப்பூட்ட வேண்டும். கருவிகள் துருப்பிடிக்கத் தொடங்கியிருக்கின்றன. அவற்றுக்கு கூர்தீட்ட வேண்டும். அதன் பொருட்டே நான் போர் தொடுக்கிறேன். அதற்கு என் படையுடன் உன் படை சங்கமிக்க வேண்டும்...'

'மண் ஆசை வேண்டாம் என்கிறேன் நான்'

'மன்னனின் வேலை மண் கவர்தலும்தான் என்கிறேன் நான்'

'இன்னொரு படையெடுப்பு வேண்டாம்..'

'இதுதான் கடைசிப் படையெடுப்பு . இதற்கு மேல் ஒரு படையெடுப்பு அவன் மீது மாட்டேன்...'

'தோற்றவன் மீண்டும், மீண்டும் தோற்க மாட்டான்'

'வெற்றிகொண்டவன் வேலிக்குள் ஒடுங்கமாட்டான்'

'மனதை ஒரு முறை நன்கு உழுது கொள் தம்பி'

'அண்ணா... இது உழும் நேரமன்று. அறுவடை நேரம்'

'என்ன சொல்ல வருகிறாய் உடன்பிறப்பே...'

‘போருக்குச் சென்று வெற்றி எட்டி வருகிறேன் சகோதரரே’

அகமெம்னான் எழுந்தார். சகோதரனை ஆரத்தழுவினார். அவருக்குப் பலமாக தன் படைகளை அனுப்பினார்.

‘சென்று வாரும் தம்பியே.. ’

‘வென்று வாரும் என வாழ்த்தி அனுப்பேன் அண்ணா’

‘வென்றும் வாரும் ’

படை வீறு கொண்டு எழுந்தது. கொட்டிலிலிருந்து குதிரையின் குளம்படி கிளம்பியது. சிப்பாய்கள் முழங்கினார்கள். ‘மெனிலாஸ்.... வாழ்க’

‘மெனிலாஸ் புகழ் ஓங்குக’

‘வெற்றி எட்டும் நமதே’

‘எட்டுத்திசைகளும் நமதே’

படைகள்கண்ணுக்கு எட்டிய தூரத்தில் மறைகையில், மெனிலாஸ் கடைசியாக ஒரு முறை திரும்பிப் பார்த்தார். அதுதான் அவருக்கும் எனக்குமான கடைசிப்பந்தம். இப்பந்தத்தை மீண்டும் உயிர்ப்பிக்க உலக வாய் பேசும் வதந்திகளை உடைத்து அவன் உயிர்பெற்று வந்தால்தான் உண்டு...’ கண் கலங்கி நின்றார் அகமெம்னான்.

52

அப்லாஸ்

மெனிலாஸின் மகன். அவனைத் தன் மடியில் கிடத்திக் கொண்டு அவனது தலை முடியைக் கோதி விட்டபடி கதைத்துக் கொண்டிருந்தார்.

'மகனே, தாய் இல்லாத பிள்ளை நீ. உன் அறிவுக்கும், ஆற்றலுக்கும், ஆணழகிற்கும் உன்னை மகனாக ஏற்க எத்தனையோ தாய்கள் ஆசைப்படுவார்கள். அவர்களின் வலையில் நீ சிக்கிவிடுதல் கூடாது. நான்தான் உன் தாயென்று மடி ஏந்துவர் சிலர்...! யாரையும் நீ நம்பாதே. உன் தாய், உன்னைப் பிரசவிக்கையில் இறந்துவிட்டாள். இவ்வுலகின் அத்தனை பெண்களும் உன் தாய்தான். அவர்களை நீ அப்படியாகவே பாவிக்க வேண்டும்....'

மகன் எழுந்து தந்தையின் முகத்தைப் பார்த்தான். கன்னங்களை வருடிக்கொடுத்தான். 'மகனே, உனக்கென்று இனி யாருமில்லை. நான் கூட நிரந்தரமற்றவனே...'

'தந்தையாரே...!' விளித்தான் மகன்.

'ஆம் மகனே, நானொரு மன்னன். எந்நேரத்திலும் எனக்கு மரணம் நிகழக்கூடும். ஆக, உன்னிடம் சில விடயங்களை மனத் திறந்து பேசலாமென்று இருக்கிறேன்....'

'சொல்லுங்கள் தந்தையாரே..'

'நீ மன்னனின் மகன் என்பதை மனதில் கொண்டு வாழாதே. அது பெருமையும் அன்று. நீயொரு மருத்துவக்குடியின் மிச்சம். உலகப் பிணிகளை மூலிகைகளால் தணித்த மருத்துவனின் பேரன் என்கிற ஒன்றே உன் அடையாளம்...'

'தந்தையாரே, மன்னனை விடவும் மருத்துவன் உயர்வானவனா...?'

'கிடையாது. ஆனால்,இனி வரும் காலங்களில் மருத்துவர்களே உலகை ஆள்வார்கள். மக்கள் அவர்களின் காலில் விழுந்து கிடப்பார்கள். உன் பாட்டன் அச்சிறப்பிற்கு உரியவன்..'

'எப்படிச் சொல்கிறீர்கள் தந்தையாரே...?'

' மூன் , என்றொரு மன்னன். அவனுக்கு அரிப்பு நோய் இருந்தது. அந்நோயைத் தணித்துக் கொள்ள அவன் பலரையும் அரண்மனைக்கு வர வைத்தான். ஆனால் உன் பாட்டன் மன்னனையே தன் இடம் நோக்கி வர வைத்தவன்...'

‘ஓ, அத்தகையவரா அவர்!’

‘உன் பாட்டன், சாதாரணமானவன் அல்ல. மந்திரங்களே, நோய்க்கும், நோய் தணிப்பிற்கும் காரணம் என்கிற பரப்புரையை தன் மருத்துவத்தால் முறியடித்தவன். அதன் நீட்சிதான் நம் மருத்துவக்குடி அழிப்பு . மருத்துவக்குடிகள் இனி உரோமம் மட்டுமே மழிக்க வேண்டும் என்பதும், உரோமத்தை விற்று வயிற்றைக் கழுவிக்கொள்ள வேண்டும் என்பதும் அதன் நீட்சிதான்...’

‘தந்தையாரே, நீயோ மன்னன். நமக்கான அரண்மனை எங்கே..?, கோட்டை, கொத்தளங்கள் எங்கே...?’

‘மகனே, நாட்டிற்குள் எழுப்பப் பட்டிருக்கின்ற கட்டிடங்கள் யாவும் வெறும் மணல் முட்டுகளே. சுட்ட கற்களில் சுடாத பசையை சேர்த்து எழுப்பிய கோபுரங்கள் அவ்வளவே, இவ்வனம்தான் உன் அரண்மனை. சுற்றிலும் நெஞ்சு நிமிர்த்திருக்கின்ற மலைகள் உன் கோட்டைகள்...வனத்தில், மலையில் முளைத்திருக்கின்ற மூலிகைகள் உன் பணியாட்கள்...’

‘உனக்குப் பின் நான் மன்னன் அல்லவா,..’

‘இல்லை, எனக்குப் பிறகு யார் வாரிசு என்பதைக் காலம் முடிவு செய்துகொள்ளும். நீயோ, அழிக்கப்பட்ட மருத்துவக்குடியின் ஒற்றை வாரிசு...’

‘மருத்துவம் அத்தனை பெரியதா...?’

‘மகனே, சொல்கிறேன் மனதில் நிறுத்திக்கொள். ஆதிக்கக் குடிகள் அவரவர் வாரிசை மருத்துவராக்கத் துடிப்பார்கள். அதற்காக என்ன விலையேனும் கொடுப்பார்கள். அதற்காகப் பல தேர்வுகள் நடத்துவார்கள். முடிந்தால் அவர்களின் சிரசத்தைக் கூட கேட்பார்கள். எத்தகைய தேர்வுகள் நடத்தினாலும், அத்தனையிலும் நீ தேர்வாகி வெற்றி வாகை சூட வேண்டும்...’

‘தந்தையாரே, மருத்துவத்தின் மீது ஏன் அவர்களுக்கு அப்படியொரு ஈர்ப்பு...’

‘காரணம், மருத்துவத்தில் மட்டும்தான், எவ்வளவு சொத்து வேண்டுமானாலும் தருகிறேன். என் பிள்ளையை எப்படியேனும் காப்பாற்றி விடுங்கள், என்கிற கெஞ்சல் பிறக்கிறது...’

‘ஓ! பிள்ளைகளுக்காகப் பெற்றோர்கள் சொத்துகளை இழப்பார்களா...?’

‘குழந்தையின் உயிரைப் பணயமாக வைத்து, மருத்துவத்தால் யார் சொத்தையும் எளிதில் அபகரித்து விட முடியும்...’

‘எப்படி முடியும்..?’

‘உதாரணம் சொல்கிறேன். நலமுடன் இருக்கிற ஒருவனை இறந்து விட்டானென அவனது சிறுநீரகம், கண், கல்லீரல், கணையம், இதயத்தைத் திருடி விற்று விட முடியும்...’

‘ஓ, இறையே! என்ன சொல்கிறீர்கள்...?’

‘மருத்துவர்களால் மட்டுமே மூளை சாவைக் கொண்டாட முடியும்...’

‘கொடுமைதான் தந்தையே!’

‘குழந்தை பிறக்காத தாய்களுக்கு தன் மருத்துவத்தால் குழந்தை கொடுக்க முடியும். கருவுற்ற தாயின் கருவை அழிக்கவும் முடியும்...’

‘ஏன் கருவை அழிக்க வேணும்...?’

‘சில நாடுகளுக்குப் பெண் குழந்தைகள் அதிகமாகத் தேவைப்படும். அங்கே ஆண்குழந்தைகளைக் கருவில் கண்டறிந்து அழித்துவிடுவார்கள். சில நாடுகளுக்கு ஆண் குழந்தைகள் தேவைப்படும். அங்கு பெண் குழந்தைகள் என்று தெரிந்தால் அழித்துவிடச் செய்வார்கள்...’

‘பாவம்தான்...!’

‘மருத்துவத்தில் பாவம் புண்ணியம் என்று இரண்டு கிடையாது. பணம், இல்லையேல் பிணம். அவ்வளவே தான்...’

‘பணத்திற்காக மருத்துவர்கள் எதையும் செய்வார்களா...?’

‘நிச்சயமாக, இறந்தவனை ஒரு மாதம் மருத்துவக்குடியில் வைத்துக் கொண்டு உயிருடன் இருக்கிறான் எனக் காலம் கடத்துவார்கள். அவர்களின் செல்வத்தைத் தட்டிப்பறிப்பார்கள். இருப்பவன் வசதியற்றவன் என்றால் உயிரிருந்தாலும் இறந்துவிட்டான் என்று துணியில் கட்டி வெளியில் தள்ளுவார்கள்...’

‘மருத்துவர்கள் பொய் சொல்வார்களா...?’

‘மகனே, மருத்துவன் ஒன்றும் இறை அல்ல. ஆனால் எதிர்காலத்தில் அவன் ஒருவனே இறை என்று உலக வாய் சொல்லும். உலகில் பொய் சொல்லாத ஒன்று என்ன தெரியுமா...?’

‘என்ன தந்தையே...?’

‘பிரேதம்தான்...’

‘மருத்துவம் என்பது புனிதமான பணி அல்லவா...?’

‘மருத்துவம் புனிதமானது. ஆனால் மருத்துவர்கள் புனிதமானவர்கள் அல்ல...’

‘என்ன தந்தையாரே, குழப்புகிறீர்கள்.....’

‘சொல்கிறேன் மகனே, மருத்துவர் பால்வினை நோயொன்றை உருவாக்கி அதை மக்களிடம் பரவச் செய்வார்கள். பிறகு அதைத் தணிக்க மருந்து கண்டுபிடிக்கிறேன் என்று காலம் கடத்துவார்கள். நல்ல விலை நிர்ணயிக்கப்படும் பொழுது அதை வெளி உலகத்திற்குத் தெரிவிப்பார்கள். அதையும் யாரோ ஒருவனிடம் அதன் உரிமையை விற்றுவிடுவார்கள்...’

‘தந்தையே, இவ்வளவும் நடக்கக் கூடுமா...!’

‘இது மட்டுமன்று. எதிர்காலத்தில் இதயநோயும், சிறுநீரக நோயுமே பிரதான நோய்களாக இருக்கும்...’

‘ அதன் மாற்று...?’

‘இதய தசைக்கு மாற்றுத் தசை கண்டுபிடிப்பார்கள். அதை மூன்று ரகத்தில் சந்தையில் விற்பார்கள்...’

‘ஏன் தந்தையாரே, மூன்று ரகம்...’

‘ஒவ்வொரு ரகத்திற்கும் ஒவ்வொரு விலை...’

‘முதல் ரகம்தானே மருத்துவத்திற்கு ஏற்றது..’

‘ஆமாம், ஆனால் முதல் ரகத்திற்கான விலையைப் பெற்றுகொண்டு மூன்றாம் ரக தசையை இதயத்தில் பொருத்துவார்கள்...’

‘மக்கள் கண்டறிந்து விட்டால்...?’

‘மருத்துவஅறிவு மக்களுக்கு இல்லாமல் பார்த்துக்கொள்வதுதானே ஆட்சியாளர்களின் வேலை...’

‘பிறகு தந்தையே...?’

‘நம் தேசத்தில் விளையும் துளசி, வேம்பு, தூதுவளையை அதிகார வர்க்கம் காப்பீடு பெறும். அதிலிருந்து ஏழை, எளிய நாடுகள் மருந்து கண்டறிந்தால் அதன் மீது போர்தொடுக்கும்...’

‘மருத்துவத்திற்காகப் போரா...?’

‘எதிர்காலத்தில் போரினை நடத்துவது மருத்துவம்தான்...’

‘ஏன்...?’

‘உயர்குடி மக்களுக்கு சிறுநீரகம், கண், இதயம்,... மொத்தமாகத் தேவைப்பட்டால் ஒரு நாட்டின் மீது போர்தொடுத்து மக்களை மூளைச்சாவிற்கு கொண்டுசென்று அவர்களிடமிருந்து புலன்களைத் திருடி உயர்குடி மக்களுக்குப் பொருத்தும்...’

‘தந்தையாரே, இதையெல்லாம் கட்டுப்படுத்த மன்னர்கள் முயற்சி செய்யமாட்டார்களா...?’

‘மாட்டார்கள்! மன்னர்கள் அவர்களின் பெயரில் பத்து மருத்துவக் குடில்கள் வைத்திருப்பார்கள்...’

‘கிராமத்தவர்கள் பாவம், அவர்கள் என்ன செய்வார்கள்...?’

‘உலகின் அப்பாவிகள் அவர்கள்தான். மருத்துவம் என்பது அவர்களிடமிருந்துதான் தொடங்கியது. ஆனால் எதிர்காலத்தில் அவர்களுக்குச் சேவை செய்வதை மருத்துவர்கள் துஷ்டமாக நினைப்பார்கள்...’

‘மருத்துவர்கள் இரக்கமிக்கவர்கள் தானே...?’

‘ஆம், யாருக்கு இரக்கமானவர்கள் என்பது முக்கியம்..’

‘புரியவில்லை தந்தையே’

‘புரியும்படியாகச் சொல்கிறேன். ஒரு குழந்தை அழுதுகொண்டு பிறக்க வேண்டும். அப்படியாகப் பிறந்தால் தாய் சிரிப்பாள். அவருடன் சேர்ந்து மருத்துவரும் சிரிக்க வேண்டும். ஒரு குழந்தை ஆழாமல் பிறந்தால் தாய் அழுவாள். அவருடன் சேர்ந்து மருத்துவர் அழ வேண்டும். அழ வேண்டிய இடத்தில் சிரிக்கவும், சிரிக்க வேண்டிய இடத்தில் அழவும் செய்யும் மருத்துவர்கள் இரக்கமற்றவர்கள்...’

‘அவர்களால் எப்படி அப்படியாக அழவும், சிரிக்கவும் முடியும்...?’

‘ ஒரு குழந்தை ஒற்றை சிறுநீரகத்துடன் பிறந்து விட்டால் , வாழ்நாட்கள் முழுவதும் அக்குழந்தை மருத்துவனுக்கு நோயாளி அல்லவா! ’

‘தந்தையே, அப்படியானால் நான் மருத்துவனாகி விடுகிறேனே....’

மெனிலாஸ் தன் மகனைத் தூக்கிக்கொஞ்சினார். நெற்றியில் முத்தம் கொடுத்தார். ‘என் விருப்பமும் அதுதான் மகனே, நீ மருத்துவனாகி....’ தந்தையின் வாயை அடைத்தான் மகன்..‘மிச்சத்தை நான் சொல்லி முடிக்கிறேன் தந்தையே...’

‘ஆம், சொல்லும் மகனே...’

‘மருத்துவம் குலத் தொழிலாகவோ, குடித் தொழிலாகவோ மாறாமல் தேசம் முழுவதும் பரவலாக்குவேன்...’

மெனிலாஸ் வியப்புற்றார். மகனை மேலும் இறுக அணைத்தார். மெனிலாஸ் மகனைத் தன் தோளில் கிடத்திக்கொண்டு குதித்தார். வனத்தை ஒரு சுற்று வந்தார்.

‘தந்தையே, எனக்கொரு சந்தேகம்...?’

‘ஆம், கேளும்...!’

‘எனக்கு ஏன் , அப்லாஸ் எனப் பெயர் சூட்டியிருக்கிறீர்கள்...?’

‘உன் பாட்டனின் பெயரையும், உன் தந்தையான எனது பெயரையும் புனைந்து உனக்கு நான் அப்படியான பெயரைச் சூட்டியிருக்கிறேன்...’

‘அப்படியென்றால், உங்கள் பெயர் மெனிலாஸ். என் பாட்டன் பெயரென்ன...?’

‘அதை நீதான் கண்டறிய வேண்டும். வேர்களைத் தேடுவதுதானே மருத்துவனின் வேலை...’

‘விரைந்து கண்டுபிடிக்கிறேன் தந்தையே..’ என்றவன் தந்தையின் தோளை இறுகப் பற்றினான்.

மெனிலாஸ்

இறந்துவிட்டார், அதிகாரப்பூர்வமாக அறிவித்தான் பாரிஸ். இறந்து விட்டார் என்றா அறிவித்தான். அவனை தான் வதம் செய்து விட்டேனெனக் கொக்கரித்தான்.

யார் இறப்பை யார் அறிவிப்பது...? ஆர்கோ மக்கள் கொதித்தார்கள். கொதித்துக் கண்ணீருக்குள் குதித்தார்கள். டிரோஜன் தேசத்திற்கு ஆட்படாத இரட்டைத் தேசம் ஆர்கோ மற்றும் மைசின். இரண்டில் ஒன்று டிரோஜன் மன்னனின் கைப்பந்தாகி விட்டிருந்தது. மைசின் என்னாகுமோ...? பகை மறந்து ஆர்கோ மக்கள், மைசின் மீது நட்பு கொண்டார்கள்.

ஆர்கோ தேசத்தின் மூக்குக்கயிறு பாரிஸ் கைக்குச் சென்றிருந்தது. மெனிலாஸ் வீழ்ந்த கையோடு ஆர்கோ சிம்மாசனத்தில் ஒரு பொம்மையை உட்கார வைத்தான் பாரிஸ். அவனது சாட்டைக்குச் சுற்றும் சரியான பம்பரம் ஆர்கோ அமைச்சரவையின் மூத்த அமைச்சர் ஹெர்குலஸ்.

ஆர்கோ தேசத்தின் அடுத்த மன்னனாகிவிட வேண்டும் என்கிற நோக்கில் சதுரங்க காய்களை நகர்த்திக் கொண்டிருந்த மன்னராயனுக்கு ஏமாற்றமே மிஞ்சியது.

அப்பல்லோ மருத்துவசாலை கலவரத்திற்குள்ளானது.

'நம் மன்னர் மெனிலாஸ் கண்திறந்து பார்த்தார், ஓலைச்சுவடிகளைப் படித்தார், இரண்டு ரொட்டிகள் உண்டார், நல்ல உடல் நலத்துடன் இருக்கிறார், ஓரிரு நாட்களில் கோட்டைக்குத் திரும்புவார்...' என்கிற அறிவிப்புகள் என்னவாகி விட்டன. அத்தனையும் கண்ணீர் மேல் எழுத்துத்தானா...? மெய்யில் பொய்யைத் தரிக்கலாம். பொய்யில் வதந்தியைத் தரித்தால் எப்படியாம்...? இத்தனை நாள் அறிவிப்புகள் காதினில் பூச்சுற்றும் வேலை அல்ல. தேசத்தின் கழுத்தினில் கயிறு சுற்றிய வேலை. மக்கள் நெருப்பாய் எழுந்தார்கள். எழுந்தவர்கள் கண்ணீரால் அணைந்தார்கள்.

தன் உடனான மெனிலாஸின் கடைசி அனுபவத்தைப் பகிர்ந்து கொண்ட களைப்பில் ஆழ்ந்திருந்தான் வாலிபன் அப்லாஸ். அவன் தன் தாயென்று தெரியாத தாயின் மடியில் தலை வைத்து உறங்கிக் கொண்டிருந்தான்.

தன் கணவன் இறந்துவிட்ட செய்தி காதினில் விழுந்ததும் அலையாய் எழுந்தாள் ஹெலன். அலையோடு அலையானாள். உருண்டாள். புரண்டாள்...

மைசின் மன்னர் அகமெம்னான் இரங்கல் செய்தியை மடலாகக் கொடுத்துவிட்டு கண்ணீர் சிந்த நின்றார். மெனிஸ்ட்ரா, அவளது மகள் அனன்யா இருவரும் ஒருவரையொருவர் கட்டித் தழுவி பொதும்பினார்கள்.. அப்லாஸ் , என்ன செய்வதன்று தெரியாமல், நடக்கும் நடப்புகள் புரியாமல் கண்களைக் கண்ணீரால் கரைத்தான்.

மன்னராயன் வாசலுக்கு வெளியே வந்தான். மக்களைப் பார்த்து கை அசைத்தான். 'மக்களே, நம்புங்கள், மெனிலாஸ் இறக்கவில்லை. உயிரோடுதான் இருக்கிறார்...'

மக்கள் சாந்தமானார்கள். கொடிக்கம்பத்திலிருந்து இறக்கிய கொடியை மேலே ஏற்றினார்கள். அழுதுகொண்டிருந்த மக்கள் சிரித்தார்கள். ஹெலனின் கதறிய வாய் கதறிய படியே இருந்தது. சற்று நேரம்தான். மக்கள் மத்தியில் மறுவதந்தி எழுந்தது. 'மெனிலாஸ் இறந்து பல நாட்களாகி விட்டன...' ஏறிய கொடி திரும்பவும் இறங்கியது. இறங்கிய மக்களின் கதறல் திரும்பவும் ஏறியது.

அப்பல்லோ மருத்துவ குடிலுக்குள் உள்ளே, வெளியே உட்கார்ந்திருந்தவர்கள் அவசரமாக வெளியேற்றப்பட்டார்கள். 'அய்யோ, நான் அவருடைய மனைவி ஹெலன்...' கழுத்தைப் பிடித்து வெளியே தள்ளப்பட்டாள். 'நான் அவருடைய மகன் அப்லாஸ்...' அவன் தூக்கி எறியப்பட்டான். 'நான் மைசின் தேசத்து மன்னர்' அப்புறப்படுத்தப்பட்டார்.

அப்பல்லோ மருத்துவசாலை வெறிச்சோடியது. அப்பல்லோ மருத்துவக் குடிலிலிருந்து ஒரு மருத்துவர் வெளியில் வந்தார். ஆட்கள் இல்லாத திடலைப் பார்த்து ஓர் அறிவிப்பு செய்தார். 'மெனிலாஸ், டிரோஜன் தேசத்து மன்னன் பாரிஸ் உடனான போரில் பலத்த காயம் பெற்றிருந்தார். அவர் மருத்துவசாலைக்கு கொண்டு வரப்படுகையில் தன்னிலை மறந்திருந்தார். நீண்ட நாட்கள் சிகிச்சை அளித்தோம். உடல்நலம் தேறி வந்த அவர் சற்று முன் இறந்து போனார்...' என்றார்.

மக்கள் 'அய்யகோ...' எனக் கதறினார்கள். கோழியை இழந்த குஞ்சுகளைப் போலப் பரிதவித்தார்கள். மன்னர் உடல் ஆர்கோ அரண்மனைக்கு கொண்டு செல்லப்பட்டது. அங்கு மன்னருக்குரிய மரியாதைகள் செய்யப்பட்டு ஆர்கோ கோட்டையில் ஒரு மணி நேர இரங்கலுக்கு வைக்கப்பட்டது. ஒரு நாள் முழுக்க வைக்கலாமே, ஒரு

வார காலத்திற்கு, மரியாதை செலுத்தலாமே, ஏன் இந்த அவசரம்...?

மக்கள் புலம்பினார்கள். மன்னனுக்கு மரியாதை செலுத்த கோட்டைக்குள் எல்லோராலும் நுழைய முடிந்திருக்கவில்லை. நுழைந்தவர்களால் மன்னனை நெருங்க முடியவில்லை. நெருங்கியவர்கள் மன்னனின் முகத்தைப் பார்க்க முடியவில்லை.

மெனிலாஸின் சிறப்பு அவனது கால்கள் தானே... அது தானே இத்தனை நாட்கள் ஆண்டது. அக்காலில் விழுந்து கிடந்தவர்கள் அமைச்சரானார்கள். அதிபதி, சேனாதிபதி ஆனார்கள். அரண்மனையின் அங்கத்தினரானார்கள். அப்படியானவர்கள் கூட மெனிலாஸின் கால்களைக் கடைசியாகத் தரிசிக்கவோ, தொடவோ, வணங்கவோ முடியவில்லை. இனி அவர்களுக்கு மெனிலாஸின் கால்களா முக்கியம். அக்கால்களுக்குப் பதில் வேறொருவரின் கால்கள்! அரசு என்பது என்ன, இரண்டு கால்கள் அவ்வளவுதானே!

அண்டை தேசத்தைச் சேர்ந்த மன்னர்கள் கோட்டைக்குள் அனுமதித்தார்கள். அவர்கள் மன்னனின் பூத உடலைத் தொடாமல் திகைத்து நின்றார்கள். மெனிலாஸின் உடன்பிறப்பு அகமெம்னான் உள் நுழைந்தார். உடன்பிறப்பின் முகத்தைப் பார்க்கத் திறனற்று கோட்டைக்குளிலிருந்து அவசரமாக வெளியேறினார்.

ஆர்கோ தேசத்து அமைச்சர்கள் மனக் குழப்பத்தில் நின்றார்கள். அடுத்த மன்னன் யார், ஹெர்குலஸா, மன்னராயனா...?.

'இறுதி மரியாதை நானே செய்வேன்...' குரல் கொடுத்தாள் ஹெலன். கொடுத்த வேகத்தில் அவள் காணாமல் போயிருந்தாள்.

'மெனிலாஸின் மகன் நான். நானே இறுதி மரியாதை செய்வேன்...' என்றான் வாலிபன் அப்லாஸ். அவனது குரலைக் கேட்டு மன்னராயனின் ஆட்கள் சிரித்தார்கள். அப்லாஸ் இரங்கற் கூட்டத்திற்குள் நுழைந்தான். ஊசி துவாரத்திற்குள் நூல் நுழையலாம், கயிறு நுழையலாமா...? அவன் அவசரக் கதியில் வெளியேற்றப்பட்டான்.

மன்னனின் இறுதிப் பயணம் தொடங்கியது. வழியெங்கும் மக்கட்திரள். மெனிலாஸ் குறித்த பிரகடனங்கள். 'என்னே கூட்டம்...!' 'என்னே மன்னர் இவர்..!' அடர் வனத்தின் இலைகளைப்போல மக்கள் நெரிசல். எங்கெங்கு காணினும் மனிதத் தலைகள். கண்ணீர்த் துளிகள்.

அவரது உடல் ஆர்கோ கோட்டையிலிருந்து எடுக்கப்பட்டது. யானைப் படையின் சார்பில் மலர் மாலை. ஒட்டகப் படையின்

சார்பில் முத்து மாலை. தரைப்படை, கப்பற்படை, குதிரைப்படை, தேர்ப்படை சார்பில் மலர் வளையங்கள்...

யானைகள் பிளிறின. சங்குகள் முழங்கின. சிலம்பாட்டம், புரவியாட்டம். மன்னரின் பூத உடல் 'இடபுளன்' குதிரையின் மீது ஏற்றப்பட்டது. மன்னரின் பிட்டத்தைத் தாங்கும் கடைசித் தருணம் இக்குதிரைக்கு. குதிரை அழுமா...? அதற்கு நடந்தவை புரியுமா...? கனைக்க வேண்டிய குதிரை கண் கலங்கி நின்றது. அத்தனை பேரின் கண்களும் குதிரையின் மேலிருந்தன. மன்னரின் உடலை மன்னராயன் பிடித்துக் கொண்டான். முகாரி, ஒப்பாரி. ஓலம்...அடர் வனத்தை நோக்கிப் படைகள் சென்றன. சரம் சரமாக மக்கள். முன், பின் பக்கங்களில் சிப்பாய்கள். படைகள் மன்னராயனின் ஆணைப்படி நடை போட்டன. உடல் அடர் வனத்திற்குள் கொண்டு செல்லப்பட்டது. கூட்டம் வடிகட்டப்பட்டது. மன்னராயனின் இரத்தங்கள் நிழலோடு கலந்தார்கள். மற்றவர்கள் கசடுகளாக வடிந்தார்கள்.

மெனிலாஸ்க்கென்று பிரத்யேகமாகத் தயாரிக்கப்பட்ட தாழி வனத்திற்குள் கொண்டு வரப்பட்டது. அத்தாழி சிந்தி என்கிற சிறுமி செய்த தாழியாக இருந்தது. ஒரு திங்களுக்கு முன்பே செய்த தாழி அது. ஆகப்பெரிய தாழியும் கூட.

இடபுளன் குதிரையிலிருந்து மன்னரை இறக்கினான் மன்னராயன். இறுதி அஞ்சலியை அவனே செலுத்தினான். தாழிக்குள் மன்னரின் உடலைக் கிடத்தினான். உடலுக்குள் அவன் அணியும் நகைகளைக் கொட்டினான். அதை ஒரு மூடியால் இறுக மூடி சாந்து கொண்டு மெழுகினான். அதை ஆழமாகத் தோண்டப்பட்ட குழிக்குள் இறக்கினான்.

'மெனிலாஸ் புகழ் வாழ்க...'

'ஆர்கோ புகழ் ஓங்குக...'

மன்னராயன் தன்னைச் சுற்றி நின்ற தளபதிகள், அமைச்சர்களைப் பார்த்துச் சிரித்தான். தற்காலிக மன்னனாகப் பதவி ஏற்றிருக்கும் ஹெர்குலஸைப் பார்த்து முறைத்தான்.

இரண்டடி தூரங்கள் நடந்தார். குனிந்து அவனது கால்களைப் பார்த்தான். அவன் பார்த்த வேகத்தில் அவனைச் சுற்றி நின்று அத்தனை மந்திரி, தளபதிகளும் அவனது காலில் விழுந்தார்கள். துதித்து தொழுதார்கள். ஹெர்குலஸ்...? . ஆம், அவனும் விழவே செய்தான்.

மன்னராயன் சொன்னான் 'இன்று முதல் நான் அரசன்.'

'மன்னராயன் வாழ்க...'

'மாமன்னன் மன்னராயன் வாழ்க...'

இப்பொழுது நான் ஆர்கோ அரண்மனைக்குச் செல்வதா, கோட்டைக்குச் செல்வதா..? கோட்டையின் வாயில் அரண்மனை நோக்கியே இருக்கிறது. அரண்மனைக்குச் செல்வதே உசிதம் என நினைத்தான் மன்னராயன்.

மன்னராயன் பயணம் செய்வதற்கு ஏதுவாக இடபுளன் குதிரையைத் தேடினான். இடபுளன் தூரத்தில் காதுகள் விடைக்க மேய்ந்து கொண்டிருந்தது. அக்குதிரையை அவன் கை தட்டி அழைத்தான். கை தட்டினால் ஓடி வர அது என்ன அமைச்சரா,..? இடபுளன் அல்லவா அது. மன்னராயனை ஒரு முறைத் திரும்பிப்பார்த்தது. தன் மேனியை ஒரு குலுக்குக் குலுக்கி, தன் மீது போர்த்தியிருந்த ஆடை, கவசங்களைத் துறந்து திசைகள் அறுக ஓடி எங்கேயோ மறைந்தது.

தெட்டிஸ்

இடிந்துபோய் உட்கார்ந்திருந்தாள். மகன் குறித்த செய்தி அத்தனை தாமதமாக அவளது காதிற்குச் சென்றிருந்தது. புத்திரன் மரணத்தை எதிர்கொள்வது அத்தனை எளிதா..? அச்செய்தியை உரியவளிடம் கொண்டு போய்ச் சேர்ப்பது அதைவிடவும் கடிது அல்லவா! செய்தியைச் சேதி போலச் சொல்ல வேண்டும். முற்பகுதியை வாய்சொல்லி பிற்பகுதியை கண்களால் முடிக்க வேண்டும். யார் கொண்டு அச்செய்தியைத் தாயிடம் சொல்வது...? தாயோ வயோதிகக் கட்டிலில். சொல்லத் தெரியாமல் சொல்லப்போய் அச்செய்தி அவளையும் கொன்றுவிட்டால்...!

நான் சொல்கிறேன். ஓர் அமைச்சன் முன் வந்தான். குறுகுறு நடந்து, இட்டும்,தொட்டும் மெனிலாஸ் என்கிற பெயரை உச்சரித்தான். அப்பெயரைக் கேட்டதும் தெட்டிஸ் கோபத்தால் சிவந்தாள். அவளது பார்வையில் அகமெம்னான் வேறு, மெனிலாஸ் வேறு அல்ல. ஆனால் என்றைக்கு மைசின் தேசம் இரண்டு பெருந்துண்டுகளாக உடைந்தனவோ, அன்றைக்கே அவள் மகன்களை வெறுத்திருந்தாள்.

அண்ணனும் தம்பியும் தாய் முன் தேசத்தைப் பங்கீட்டுக் கொண்டார்கள். இரண்டு கோட்டைகள்- . ஆளுக்கு ஒன்று. படைகள் - ஆளுக்குப்பாதி. பரந்த நிலம். தெற்கு வடக்காக. ஓடும் நதி கிழக்கு மேற்காக...

பங்கீடு தாயில் வந்து நின்றது.

'தெட்டிஸ்...?

நடுங்கினாள் அவள். தன்னை வலது, இடது எனப் பிரித்துவிடுவார்களோ... ? பௌர்ணமி வரைக்கும் மூத்தபிள்ளையுடன்தாய். பிறகு இளைய பிள்ளைக்கு. இப்படியாகப் பிரித்தால் நான் தாயாகவா இருப்பேன். வேண்டாம்.! தாய் என்பவள் தனித்துவமானவள். தனியொருவளாக இருந்துவிடுகிறேன், சொல்லிவிடலாமென எழுந்தாள். அவள் எழும் முன்பே, அகமெம்னான் எழுந்தான்.

'என் தாய் எனக்கு வேண்டாம்...'

தெட்டிஸ் சிரித்தாள்.

‘எனக்கு மட்டும் என்னவாம். எனக்கும் வேண்டாம்...’ - மெனிலாஸ்.

தெட்டிஸ் அழச் செய்தாள். சற்று முன் சிரித்துக்கொண்டல்லவா இருந்தாள்...? மக்கள் அவளைப் புதர்போலப் பார்த்தார்கள். என் தாய் எனக்கே சொந்தம், இருவரில் ஒருவன் சொல்வானென தெட்டிஸ் எதிர்பார்த்தாள். ‘யாரைக் கேட்டாய் நீ, எப்படிக் கேட்டாய் என் தாயை, அவளை நான் தருவேனோ, நீயும் பெறுவாயோ,..’ தனக்காக அண்ணன், தம்பி மீது போர் தொடுப்பான் என நினைத்திருந்தாள்.

தெட்டிஸ், நா தடுமாறினாள். அவனைப்போல என்னால் சொல்லி விட முடியுமா..? என் மகன் எனக்கு வேண்டாம் என்று! ‘மகன்களே, பிள்ளைகளுக்குள் சண்டை தாரத்தால் வரலாம். தாயத்தால் வரலாம். தாயால் வருதல் கூடாதப்பா.... உன்னைச் சுமந்த வீட்டை நான் இன்னும் சுமக்கிறேன். என்னைச் சுமக்கும் ஒரு வீட்டை சுமையெனப் பார்க்கிறாயே, நான் வனத்திற்குள் இருந்து கொள்கிறேன். என்னை இத்தோடு விட்டமைக்கு நன்றியப்பா...’ உடுத்திய ஆடையோடு கையெடுத்து கும்பிட்டபடி வனக் குடிலுக்குள் நுழைந்தவள் தெட்டிஸ்.

அவளிடம் நெருங்கி உட்கார்ந்தான் அமைச்சன். ‘மெனிலாஸ், உன் மகன் இறந்துவிட்டார்’ என்கிற செய்தியை கண்களால் சொல்லி நிறுத்தினான்.

தெட்டிஸ், அச்செய்தியை ஒரு உரித்த வாழைப்பழம் போல உள்வாங்கினாள். ‘மெனிலாஸ்க்கு என்ன...?’

கண்கள் சிவக்க உடல் குலுங்கினான்.

‘இறந்துவிட்டானா...?’.

‘ஆம் தாயே...’

அவளது வயோதிக உடம்பு நடுங்கியது.

‘எ... எ... எப்படி....?’

‘பாரிஸ் எறிந்த ஆயுதமொன்று அவரது மேனியில் பட்டு...’

‘அடேய் பைத்தியக்காரா...! நான் கூட உண்மையென்று நினைத்துவிட்டேன். யார் ஆயுதம், யார் மேனியில்.?’ உதட்டின் விளிம்பில் எச்சில் ஒழுகச் சிரித்தாள். ஆனால் கண்கள் அழுதன.

‘அடேய், அவனைப் பெற்ற தாய் நான். அவன் ஏகன். என் கை அவன் மேல் கோபமாகப் பட்டால் கூட என் கை பூ போல் மாறிவிடும். அத்தகையவனை பாரிஸ் விட்டெறிந்த ஆயுதம் வதம் செய்துவிட்டதா...?’

‘தாயே, போர் உக்கிரத்தில் என்ன நடந்தது..? எப்படி அவர் வீழ்ந்தார்,... அவரைத் தாக்கியது யார்,...? எதுவும் என்னால் புரிந்துகொள்ள முடியவில்லை.. நடந்த அத்தனையும் தளபதி மன்னராயனுக்கு மட்டுமே தெரியும். அவன் வாய்த்திறக்க மறுக்கிறான். மெனிலாஸ் மரணம் மர்மமாகவே இருக்கிறது...’

தெட்டிஸ் படுக்கையிலிருந்து எழுந்தாள். நடந்தே அரண்மனைக்கு வந்தாள். அரண்மனையை ஒரு சுற்று வந்தாள். அரண்மனையின் காக்கை, குருவிகள் துக்கம் சூழ உட்கார்ந்திருந்தன. அரண்மனைவாசிகள், பணியாட்கள், சிப்பாய்கள்,... யாவரின் முகத்திலும் துயரப் பெருங்காடு.

‘அகமெம்னான்...’ அவளது உதடுகள் முணுமுணுத்தன.

‘தாயே’ என்றான் அகமெம்னான்.

‘மெ..மெ..மெனி..’

‘ஆமாம் தாயே,..’

‘இ..இ..இற’

‘ஆமாம் தாயே! எத்தராசில் நிறுத்த முடியாத அவன், ஒரு தாழிக்குள் நிறைந்து விட்டானம்மா...’ அவனது உதடுகள் துண்டித்த இறகுகளாகத் துடித்தன.

கலைந்து கிடந்த கூந்தலை அள்ளி முடிந்தாள் தெட்டிஸ். முந்தானையை எடுத்து இடுப்பில் சொருகிக்கொண்டு வெட்டு நடையில் வெளியேறினாள்.

‘எங்கேயடா, உன் படை...?’

‘சிதைந்தது போக, சீர்குலைந்தது போக, உயிர் அறுந்தது போக,.. மிச்சம் அதனதன் இடத்தில் நிற்கின்றன தாயே...’

‘படையைக் கிளப்பு...’

படை தயாரானது.

‘எங்கே தாயே செல்ல இருக்கிறோம்...?’

‘முதலில் அவன் போர் புரிந்த களத்திற்குச் செல்...’

சிப்பாய்கள் வேகத்தை முடுக்கினார்கள். புயலை விரட்டும் புயலெனப் போர்க்களத்திற்குள் புகுந்தார்கள். போர்புரிந்த இடம் மயான அமைதியிலிருந்தது.

கதறலொலி,

கார்கால தவளை முழங்குவதைக் கேட்க முடிந்தது. சுற்றும் முற்றும் பார்த்தான். போர்க்களமெங்கும் சிறு , குறு குன்றுகள். குன்றுகள் யாவும் குவிந்து கிடக்கும் சிப்பாய்களின் பூத உடல்கள். எங்கும் மரணக் கோலம். கழுகு, ஓநாய், செந்நாய்களின் கொக்கரிப்புகள், நரிகளின் ஊளையிடல்கள்,..

ஈட்டி, வேல், கத்தி, சக்கரப்படை, வாள், பிண்டி பாலம், சூலம்,.. யாவும் களமெங்கும் விரவிக்கிடந்தன. கந்தல் துணிகளாகக் குதிரைப்படை. குதிரைகள் பூச்சிக் கொல்லியால் மரணத்தைத் தழுவிய எறும்புகளைப்போல ஒன்றின் மேல் ஒன்றாக...யானைகள் குன்றென சரிந்துகிடந்தன. தேர்கள் தன் ஆடைகளைத் துறந்து நிர்வாணமாக நின்றன. சக்கரங்கள் நாலாபுறமும் உருண்டுக் கிடந்தன.

'அய்யகோ.....!. போர்ப்பரணி பாடவேண்டிய இடத்தில் முகாரியா...? சிங்கம் கர்ஜிக்குமிடத்தில் நரிகளின் ஊளையா...? எங்கே என் ரத்தம்....? எங்கே என் களிறு....? எங்கே என் புதல்வன்.....? எங்கே என்னவனின் சாகசம்...?. அவனது வீரம் எங்கே...? கரிதமற்ற மூச்சு எங்கே....? மந்திர நீரில் தரித்த பாறை உடல்தான் எங்கே...? எதிரியின் ஆயுதத்தைப் பூப்போல மாற்றும் மூலிகை ஆற்றின் வீரியம் எங்கே...?

ஏறு தழுவியவனே, நீ சரிந்த இடமெது...? மலையை அடியோடு சாய்க்க ஆயுதம் ஏதடா ! உருத்திராக்கம் மரத்தைப்போலத் தேகம் கொண்ட உனக்கு உத்திர கிரியை நடத்த ஆயுதம் எய்தவன் எவன்..? எழுஞாயிறே...! எப்படியடா இது நிகழ்ந்தது...?

பிடரியைப்பிடித்து சிங்கத்தை ஆட்டி வைத்தவன் நீ. போர் புரியத் தொடங்கி விட்டால் எண் திசைகளும் உன் போர்த் திறமையை வேடிக்கை பார்க்குமேயடா! சிங்கத்தின் பலத்தில் பாதியையும் சிறுத்தைப் பலத்தில் மீதியையும் கொண்டவன் அல்லவா நீ. என் குல உதிரமே, களிறான உனக்கே கழிவிரக்கமா...? இனி நான் யாருக்குத் தாலாட்டு பாடுவேன்...? புலம்பினாள் தெட்டிஸ். ஒவ்வொரு பிணமாக எடுத்து , திருப்பித் தன் மகனின் முகத்தைத் தேடினாள்.

குவிந்து கிடந்த பிணக்குவியலில் , நாறி, புழுக்கள் மொய்த்த நரகக்கிடங்கில் ஒரு தனித்த ஓலக்குரல் கேட்டது. தொண்டைக்கும் நெஞ்சுக்குமான உயிரோட்டம்.

இரண்டு மாதங்களுக்குப் பிறகும் ஓர் உயிரா...? அவ்வுயிரும் பேசுகிறதா...? அகமெம்னானின் கால்கள் அதை நோக்கிப் பாய்ந்தன. உயிரே தான்...! .

அகமெம்னான் சிப்பாய் முன், மண்டியிட்டான். அவனை அள்ளித் தோளில் கிடத்திக்கொண்டு ஓடி வந்தான். அவனை ஒரு மரத்தடி நிழலில் கிடத்தி தண்ணீர் கொடுத்து மயக்கத்தைக் கலைத்தான். மயக்கம் கலைந்த அவன் தெளிந்து எழுந்து , மெனிலாஸ் வீழ்த்தப்பட்ட படலத்தைச் சொல்லத் துவங்கினான்.

55

சதுரங்க ஆட்டம்

சிப்பாய்கள் வெட்டப்படுவதைப்போல பாரிஸ் படைகள் நிர்மூலமாகின. அவனது தேர்கள் தலைக்குப்புற வீழ்ந்தன. யானைகள் தலை தெறிக்க ஓடின. குதிரைகள் தாவிய வேகத்தில் தாவியபடியே வேல்கள் பாய நின்று சரிந்தன. தன் பலத்தில் பெரும்பாதியை இழந்துவிட்டிருந்தான் பாரிஸ். அவன் எறிந்த அத்தனை ஆயுதங்களும், மெனிலாஸ் மீது பட்டு பூவாக, சருகாக உதிர்ந்துகொண்டிருந்தன.

மெனிலாஸ் முன்பு தொடுத்த போரினைப் போல் இப்போரினைத் தொடுக்கவில்லை. முன்பு தொடுத்தது பெண்ணுக்கான போர். அதன் இலக்கு ஒன்றேதான். தன் மனைவியைக் கடத்திய மன்னனின் தலையைக் கொய்வது. சிங்கத்தின் வேட்டையாடல் உத்தி அது. எத்தனை விலங்குகள் மந்தையாக மேய்ந்தால் என்ன, சிங்கத்திற்குப் பிடித்தமான இரை எதுவோ அதை மட்டுமே விரட்டும். அதை மட்டுமே வீழ்த்தும். அப்படியாகத்தான் முந்தைய போர்களை அவன் நிகழ்த்தினான். போரின் ஒரே இலக்கு பாரிஸ்.அவனது மார்பு. ஆனால் இப்போர் அப்படியானதன்று.

இது மண்ணுக்கான போர். செந்நாய் இரையை விரட்டும் உத்தியில் அவன் போர் புரிந்தான். தேவை ஏதேனும் ஓர் இரை. அது எதுவாக இருந்தாலும் சரி என்பதாகவே அவனது குறி இருந்தது. பாரிஸின் தலையை மறந்தான். மனைவியின் முகத்தை மறந்தான். மண்ணின் எல்லை மட்டுமே அவனது கண்ணுக்குத் தெரிந்தது. குறுக்கே இருந்த குடிசைகள், குடில்கள், குழந்தைகள், பிள்ளைகள், தாய்கள், பட்சிகள்,.....எல்லாவற்றின் மீதும் அவன் குறி வைத்தான். அம்புகள் எய்தான்.

போரில் போராயுதம் முழங்கக் கேட்கலாம். வீரர்களின் ஓலம் கேட்கலாம். குழந்தைகளின் கதறலும், தாய்களின் அலறலும் கேட்டால் எப்படியாம்...?

குழந்தைகளின் கதறல் கேட்டு ஓடி வந்தான் ஒரு மருத்துவன். அவன் போரில் சிக்கி, சிதையும் பெண்கள், குழந்தைகளை மீட்டு மருத்துவக் குடிலுக்கு கொண்டோடினான். ஓடியவன் திரும்பவும் ஓடி வந்தான். கைகளால் எத்தனை குழந்தைகளை அள்ளிவிட

முடியும்...? குழந்தை, பிள்ளைகளைக் குதிரையில் ஏற்றினான். பிறகு வண்டியில் ஏற்றினான். சரம், சரமாக...கொத்துக்கொத்தாக, குலைகுலையாக, குழந்தைகள்.

'இதுவா உன் கை...?' குழந்தையைப் பார்த்துக் கேட்டான் மருத்துவன்.

'இது அல்ல...'

'இதுவா உன் கால்...?'

'இல்லை..'

'இவளா உன் தாய்...?'

'இவள் அல்ல..'

தாயும், சேயுமாக இருந்த குடும்பங்கள் ஏதிலியாக...

மருத்துவன் எழுந்தான். போர்க்களம் நோக்கி விரைந்தான்.

மன்னனுக்கும், மன்னனுக்கும் இடையிலான போரில் மக்கள் ஏன் உறுப்பறுக்கப்பட வேண்டும்...? குழந்தைகள் குழந்தையாக இருக்கின்ற ஒன்றைத் தவிர குழந்தைகள் செய்த பாவம் என்ன...? போர்க்களத்தைப் பார்த்தான். கடல் கொள்ளும் நிலம் போல் பேரழிவு.

'யார் அவன்...?' கேட்டான் மருத்துவன்.

'மெனிலாஸ்!'

மருத்துவனின் இமைகள் ஏறி இறங்கின. இரண்டொரு முறை அவருடைய உதடுகள் அப்பெயரை உச்சரித்தன. உடம்பைக் குலுக்கிக் கொண்டான்.

மெனிலாஸ், தனியொருவனாக அப்போரை நிகழ்த்திக் கொண்டிருந்தான். பாரிஸ் படைகள் தன்னைத் தானே அழித்துக் கொண்டு பின்வாங்கியது. சிப்பாய்கள் அவனுக்குத் தன் இரத்தத்தால் சிவப்புக் கம்பளம் விரித்தார்கள். சிலர் மெனிலாஸ் காலில் விழுந்து உயிர்ப் பிச்சை கேட்டார்கள்.

'என் காலில் விழுபவர்களுக்கு நான் உயிர்ப்பிச்சை தருகிறேன்...'

நான், நீ...என முண்டியடித்துக்கொண்டு அவனது காலில் விழுந்தார்கள். 'ஹா...ஹா...ஹ்...' கெலித்தான் அவன்.

காலில் விழாத பறவைகள் தன் கூட்டை இழந்தன. விழத்தெரியாத விலங்குகள் கொம்பை இழந்தன. நிர்க்கதியாக நின்றான் பாரிஸ்.

அவன் எறிந்த அத்தனை ஆயுதங்களும் மெனிலாஸ் மீது பட்டு பூக்காம்பு ஆகின. பின்வாங்கினான் அவன். ஓட முடியாமல் கால் தடுக்கி விழுந்தான். விழுந்த வேகத்தில் துழாவினான். அவனது கைக்கு ஒரு கால் தென்பட்டது. அதைப்பிடித்தான். என்னை அவனிடமிருந்து காப்பாற்று என மன்றாடினான்.

அவனைத் தூக்கி நிறுத்தினான் மருத்துவன். அவனது காதிற்குள் ஒரு இரகசியத்தைச் சொன்னான்.

பாரிஸ்

போர்க்களத்தில் ஒரு வீரனைப் போல நின்றிருக்கவில்லை. ஒரு சூதனைப் போல நின்றுகொண்டிருந்தான். சிறுத்தையின் பதுங்கல், சிங்கத்தின் தாகம், கழுகின் காத்திருப்பில் இருந்தான்.

பின்னே, பின்னே ஓடிய பாரிஸ். ஒரு கட்டத்தில் மருத்துவன் சொற்படி நடக்கலானான். பாரிஸ் ஓடிச்சென்று மெனிலாஸ் கால்களில் விழுந்தான். விழுந்தவன் பாதச்சுவடுகளைப் பார்த்தான். அவனது விரல்களைப் பார்த்தான்.

'அடேய் பாரிஸ், என் காலைப் பிடித்து என்னிடம் சரணாகதியாகிவிடு. இம்மண்ணும், இதில் விளையும் பொன்னும் இனி எனக்கே சொந்தம்...' முழங்கினான் மெனிலாஸ்.

'எவர் காலையும் வாரிவிடும் நான், உன் காலில் விழுவேனோ,மாட்டேன். நான் மாட்டேன்...'

'என் காலில் விழாத உன்னைக் காலமாக்குகிறேன்' என்ற அவன் ஒற்றைக் காலை ஆழ்ந்து ஊன்றி மறுகாலை அவனை மிதிக்கும்படியாக உயரே தூக்கினான். சடுதியில் நடந்து முடிந்தது அந்த வதம்.

மருத்துவன் குனிந்து ஒரு புல்லைப் பிடுங்கினான். மிகச்சரியாகக் குறிபார்த்து மெனிலாஸ் பாதத்தில் ஏவினான். அவனது பாதத்திலிருந்து இரத்தம் பீறிட்டது. இதுநாள் வரை அவர் மீது ஏவப்பட்ட எதுவும் பூவாக, இதழாக, சரமாக விழுந்துகொண்டிருந்தவரின் உடலிலிருந்து குருதி பீய்ச்சி அடித்தது. உடல் தளர்ந்தார். உறுதி தளர்ந்தார். தேகம் தேக்கு மரமெனச் சரிந்தார். சற்றே நேரத்தில் மெனிலாஸின் சாகசம் வியர்த்தமானது. நடந்ததைச் சொல்லி நிறுத்தினான் அச்சிப்பாய்.

தெட்டிஸ் மிரண்டாள். குலை நடுங்கினாள்.

அவளுக்கு நினைவு திரும்பியது. அவன் குழந்தையாக இருக்கையில் உடம்பெங்கும் புண்,சிரங்கு, சீழ். அவள் குழந்தையைத் தூக்கிக் கொண்டு மருத்துவனிடம் ஓடினாள். குழந்தையை வாங்கிய அவன் தலை கீழாக மூலிகை நீருக்குள் மூழ்கி எடுத்தான். உடம்பெல்லாம் நீர் நனைத்திருந்தது. நனைத்திருந்த இடத்தில் புண், வெண்சுவடுகள் ஆற்றியிருந்தது. ஆனால் பாதத்தில் மட்டும்

மூலிகைத் தண்ணீர் பட்டிருக்கவில்லை... அதை நினைக்கையில், அவளது ஈரல் நடுங்கியது. கவனிக்க மறந்த ஒன்று அவளை பெருங்கவலையில் ஆழ்த்தியது. மெனிலாஸ் மீதான இரங்குதலை விடவும் கணவன் மருத்துவன் மீதே கோபம் தலையெடுத்தது.

'யா..யார் அந்த மருத்துவன்...?' கோபம் தெறிக்கக் கேட்டாள்.

'வெண்தாடி தறித்த கிழவனாக இருந்தான்...'

'பார்க்க...?'

'மெனிலாஸின் முகச் சாயலிலிருந்தான் தாயே...'

'முகம், கால், கைகளெங்கும்...?'

'ஆம், கருத்த வடுக்கள் இருந்தன'

'கண் இமைகள்...?'

'தீயால் பொசுங்கிப்போயிருந்தன..'

'அவனது பெயர் தெரியுமா...?'

'அப்பல்லோ '

'அ

ப்

ப

லோ..!'

பெயரை உதடுகள் தடித்து உச்சரித்தன.

57

அப்லாஸ்

தன் தந்தையின் உடலை வெளியில் எடுத்துப் பிரேதப் பரிசோதனை செய்து பார்த்துவிட்டால் என்ன, என்கிற முடிவிற்கு வந்தான். முடிவு எடுத்த கையோடு புதை குழியை நோக்கித் தனியொருவனாக முன்னேறச் செய்தான்.

மெனிலாஸ், ஒருநாள் தன் மகனுடன் பேசிக்கொண்டிருக்கையில் பேச்சுக்கிடையில் சொல்லியிருந்தான். 'மகனே, ஒவ்வொருவரின் வாழ்க்கையும் சந்தேகத்திற்கு அப்பாற்பட்ட ஒன்றாக இருக்கலாம். ஆனால் ஒரு மருத்துவனின் பார்வையில் எல்லாருடைய மரணமும் சந்தேகத்திற்கு உட்பட்டதே...' அவ்வாசகம் அவனை தூங்க விடாமல் செய்து கொண்டிருந்தது.

'சிகிச்சை கொடுக்கையில் யாரையும் உறவினராகப் பாவித்தல் கூடாது. அப்படியாகப் பாவித்தால் சிகிச்சையில் கைகள் நடுங்கச் செய்யும். பிரேதத்தைப் பரிசோதிக்கையில் பிரேதம் யாரென நினைத்தல் கூடாது. அப்படி நினைத்துவிட்டால், பிரேதம் பொய் சொல்லத் தொடங்கிவிடும்...'

தந்தை குறித்த நினைவுகள் அவனது மனதைக் கனக்க வைத்தன. தந்தையின் பிரேத உடலை எந்த மகனாவது தோண்டி எடுத்துப் பார்க்க நினைப்பானா, அப்லாஸ் நினைத்திருந்தான். அதற்கொரு பிரதான காரணமிருந்தது.

மெனிலாஸ் அடக்கம் செய்யப்படுகையில் அவனது இரு கால்களும் எடுக்கப்பட்டு விட்டன, என்கிற செய்தி காட்டுத்தீயை விடவும் வேகமாக பரவிக்கொண்டிருந்தது. அது வதந்தியா, வெறும் வாந்தியா என தெரிந்துகொள்ளவே அவனது மனம் உந்துவதாக இருந்தது.

மெனிலாஸ் வாழும் நாட்கள் வரைக்கும் அவரது கால்களில் விழுந்து தொழுது உயர்பதவிகளுக்குச் சென்றடைந்தவர்கள் அவரது இறுதி ஊர்வலத்தில் யாரும் அவரது கால்களைத் தொழ, தழுவ, கழுவ முன்வரவில்லையே...அவனது கால்கள் புதைகுழியை நோக்கி வேக நடை போட்டன.

'கால்களை ஏன் எடுக்க வேண்டும்...?' அவனது கால்களைக் கொண்டு ஆட்சியைப் பிடிக்கலாம், உறவை அறுத்து ஓடிய இடபுளன் குதிரையைப் வளைத்துப் பிடிக்கலாம்...இப்படியாக ஆயிரம் இருக்கலாம். யோசனையினூடே ஒன்று நினைத்தான். அதை

நினைக்கையில்தான் விரைந்த கால்கள் தடுமாறி சட்டென நின்றன. ‘ஒருவேளை உலகம் பேசிக்கொள்வதைப்போல மெனிலாஸின் பிரேதத்தில் கால்கள் இல்லையென்றால்..?’ என் ஒருவனால் என்ன செய்ய முடியும்...?

‘மன்னராயன்தான் பொறுப்பேற்க வேண்டும், பொறுப்பேற்பானா,..? ஏற்காவிட்டால்,...? தேனீயின் கூடு அல்லவா அவன்! . நானோ வெறும் குளவி. அவனைப் போய் நான்...? அவனால் நான்...!’ அதை நினைக்க உடம்பு வியர்த்தது. ‘ஒரு வேளை கால்கள் இருந்துவிட்டால்! வதந்தி பரப்பியவர்களை என்ன செய்வது...? ’ அவனுக்குள் தராசுத் தட்டுகள் இருபுறமும் ஏறி இறங்கின. அவனது நடையில் மலைகளும், குன்றுகளும், ஏரிகளும் குறுக்கிட்டதைப்போல போரில் நடந்தேறிய கபட நாடகங்களும் குறுக்கிடச் செய்தன.

இறுதிக்கட்டப் போரின் போது மன்னராயன் பாரிஸ் உடன் கை கோர்த்திருப்பானோ...? இத்தனை அமைச்சர்கள், சிப்பாய்கள், தளபதிகள் இருக்கையில் மன்னரை தனியொருவனாக மன்னராயனால், அப்பல்லோ குடிலுக்கு எப்படி தூக்கிச்செல்ல முடிந்தது...? அப்படியாகத் தூக்கிச் செல்லக் காரணம்?

எத்தனையோ மருத்துவ குடில்கள் இருக்க, அப்பல்லோவிற்கு ஏன் கொண்டு சென்றான்...? அதற்குள் அவன் நுழைந்ததைப்போல ஏன் மற்றவர்களால் நுழைய முடியவில்லை...? யார், யாரெல்லாம் மன்னனுக்கு மருத்துவம் பார்த்தார்கள்..? மன்னராயன் ஏன் ஹெர்குலஸை வளைக்கப் பார்த்தான்...? கேள்வியின் மேல் கேள்விகள்...

‘ஆம், நன்றாக இருக்கிறார் மன்னர், ரொட்டிகள் சாப்பிட்டார், கொஞ்சம் மது அருந்தினார்,...ஓலைச்சுவடிகள் படித்தார், இரண்டொரு நாளில் வேறு குடிலுக்கு மாறிவிடுவார்,...என்பதைப் போன்ற செய்திகளை வெளியில் சொன்னது யார்...? சொல்ல ஆணை பிறப்பித்தது யார்..? ’ சந்தேகங்கள் சிலந்தி வலை பின்னின.

‘மெனிலாஸ் இறந்துவிட்டார்’ என அப்பல்லோ அதிகாரப்பூர்வமாக அறிவிப்பதற்கு முன்பே ஆர்கோ மக்கள் மன்னர் இறந்துவிட்டாரென எப்படி பேசிக்கொள்ள முடிந்தது. மெனிலாஸ் இறந்து பத்து நாட்களாகிவிட்டன... என்று சிலர். போர் நடந்தேறிய அன்றே இறந்துவிட்டார் என்று சிலர். போருக்குப்பிறகு மன்னரை மன்னராயன் சுமந்துகொண்டு செல்கையில் இடையில் இறந்து விட்டார் என்று சிலர்...

அப்லாஸ் , மீள முடியாத குழப்பத்தில் நடந்தான். மெனிலாஸ் மீது அவனுக்குக் கொஞ்சம் கோபம் இருக்கவே செய்தது. என்னை ஏன் தன் மகனென்று அமைச்சரவையில் யாருக்கும் அறிமுகம் செய்துவைக்கவில்லை. என்னை மகனாக அறிவிப்பதில் அவருக்கு எது தடையாக இருந்தது...? இந்த பரந்து விரிந்த வனம்தான் உன் அரண்மனையென எனக்கு அறிமுகம் செய்த அவர், ஒரு நாளேனும் என்னை அண்டை நாடுகளுக்கு அழைத்துச் செல்லாதது ஏன்...?

என் தந்தை இவரென்றால் என் தாய் யார்...? நான் பிறக்கும் பொழுதே இறந்துவிட்டாளெனச் சொல்வது உண்மைதானா...? அப்படியென்றால் அப்பல்லோ மருத்துவசாலைக்கு வந்திருந்த அத்தாய் யார்...? நான் கூட அவளது மடியில் தலை வைத்துப்படுத்திருந்தேனே...? நான் அவளது மடியில் தலை வைத்ததும் எனக்குச் சட்டெனத் தூக்கம் வந்ததே...! அவள் எனது முடியைக் கோதி விட்டாளே, ஆங்காங்கே முத்தம் வேறு கொடுத்தாளே, நான் வேறொரு தாயின் பிள்ளை என்றால் ஒரு தாயால் தன் பிள்ளையைப் போல வேறொரு பிள்ளையைக் கொஞ்ச முடியுமா...?

நான் அவளது மடியில் படுக்கையில் அவளிடமிருந்து பால் வாசனை வந்ததே! தன் மகனை நினைக்கையில் மட்டும்தானே தாயின் மார்பு பால்சுரக்கும். அவளது மார்பு பால் சுரந்ததும் , என் வாய் என்னையும் அறியாமல் திறந்ததும் ஏன்...?

நான் மெனிலாஸின் மகனென்று சொன்ன கணத்தில் அவளுடைய கண்களை நான் பார்த்தேனே, அவளது கண்கள் சிரித்தனவே. என் தாய் நான் பிறக்கும் பொழுதே இறந்துவிட்டாள் என்றதும் அவளது கண்கள் அழுதனவே...! அவள் என் தாய் தானோ...? அவளுக்கு நான் பிள்ளை தானோ..?

அவள் என் தாய்தான்..! அவள் மட்டுமா தாய்,...? என் தந்தை மெனிலாஸ் சொன்னதைப் போல இப்புவியின் அத்தனை பெண்களும் என் தாய்களே... அவனது சிந்தனையின் ஊடே, அவனது கால்கள் வேகமாக நடைபோட்டன.

‘அப்பப்பா, இறுதி ஊர்வலத்தில் எத்தனை கூட்டம்...! எத்தனை தலைகள்..! ’

அவன் உடல் நலமுற்று அரண்மனை திரும்ப வேண்டுமென எத்தனை பேர் தவமிருந்தார்கள். எத்தனை பேர் தன் தலையைப் பலிபீடத்திற்குக் கொடுத்தார்கள். தீக்குளித்தவர்கள் எத்தனை பேர், தீயில் இறங்கியவர்கள் எத்தனை பேர்...

அவர்களுக்கெல்லாம் என் தந்தை என்ன செய்தார்...? ஒருவேளை இன்னும் கொஞ்சம் செய்திருந்தால்..? அவனது சொத்துகளை, சேமிப்பை, பரிசு, கொடைகளை.. மக்களுக்கென எழுதி வைத்திருந்தால்...? மக்கள் அவரை இன்னும் எத்தனை கொண்டாட்டத்தில் ஆழ்த்தியிருப்பார்கள். இச்சீ...! ஏன், என் மனம் இப்படியாக அலைபாய்கிறது...? மக்கள் என்ன மன்னனின் சொத்துக்கு ஆசைப்படும் பிறவிகளா...? மன்னனின் முதுகில் ஒட்டுண்ணியாக ஒட்டிவாழும் மந்திரிகள் அல்லவே! மக்கள் மாண்பு மிக்கவர்கள் அல்லவா, உயர்வானவர்கள்...!

புதைகுழி இடத்திற்கு வந்திருந்தான் அப்லாஸ். புதைகுழியும், அதன் மேடும் ஒரு வாரத்திற்குப்பிறகும் ஈரம் காயாமல் அப்படியே இருந்தன. மெனிலாஸ் புதைக்கப்பட்ட இடம் பூக்களால் அலங்கரிப்பட்டிருந்தது. அம்மேட்டினைப் பார்த்தான் அப்லாஸ். அவனது கண்கள் கலங்கின. இறுதி சடங்கில், இறுதி ஊர்வலத்தில் இறுதி அஞ்சலி செலுத்த முடியாத குறையை அக்கணம் அவன் போக்கிக் கொண்டான். புதைகுழி முன் மண்டியிட்டு கண்ணீர் சொரிந்தான். அவனுக்கு அழுகை வந்தது. அழுகை ஓலமானது. வயிறு குலுங்கி, மார்பு குலுங்கினான்.

அதே இடத்தில் மண்டியிட்டு உட்கார்ந்தான். கைகளை மேட்டின் முகட்டிற்குச் கொண்டு சென்றான். அவனது கைகள் நடுங்கின. அடக்கம் செய்யப்பட்ட இடத்தில் தாழியின் முகவாய் தெரிந்தது. அதன் மேல் மூடியிருந்த மணலை இரு பக்கமும் நீவியெடுத்து ஆழ்ந்து தோண்டினான். தொட்டனைத் தூறும் மணல் வந்துகொண்டேயிருந்தது. அவன் சோர்ந்துவிடவில்லை. பின்வாங்கிவிடவில்லை. வியர்வை கண்ணீரைப் போல வழிந்தது.

ஆம், இதோ தெரிகிறது தாழி.

இரண்டு கைகளால் மணலை நிரவினான். தாழியின் மூடி தெரிந்தது. அதைத் திறந்தான். அத்தனை சடுதியில் அவனால் அதைத் திறக்க முடியவில்லை. இடுப்பில் சொருகியிருந்த ஆயுதத்தை எடுத்து மூடியை நெம்பினான். கபால எலும்பைப் போல மூடி திறந்தது. உள்ளே அழுகிய நாற்றம். புழுக்கள் இழையும் சத்தம். தாழிக்குள் கையை நுழைத்து பிரேதத்தைத் தேடினான். தாழி வெறுமையாக இருந்தது.

'என்னே...!' அதிர்ந்தான்.

தாழிக்குள் கொட்டப்பட்ட தங்கம், வைரம், வைடூரியங்கள்..? தாழிக்குள் நிறைத்த முத்து, அதற்குள் நிரவிய பவளங்கள்...? எல்லாம் எங்கே போயின...? அவனுக்குத் தலைசுற்றியது. ஒரு அரண்மனையை

ஒரு எதிரி மன்னன் சூறையாடலாம்...! தன் அரண்மனையை வாசிகளே சூறையாடினால், எப்படியாம்! கோபமும், விரக்தியும், அழுகையுடன் கலந்து பெரு மூச்சாக வெடித்தது. தாழியை வெளியே இழுத்தான் . சுற்றிலும் நிரப்பப்பட்ட மணலைக் குடைந்து நெம்பினான். கொஞ்சம், கொஞ்சமாக தாழி வெளியில் வந்தது.

அப்லாஸ் திகைத்தான். நகைகளை யார் திருடியிருப்பார்கள்? அள்ளிய அவ்வளவு நகைகளையும் எங்கே ஒளித்திருப்பார்கள்.? அவன் தன் தலையில் கொட்டிக்கொண்டான். நகைகளா முக்கியம்...? நான் ஒன்றும் நகைகளைப் பார்க்க, அளக்க, வந்தவனில்லையே... ! நான் வந்தது என் தந்தையின் கால்களைப் பார்க்க, எனக்கு ஏன் நகையின் மீது கண் போனது...?

தன் கட்டை விரலால் உந்தி தலையைத் தாழிக்குள் நுழைத்துக் கையால் துழாவினான். அவனது கைக்கு ஒன்றும் புலப்படவில்லை.

‘எங்கே, என் தந்தையின் உடல்...? எங்கே, அவனது கால்கள்...? ’ இன்னும், இன்னும் தாழிக்குள் தலையை நுழைத்தான்.

கடைசியில் தாழிக்குள் இறங்குவதைத் தவிர அவனுக்கு வேறு வழி இருந்திருக்கவில்லை. தாழிக்குள் குதித்தான். அளாவித் துழாவினான். தாழி சுத்தமாகத் துடைக்கப்பட்டிருந்தது.

மெனிலாஸ் அடக்கம் செய்யப்பட்ட இடத்திற்கு ஆர்கோ தேசத்து இடைக்கால மன்னர்கள், அமைச்சு, தளபதி, படை சூழ வந்து செல்வதாக இருந்தார்கள். அவர்களில் சிலர் அவ்விடத்தில் அமர்ந்து தியானம் செய்யவும், மொட்டை அடிக்கவும், சத்திய பிரமாணம் எடுத்துக்கொள்ளவும் செய்தார்கள். சிலர் எப்படியேனும் தான், மூன்றாம் மெனிலாஸாகிவிட வேண்டுமென வைராக்கியம் கொண்டார்கள்.

மக்கள் சங்கமிக்கும் இடமாக அது மெல்ல மாறிக்கொண்டிருந்தது. அவர்கள், மெனிலாஸ்க்கு மரியாதை செய்யும் பொருட்டு அடக்கம் செய்யப்பட்ட இடத்தில் காதினை வைத்து ‘மன்னரே, நீர் இறந்தது போர்க்களத்திலா, செல்லும் வழியிலா, அப்பல்லோ குடிலிலா..? ’ எனக் கேட்பதாக இருந்தார்கள்.

அவர்களின் காதிற்குள் புரவிகளின் குளம்படி கேட்டது. இடபுளனின் கனைப்பு வில்லின் எடுப்பு, அம்பின் தொடுப்பினூடே மெனிலாஸின் வெங்கலக் குரல் காதினில் விழுவதாக இருந்தது. மக்கள் முகம் சிவந்தார்கள். மனதிற்குள் முடிச்சு அவிழ்வதாக இருந்தது.

58

தெட்டிஸ்

அப்பல்லோ மருத்துவசாலைக்குள் நுழைந்தாள். அவள் எடுத்து வைக்கும் ஒவ்வொரு அடியிலும் பூமி குலுங்கியது. கையில் வைத்திருந்த குச்சி நடுங்கியது. காலடிகளை மெல்ல எடுத்து வைத்து நடந்தாள். தலையில் முக்காடு. முகத்தில் அழுந்திய சோகம். கண்களில் இருட்டு. உதடுகளில் விம்மல். அவளது கண்கள் மருத்துவனையைத் தேடின.

எங்கே அவன்...? நான் வருவது தெரிந்து ஒளிந்து கொண்டானோ..?, அவனை நான் பார்ப்பேனா? அவனால் என்னைப் பார்க்க முடியுமா? என்னைப் பார்க்கும் கணத்தில் அவன் என்ன செய்வான்? நான் என்ன செய்ய வேண்டும்? அழைக்க வேண்டுமா, அழ வேண்டுமா...? அவளுக்குள் சண்டமாருதம் நடந்தேறியது.

மருத்துவக்குடிலுக்கு வெளியே ஒரு பிண்டம். யானையின் தோலை உரித்து தனியாகக் கிடத்தியதைப்போல. சுற்றிலும் மருத்துவச்சிகள். அரைக்க, நைய்க்க, தேய்க்க, என உரல், உலக்கை, அம்மிக் குழவிகளின் சத்தம்.

குடிலுக்குள் இருமல் சத்தம் கேட்டது. மூச்சுவிட முடியாத தொண்டைக்குழி இழுவைகள். கனைப்புகள், 'அச்..' தும்மல்கள்.

'யார் நீ...?' ஓடி வந்தபடி கேட்டாள் ஒரு மருத்துவச்சி.

தெட்டிஸ் அவளது கேள்விக்கு காது கொடுக்காமல் தன் போக்கில் நடந்தவளாக இருந்தாள்.

'உன்னைத்தான் கேட்கிறேன். நீர் ஒன்றும் சொல்லாமல் நடக்கிறீர்...' ஓடி வந்தவள் அவளை மறித்தாள். கையைப் பிடித்தாள். அவளைப் பிடித்த பிடி மேலும் மேலும் இறுகியது.

'யாரோ, மனநோயாளி போலும்....'

தெட்டிஸ்க்கு அழுகையினூடே சிரிப்பு வந்தது. 'ஆம், நான் மன நோயாளிதான். கருவை ஈரைந்து மாதங்கள் சுமந்து, வளர்த்து , ஆளாக்கி, அரசனாக்கி, உன் மருத்துவசாலைக்குக் கொடுத்து நிர்கதியாய் நிற்கிறேனே. நான் மனநோயாளிதான். பைத்தியக்காரிதான்...' மனதிற்குள் புகைந்தாள். புகைந்து கண்ணீராகச் சுரந்தாள்.

'தாயே, நீர் யாரைப் பார்க்க வேண்டும்...?'

அவளிடம் வார்த்தை இல்லை. கண்களிலிருக்கும் ஈரம் உதடுகளில் இல்லை. முதுகு, அவளது வாழ்க்கையைப் போல் கூன் விழுந்து போயிருந்தது.

'மருத்துவரே, இங்கே கொஞ்சம் பாருங்களேன்...' ஒரு மருத்துவச்சி தலைமை மருத்துவரை அழைத்தாள். சுருண்டு கிடந்த தேகம் மெல்லப் புரண்டது. கால், கைகளை அப்படி, இப்படியென்று எடுத்து வைத்துத் தத்தித் தடுமாறி எழுந்தது. நெற்றிக்குக் கைக் கொடுத்து நிமிர்ந்து பார்த்தது.

'யார்...?' பார்த்த, பழகிய, நெருங்கிய முகமாகத் தெரிகிறதே. நெற்றியைச் சுருக்கினார். சூரிய ஒளிவட்டம் போல் மன வட்டம். புறங்கையால் ஒளியைத் தட்டிவிட்டார். ஆம், அவள் யாரென்று தெரிகிறது. என் மனக்கூடு அவள். அவனது உதடுகள் துடித்தன. 'தெ ட் டி ஸ்...'

இரண்டு பேர் அவளைப் பிடித்திருந்தார்கள். வெளியே இழுத்துச்செல்லத் தூக்கினார்கள். கையை அசைத்துச் சொன்னார் மருத்துவர். 'அவள் என் அரசி. அவளை விடும்...'

அவளை அள்ள காலடிகளை முன் வைத்தார். அவர் எடுத்து வைக்கும் ஒவ்வொரு முன்னடிக்கும் அவள் பின்னே செல்வதாக இருந்தாள். இருவரும் ஒருவரையொருவர் விலக்கிக் கொள்ளும் ஒத்த துருவ காந்தம் ஆனார்கள். ஆனால் கண்கள் கண்களைப் பார்த்திருந்தன.

'மெனிலாஸ்...' தன் முந்தானையைக் கையில் எடுத்து வாயிற்குள் திணித்து, வாய்பொத்தி குமுறினாள். 'பெற்ற மகனைக் கொன்ற பாவி நீ...'

'கொடும் வார்த்தைகளால் என்னைக் கொன்று விடாதே..'

'அடேய், பெற்ற பிள்ளையை ஒரு தந்தை கொல்வானா...?'

'தாயே, இவ்விடத்தில் நான் தந்தை அல்ல. கருணைக் கொலை புரிந்த மருத்துவன். யானைக்கு மதம் பிடித்தால் யானையை பாகன்தான் தாயே வீழ்த்த வேண்டும்...'

'உன் குலத்தைக் கூண்டோடு அழித்த பாரிஸை அழிக்கப் பிறந்தவனை நீ அழித்துவிட்டாயே...'

'தாயே, அழிவுக்கு அழிவு தீர்வு அல்ல. இது உலகத் தீர்ப்பும் அல்ல..'

‘போர் என்றால் அழிவு இருக்கத்தானே செய்யும்...’

‘ஏற்கிறேன். அழிப்பதற்கென்றே போர் தொடுத்தால்...?’

தெட்டிஸ்க்கு மயக்கம் வருவதைப் போலிருந்தது. இவள் கேட்க நினைக்கும் கேள்விக்கும் அவனிடமிருந்து பதில் வருவதாக இருந்தது. வேடிக்கை, விநோதம். விசாலப் பார்வைகள். சொற்களில்லாமல் வார்த்தை பரிமாற்றங்கள்.

‘அவனது கால்கள் எத்தனை வலுவானவை. அதில் போய் நீ அம்பு எய்துவிட்டாயே..?’

‘கால்கள் நடக்கத்தான். அடுத்தவர்கள் பூசிக்கவும் அதில் விழுந்து கிடக்கவும் அல்லவே..’

அவள் உடல் குலுங்கினாள். அவளால் அவ்விடத்தில் நிற்க முடியவில்லை. கால்கள் பிரதானமாகக் கொண்ட ஒருவனை அக்கால்களைக் கொண்டே வதம் செய்வதை நினைக்கையில் அவளது கர்ப்பப்பை கனத்தது. பால்மடி தளர்ந்தது.

‘உன் மகனை நீ கொன்றது பாவமில்லையா..’

‘அவன் என் மகனில்லை என்று சொன்னது உனக்கு நினைவில்லையா...’

விரல்களைப் பிசைந்து கொண்டாள். அவர் பார்க்கும் பார்வையிலிருந்து கண்களை விலக்கினாள். விலக்கிய வேகத்தில் அவளது கண்களில் வழிந்த ஒரு துளி அவரது முகத்தில் அறைந்து உடைந்தது. ஓடி வந்தார் அப்பலோ. அவளது கையை இறுக பற்றி முகம் புதைத்துக் குலுங்கினார். ‘என்னை மன்னித்து விடு தாயே...’ நா தழுதழுக்க, உதடுகளால் பரிதவித்தார். அவர் கேட்கும் மன்னிப்பில் எத்தனையோ முடிச்சுகளை அவர் அவிழ்த்திருந்தார். அவருக்குத் தலை சுற்றியது. சுற்றி நிறுத்திய பம்பரம் போல் தரையில் சரிந்தார். அவரது தலையை அவளது கை தாங்கி மடியில் ஏந்தியது. அவளது விரல்கள் அவருக்கு விசிறியாகின. சுருங்கிய விரல்களால் அவரைத் தொட்டாள், மார்பால் அணைத்தாள். தலையைக் கோதினாள்.

தொடுதல் என்பது முதலுதவி அல்ல. முதல் சிகிச்சை. இறுக இறுக அணைத்ததில் மயக்கம் தெளிந்து எழுந்தார் அப்பல்லோ. எழுந்த வேகத்தில் அவளை மார்போடு அணைத்தார். அணைத்தலிலிருந்து மெல்லத் தன்னை விடுவித்து கொண்டு கேட்டாள் ‘பார்க்கிறீர்கள் தானே, மெனிலாஸ் இறப்பிற்குப் பிறகு பாரிஸின் ஆட்டத்தை’

கண்களை மெல்லத் தழுவி, தலையை ஆட்டியபடி சிரித்தார் ‘எல்லாம் கொஞ்ச நாட்களுக்குத்தான்...’

தெட்டிஸ் கண்களை மூடி பதிலை ரசித்தாள். ‘என்ன சொல்கிறீர், அவனை வதம் செய்ய இப்புவியில் யார் உண்டு...? ’

‘இருக்கிறார்கள்...’

‘இதில் பன்மை வேறா? ’

‘மக்கள் என்பவர் ஒருமை இல்லையே...’

தெட்டிஸ் அவரை கேலியாகப் பார்த்தாள். ‘பாரிஸ் எத்தனை சூதுமிக்கவன் தெரியுமா, பல சூத்திரங்கள் கற்றவன். மக்களால் அவனை வதம் செய்துவிட முடியுமா..? மக்களால் அந்திமமாகுமளவிற்கு பாரிஸ் என்ன அத்தனை சிறியவனா...?’

அப்பல்லோ அவளை மேலும் இறுக அணைத்தார். அவளது கூந்தலைக் கோதி விட்டபடி சொன்னார். ‘இல்லை, மக்கள் அத்தனை பெரியவர்கள்... ’

தெட்டிஸின் இமைகள் நெற்றிக்கு ஏறின.

------------ முற்றும் ------------

* 9 7 8 9 3 8 8 9 8 6 8 8 5 *
FCW - #0027 - 061026 - C0 - 216/140/15 - PB - 9789388986885 - Matt Lamination